सावित्रीबाई फुले पुणे विद्यापीठाच्या तृतीय वर्ष कला शाखेच्या (T.Y.B.A.) २०२१–२२ च्या सुधारित अभ्यासक्रमानुसार (CBCS पॅटर्न) लिहिलेले क्रमिक पुस्तक.

तसेच महाराष्ट्रातील इतर सर्व विद्यापीठातील अर्थशास्त्र व स्पर्धा परीक्षा यांच्या विद्यार्थ्यांसाठी उपयुक्त.

सार्वजनिक आयव्यय

(सत्र ५ व ६)

Public Finance

(Semester 5 & 6)

डॉ. एस. व्ही. ढमढेरे

प्रा. अक्षय काळे

डॉ. दत्तात्रय चव्हाण

डायमंड पब्लिकेशन्स

सार्वजनिक आयव्यय (सत्र ५ व ६)

डॉ. एस. व्ही. ढमढेरे , प्रा. अक्षय काळे, डॉ. दत्तात्रय चव्हाण

Sarvajanik Aayvyay (Semester 5 & 6)

Dr. S. V. Dhamdhere, Prof. Akshay Kale, Prof. Dattatray Chavan

पहिली आवृत्ती : २०२१

ISBN : 978-93-91948-17-7

मुखपृष्ठ
शाम भालेकर

अक्षरजुळणी
मानसी घाणेकर, पुणे

प्रकाशक
डायमंड पब्लिकेशन्स
२६४/३ शनिवार पेठ, ३०२ अनुग्रह अपार्टमेंट
ओंकारेश्वर मंदिराजवळ, पुणे–४११ ०३०
☎ ८६०००१०४१६, ०२०-२४४५२३८७, २४४६६६४२

info@dpbooks.in
www.dpbooks.in

प्रस्तावना

सावित्रीबाई फुले पुणे विद्यापीठाने निवड आधारित श्रेयांक पद्धत (CBCS) लागू केलेली आहे. जून २०२१-२२ पासून 'सार्वजनिक आयव्यय' (S - 4) या विषयाचा समावेश केलेला आहे. या विषयाच्या नवीन अभ्यासक्रमानुसार सेमिस्टर – ५ आणि सेमिस्टर ६ साठी हे पुस्तक लिहिले आहे.

सदर पुस्तकात वास्तवतेचे भान ठेवून आजच्या काळात होणाऱ्या बदलांचाही वेध घेण्याचा प्रयत्न केला आहे. सदर पुस्तक स्पर्धा परीक्षा नेट/सेट परीक्षा तसेच महाराष्ट्रातील सर्व विद्यापीठांसाठी उपयुक्त ठरावे, असा यामागचा हेतू आहे.

'पाचव्या सत्रा'च्या पहिल्या प्रकरणात सार्वजनिक आयव्ययाचा अर्थ, व्याप्ती, महत्त्व स्पष्ट करून खाजगी आयव्ययाबरोबरच आर्थिक विकासात सार्वजनिक आयव्ययाची भूमिका स्पष्ट केली आहे. तसेच मसग्रेव्हचा दृष्टिकोन स्पष्ट केला. दुसऱ्या प्रकरणात सार्वजनिक महसूलाचे स्रोत, करांचे प्रकार, वस्तू व सेवा कर आणि करांच्या संकल्पना विशद केल्या आहेत. तिसऱ्या प्रकरणात सार्वजनिक खर्च, सार्वजनिक खर्चाची तत्त्वे, वर्गीकरण, कारणे याबरोबरच वॅगनरचा सार्वजनिक खर्चाचा नियम स्पष्ट केला आहे. चवथे प्रकरण सार्वजनिक कर्जाचे असून त्यामध्ये सार्वजनिक कर्जाचे स्रोत, महत्त्व याबरोबरच सार्वजनिक कर्ज परत करण्याच्या पद्धती व अंदाजपत्रक व्यवस्थापन कायदा याचे विवेचन केले आहे.

'सहाव्या सत्रा'च्या पहिल्या प्रकरणात वित्तीय धोरणाचा अर्थ, साधने, उद्देश याबरोबरच विकसनशील देशातील वित्तीय धोरण स्पष्ट करून वित्तीय धोरणाच्या मर्यादा व वित्तीय धोरणाचा आढावा घेतला आहे. दुसऱ्या प्रकरणात अर्थसंकल्पाचा अर्थ, स्वरूप, उद्दिष्टे, वर्गीकरण, अर्थसंकल्पाची आखणी व लिंगाधारित अर्थसंकल्पाचे विवेचन केले आहे. तिसऱ्या प्रकरणात तुटीचा अर्थभरणा – अर्थ, उद्दिष्टे, भूमिका आणि तुटीच्या अर्थभरण्याची प्रवृत्ती स्पष्ट करून तुटीच्या अर्थभरण्याचे परिणाम विशद केले आहेत तर चवथे प्रकरण केंद्र-राज्य वित्तीय संबंधाबाबत राज्यघटनेतील

तरतुदी, केंद्र–राज्य संघर्ष, वित्त आयोगाची भूमिका व १५ व्या वित्त आयोगाबाबत चर्चा केली आहे. प्रकरणांच्या शेवटी प्रश्न दिलेले आहेत.

पुस्तक लिहिण्यासाठी सतत प्रोत्साहन देणारे प्रकाशक श्री. दत्तात्रेय पाष्टेसाहेब आणि निलेश पाष्टे यांचे आभार मानणे आमचे कर्तव्य आहे. तसेच डॉ. बी. डी. कुलकर्णी, पुणे विद्यापीठाचे अभ्यास मंडळाचे सर्व पदाधिकारी, अध्यक्ष डॉ. संभाजी काळे, सहकारी प्राध्यापक, ग्रंथपाल, प्राचार्य यांनी दिलेल्या प्रोत्साहनाबद्दल आभार! तसेच डायमंड पब्लिकेशन्समधील सर्व सहकाऱ्यांनी दिलेल्या सहकार्याबद्दल सर्वांचे मन:पूर्वक आभार!

डॉ. सुरेश ढमढेरे

प्रा. अक्षय काळे

डॉ. दत्तात्रय चव्हाण

लेखक-परिचय

प्रा. डॉ. एस. व्ही. ढमढेरे

- एम. ए., एलएल. बी., एम. फिल., पीएच. डी., डी. लिट. (अर्थशास्त्र) सहयोगी प्राध्यापक.

- एस. पी. जे. कला व वाणिज्य महाविद्यालय, पाबळ, जि. पुणे निवृत्त अर्थशास्त्र विभागप्रमुख.

- विविध महाविद्यालयांत ३० वर्षे अध्यापनाचा अनुभव, इंडियन इन्स्टिटट्यूट ऑफ एज्युकेशन्सच्या महाराष्ट्र राज्यातील साधन केंद्राचे सहसंचालक.

- 'अर्थ' या त्रैमासिकाचे 'सहसंपादक', प्रोग्रेसिव्ह रिसर्च संस्था, पुणे येथे सामाजिक-आर्थिक संशोधन प्रकल्पात संशोधन अधिकारी म्हणून काम, ९ संशोधन प्रकल्प पूर्ण केले.

- मराठी अर्थशास्त्र परिषद आणि इंडियन इकॉनॉमिक असोसिएशन्सचे आजीव सदस्य.

- सावित्रीबाई फुले पुणे विद्यापीठाच्या 'अर्थशास्त्र विभागा'चे संस्थापक सदस्य.

- विविध चर्चासत्रे व कार्यशाळेतून सहभाग, अनेक शोधनिबंध प्रकाशित, शोधनिबंध वाचन, पुणे विद्यापीठाच्या बहि:शाल शिक्षण मंडळाचे प्रमुख कार्यवाह, विद्यार्थी कल्याण मंडळाचे प्रमुख कार्यवाह, महाविद्यालयीन परीक्षा विभागाचे अधिकारी, महाविद्यालय परिसर विकास विभागाचे प्रमुख, शेतकरी मेळाव्यांचे आयोजन, प्रभारी प्राचार्य म्हणून काम.

- अर्थशास्त्रविषयक अनेक पुस्तकांचे लेखन; राष्ट्रीय, आंतरराष्ट्रीय-राज्य तसेच स्थानिक पातळीवर अनेक शोधनिबंध प्रसिद्ध.

- पीएच. डी. साठी मार्गदर्शक.

पुरस्कार

- 'डॉ. अब्दुल कलाम जीवन गौरव राष्ट्रीय पुरस्कार'
- 'भारतरत्न मदर तेरेसा सुवर्णपदक राष्ट्रीय पुरस्कार'
- 'डॉ. राधाकृष्ण शिक्षणरत्न राष्ट्रीय पुरस्कार'
- 'भारतीय उद्योगरत्न सुवर्ण पदक पुरस्कार'
- 'श्री. पद्ममणि जैन महाविद्यालय, पाबळ–आदर्श प्राध्यापक पुरस्कार'
- श्री. पद्ममणि जैन महाविद्यालय, पाबळ वृक्षमित्र पुरस्कार

प्रा. अक्षय संभाजीराव काळे

- जनता शिक्षण प्रसारक मंडळाचे लोकनेते मारुतराव घुले पाटील महाविद्यालय दहिगांव ता. नेवासा, जि. अहमदनगर येथे कार्यरत.

- महाविद्यालयातील विद्यार्थी विकास अधिकारी म्हणून कार्य, अर्थशास्त्रविषयक चार पुस्तके प्रकाशित.

- अर्थशास्त्र परिषदांमध्ये संशोधन पेपर सादर केले आहेत.

- सध्या शिवाजी विद्यापीठ, कोल्हापूर येथे पीएच. डी. करत आहेत.

डॉ. दत्तात्रय अर्जुन चव्हाण

- महात्मा गांधी माध्यमिक व उच्च माध्यमिक विद्यालय पारगाव येथे अर्थशास्त्र विषयाचे पाच वर्ष अध्यापन

- श्रीमती सीताबाई रंगुजी शिंदे महाविद्यालय बोरी बु. येथे अर्थशास्त्र विभाग प्रमुख आणि अर्थशास्त्र व बँकिंग या विषयाचे तीन वर्ष अध्यापन

- दिलीप वळसे पाटील महाविद्यालय निमगाव सावा येथे दोन वर्ष प्रभारी प्राचार्य व सात वर्षे उपप्राचार्य, अर्थशास्त्र विभाग प्रमुख आणि अर्थशास्त्र व बँकिंग विषयाचे अध्यापन.

- दत्तात्रय गोविंदराव वळसे पाटील महाविद्यालय पारगाव तर्फे अवसरी येथे दोन वर्ष अर्थशास्त्र व बँकिंग विषयाचे अध्यापन.

- महाविद्यालय पातळीवर राष्ट्रीय सेवा योजना कार्यक्रम अधिकारी, समर्थ भारत योजना समन्वयक, विद्यार्थी कल्याण अधिकारी, परीक्षा विभाग प्रमुख, बहिस्त वरिष्ठ पर्यवेक्षक

- यशवंतराव चव्हाण महाराष्ट्र मुक्त विद्यापीठ नाशिक अभ्यास केंद्र समन्वयक, समंत्रक, परीक्षक.

- सावित्रीबाई फुले पुणे विद्यापीठ स्तरीय केंद्रीय मूल्यमापन प्रक्रियेत अर्थशास्त्र आणि बँकिंग विषयाच्या मूल्यमापन प्रक्रियेत सहभाग.

- सावित्रीबाई फुले पुणे विद्यापीठाच्या सुलभ कौशल्य विकास कार्यक्रमांतर्गत (Soft Skill Development Program) विविध महाविद्यालयांमध्ये मूल्यशिक्षण, नेतृत्वगुण विकास, पर्सनॅलिटी डेव्हलपमेंट, सकारात्मक दृष्टिकोन इत्यादी विषयांवर व्याख्याने.

- राष्ट्रीय सेवा योजना विशेष हिवाळी शिबिरांमध्ये विविध विषयांवर व्याख्याने.

- विद्यापीठ स्तरीय, राज्यस्तरीय, राष्ट्रीय व आंतरराष्ट्रीय स्तरीय अर्थशास्त्र आणि बँकिंग विषयक विविध चर्चासत्रांमध्ये सहभाग.

- अर्थशास्त्र विषयावरील आंतरराष्ट्रीय ०२ व राष्ट्रीय नियतकालिकांमधून ३ आणि बँकिंग विषयावरील विद्यापीठ स्तरीय ०२ शोधनिबंध प्रकाशित.

- टिळक महाराष्ट्र विद्यापीठ, पुणे येथे विद्यावाचस्पती (Ph. D) पदवीसाठी 'सेंद्रिय शेती उत्पादन आणि विपणनाचा चिकित्सक अभ्यास : विशेष अभ्यास पुणे जिल्ह्यातील जुन्नर तालुका.' या विषयावर संशोधन प्रबंध सादर केला आहे.

- बारावी बोर्डाचा अर्थशास्त्र विषयाचा सतत पाच वर्ष १०० टक्के निकालाबद्दल जुन्नर तालुका मुख्याध्यापक संघाकडून सन्मानपत्र

- महाविद्यालयीन पातळीवरील आदर्श प्राध्यापक पुरस्कार (२०१४)

अनुक्रम

सेमिस्टर – ५

प्रकरण १	सार्वजनिक आयव्ययाची ओळख (Introduction to Public Finance)

१.१ प्रास्ताविक (Introduction)

१.२ सार्वजनिक आयव्ययाचा अर्थ, स्वरूप, व्याप्ती आणि महत्त्व (Meaning, Nature, Scope & Importance of Public Finance)

१.३ सार्वजनिक आयव्यय विरुद्ध खाजगी आयव्यय (Public Finance versus Private Finance)

१.४ आर्थिक विकासात सार्वजनिक आयव्ययाची भूमिका (Role of Public Finance in Economic Development)

१.५ महत्तम सामाजिक लाभतत्त्व – मसग्रेव्ह यांचा दृष्टिकोन (Principle of Maximum Social Advantage - Masgrave's Approach)

१.१ प्रास्ताविक (Introduction)

सार्वजनिक आयव्ययात केंद्र सरकार, राज्य सरकार तसेच स्थानिक स्वराज्य संस्थांचे उत्पन्न आणि खर्च व त्यांच्या तत्त्वांचा अभ्यास केला जातो. सरकारला देशाच्या हिताच्या दृष्टिकोनातून अनेक निर्णय घ्यावे लागतात. हे निर्णय देशातील लोकांच्या गरजा पूर्ण करण्याच्या दृष्टीने घ्यावे लागतात. सरकारला समाजाच्या गरजांच्या दृष्टिकोनातून विविध प्रकारचे कार्य करावे लागते. त्यासाठी उत्पन्नाचे स्रोत शोधावे लागते. सरकारला मिळालेल्या उत्पन्नातून वेगवेगळ्या प्रकारचा खर्च करावा लागतो. या उत्पन्न आणि खर्चाचा अभ्यास सार्वजनिक आयव्ययात केला जातो. सध्या सरकारांना विविध कार्ये पार पाडावी लागतात. ही कार्ये साधारणत: दोन प्रकारची असतात. एक म्हणजे आवश्यक आणि दुसरे म्हणजे वैकल्पिक. उदा. परकीय आक्रमणापासून जनतेचे रक्षण करणे, देशात शांतता, सुव्यवस्था राखणे इत्यादी कामे आवश्यक असतात; तर शिक्षण आरोग्य, पिण्याचे पाणी, सिंचन प्रकल्प इत्यादी सवलती पुरविणे ही वैकल्पिक कामे होत. ही कामे पार पाडण्यासाठी सरकारला भरपूर पैशांची गरज

असते. सरकार कर आणि इतर मार्गांनी मिळविलेल्या उत्पन्नाच्या साहाय्याने खर्च करते. त्यामुळे सरकारच्या पैसा उभा करण्याच्या, आणि त्याचा वापर करण्याच्या कार्यांच्या अभ्यासास ; 'सार्वजनिक आयव्यय' असे म्हणतात. सरकारच्या या व्यवहारांचा संपूर्ण अर्थव्यवस्थेवर परिणाम होतो. सार्वजनिक आयव्ययाचा सामाजिक आणि आर्थिक बदल घडवून आणण्यासाठी वापर करता येतो ; म्हणून सार्वजनिक आयव्ययाचा अभ्यास ही एक अर्थशास्त्राची महत्त्वाची शाखां समजली जाते.

१९ व्या शतकापर्यंत सार्वजनिक आयव्ययाला महत्त्वाचे स्थान नव्हते. परंतु १९३० च्या महामंदीनंतर व्यक्ती स्वातंत्र्याला महत्त्व देऊन विकासाचा वेग वाढविण्यासाठी सरकारी हस्तक्षेप हा खासगी क्षेत्रासाठीसुद्धा महत्त्वाचा असतो, हे मान्य झाल्याने सार्वजनिक आयव्ययाचे महत्त्व वाढले. तसेच दुसऱ्या महायुद्धानंतर आर्थिक पुनरुज्जीवनासाठी सरकारच्या जबाबदाऱ्या वाढल्या, त्यामुळे सार्वजनिक आयव्ययाचे महत्त्व वाढले. सध्याच्या नवीन आर्थिक सुधारणा काळात (खासगीकरण, उदारीकरण, जागतिकीकरण) सरकार मार्गदर्शनाची भूमिका स्वीकारत असूनही सरकारी कार्यांत वाढ झाल्याचे दिसून येते. सदर प्रकरणात सार्वजनिक आयव्यय संकल्पनेचा अर्थ, स्वरूप, मर्यादा, महत्त्व तसेच सार्वजनिक आयव्ययविरुद्ध खाजगी आयव्यय, आर्थिक विकासात सार्वजनिक आयव्ययाची भूमिका आणि मसग्रेव्हचा दृष्टिकोन इत्यादींचा अभ्यास केला आहे.

१.२ सार्वजनिक आयव्ययाचा अर्थ, स्वरूप, व्याप्ती आणि महत्त्व (Meaning, Nature, Scoope & Importance of Public Finance)

सार्वजनिक आयव्ययाचा अर्थ (Meaning of Public Finance)

सार्वजनिक आयव्यय यामध्ये सार्वजनिक 'आय' (उत्पन्न) व 'व्यय' (खर्च) यांचा समावेश होतो. सार्वजनिक याचा अर्थ सरकार, लोक, जनता असा घेतला जातो. देशातील लोकांच्या संबंधाविषयी 'सार्वजनिक' हा शब्द वापरला जातो. सार्वजनिक या शब्दात केंद्र सरकार, राज्य सरकार, शाळा, महाविद्यालये, स्थानिक स्वराज्य संस्था इत्यादींचा त्यात विचार केला जातो. आयव्यय म्हणजे 'जमा-खर्च' होय. 'आयव्यय' ही संकल्पना स्पष्ट करण्यासाठी महत्त्वाच्या व्ययांचा विचार करणे आवश्यक आहे. 'सार्वजनिक आयव्यय' म्हणजे सरकारी उत्पन्न आणि खर्च यांचा अभ्यास होय. या संदर्भात काही प्रमुख अर्थशास्त्रज्ञांच्या व्याख्या पहाणे आवश्यक आहे. त्यावरून सार्वजनिक आयव्ययाचा अर्थ स्पष्ट होण्यास मदत होईल.

१) अर्मिटेज स्मिथ यांच्या मते, 'सरकारी महसूल आणि खर्च यांचे स्वरूप

आणि तत्त्वे यांचे अन्वेषण अथवा समायोजन यालाच सार्वजनिक आयव्यय असे म्हणतात.'

२) प्रा. डाल्टन यांच्या मते, 'सार्वजनिक आयव्यय हा अर्थशास्त्र आणि राज्यशास्त्र या शास्त्रांच्या सीमांवरील अनेक विषयांपैकी एक विषय असून, या विषयाचा संबंध सार्वजनिक संस्थांच्या उत्पन्नाशी आणि खर्चाशी मेळ घातला जाण्याशी असतो.'

"Public finance is one of those subjects which lies on the border line between economics and politics. It is concerned with the income and expenditure of public authorities and with the adjustment of the one to the other."

३) रिचर्ड ए. मसग्रेव्ह यांच्या मते, 'परंपरेनुसार सरकारच्या उत्पन्न व खर्च यातून निर्माण होणाऱ्या समस्यांचा अभ्यास सार्वजनिक आयव्ययात केला जातो. मात्र, यात आर्थिक बाबी या खऱ्या नसून साधनसामग्रीचे वाटप, उत्पन्नाचे वाटप, पूर्ण रोजगार, किंमत स्थैर्य आणि विकास व वाढ या मुख्य समस्या आहेत. या संदर्भात सार्वजनिक अर्थशास्त्रातील तत्त्वाचा सखोल अभ्यास किंवा सार्वजनिक अंदाजपत्रक तयार करत असताना निर्माण होणाऱ्या बाबी, यांचा अभ्यास म्हणजे सार्वजनिक आयव्यय होय.'

मसग्रेव्हची व्याख्या आधुनिक सरकारांना उपयोगी ठरते.

४) प्रा. फिंडले सिराज यांच्या मते, 'सार्वजनिक सत्तांच्या उत्पन्न मिळविण्याच्या व खर्च करण्याच्या पद्धतीशी ज्याचा संबंध आहे त्या शास्त्राला सार्वजनिक आयव्यय म्हणतात.'

("Public finance is the science which is concerned with the manner in which the public authorities obtain their income & spend it.")

सिराज यांनी नगरपालिका, पंचायत समिती, जिल्हा परिषदा, स्थानिक स्वराज्य संस्था या सर्वप्रकारच्या सार्वजनिक सत्तांचा समावेश केलेला आहे.

५) प्रा. पी. ई. टेलर यांच्या मते, 'सरकार या संस्थेत संघटित झालेल्या जनतेच्या अर्थकारणाचे विश्लेषण सार्वजनिक आयव्यय करते. सार्वजनिक आयव्यय फक्त सरकारच्या अर्थकारणाचा विचार करते. सरकारच्या अर्थकारणात सरकारी पैसा गोळा करण्याच्या आणि खर्च करण्याच्या बाबींचा समावेश होतो.' ("Public finance deals with the finances of the public as an organized group under the institution of Government. The finances of the Government include the raising & disbursement of Government funds.")

६) प्रो. उर्स्युला हिक्स (Prof. Ursula Hicks) यांच्या मते, 'सरकारी संस्था

ज्या पद्धतीद्वारे इच्छांच्या सामूहिक समाधानाची व्यवस्था करतात व आपल्या उद्दिष्टांच्या पूर्ततेसाठी आवश्यक निधी जमा करतात, त्या पद्धतीचे परीक्षण आणि मूल्यमापन करणे हा सार्वजनिक आयव्ययाचा विषय आहे.' ("The main content of public finance consists of the examination & appraisal of the methods by which governing bodies provide for the collective satisfaction of wants & secure the necessary funds to carry out their purposes.") यावरून असे दिसून येते की, सार्वजनिक आयव्यय म्हणजे सरकारच्या आयव्ययाच्या विविध साधनांचा अभ्यास होय.

या व्याख्यांवरून 'सार्वजनिक आयव्यय' हे फक्त सरकारच्या अर्थकारणाचाच विचार करते, असे दिसून येते.

'केंद्र सरकार, राज्य सरकार आणि स्थानिक स्वराज्य संस्था यांचे उत्पन्न आणि खर्च व त्यांची तत्त्वे यांचा अभ्यास म्हणजे सार्वजनिक आयव्यय होय.'

'आयव्यय' म्हणजे उत्पन्न व खर्च यामध्ये उत्पन्नाचे स्रोत आणि खर्चाचे क्षेत्र यांचा समावेश होतो. सरकार जनतेचे प्रतिनिधित्व करीत असल्याने सार्वजनिक आयव्यय म्हणजे सरकारी उत्पन्न आणि खर्चाचा अभ्यास होय.

व्यक्तिगत आणि सार्वजनिक पातळीवर प्रत्येकास उत्पन्न व खर्चाची बाजू असते. काही मार्गांनी उत्पन्न मिळते; तसेच विविध मार्गांनी पैसा खर्चसुद्धा होतो.

उत्पन्न आणि खर्चाचे भूतकाळ, वर्तमानकाळ व भविष्यकाळ या तिनही काळांमध्ये त्याचे अस्तित्व आहे. आयव्यय या अर्थकारणाच्या दोन बाजू आहेत. त्यांना वेगळे करता येत नाही. त्यांच्यात एक प्रकारचा चक्रीय प्रवाह असतो आणि तो सतत चालू राहतो, त्यामुळेच अर्थव्यवस्थेचा प्रवाह चालूच राहतो.

देशाच्या पातळीवर उत्पन्न आणि खर्चाच्या बाजूंचा समग्र पातळीवर जेव्हा विचार केला जातो तेव्हा त्यास 'सार्वजनिक आयव्यय' असे म्हणतात.

सार्वजनिक आयव्ययाचे स्वरूप (Nature of Public Finance)

सार्वजनिक आयव्यय विषयांत सार्वजनिक महसूल, सार्वजनिक खर्च, सार्वजनिक कर्ज, आर्थिक प्रशासन यामधील कार्यकारण व परिणाम स्पष्ट केला जातो. तसेच सार्वजनिक आयव्ययाची तत्त्वे, नियम, शासनाच्या आर्थिक व्यवहाराचा सांख्यिकी अभ्यास केला जातो. केंद्र सरकार, राज्य सरकार यांच्या आर्थिक साधनसामग्रीचा अभ्यास केला जातो. आर्थिक व्यवस्थेद्वारे सामाजिक न्याय देण्याचा प्रयत्न केला जातो.

सार्वजनिक आयव्ययाचे स्वरूप काळानुसार बदलत आहे. सुमारे अडीच

हजार वर्षांपूर्वीचा विचार करता अर्थशास्त्रज्ञांच्या मते, 'अर्थशास्त्र हा राज्यशास्त्र व राजकारणाचा भाग मानला जात होता. राजाने अथवा सरकारने उत्पन्न मिळवून लोकांसाठी व राज्य व्यवस्थेसाठी त्याचा उपयोग करावा अशी एक विचारसरणी होती.' कौटिल्य या अर्थशास्त्रज्ञाने लोकांच्या उपजीविकेसाठी नवीन मुलूख जिंकावा व स्वत:कडे ठेवावा याला महत्त्व दिले, आज परिस्थिती बदलली आहे. त्यामुळे सरकारला मुलूख जिंकण्यापेक्षा इतर मार्गांनी पैसा मिळवता येऊ शकतो. आज लोकांच्या उपजीविकेऐवजी 'लोककल्याणकारी राज्य' या संकल्पनेला महत्त्व प्राप्त झाले आहे. अर्थशास्त्र आणि राज्यशास्त्र या दोहोंशी संबंधित सार्वजनिक आयव्यय हा विषय आहे. त्यामुळे सरकारने उत्पन्न कसे मिळवावे व खर्च कसे करावे या दोहोंमध्ये मेळ घातला जातो.

निसर्गवादी, व्यापारवादी ॲडम स्मिथ, जे. बी. से. रिकार्डो, मिल, मेकाले यांनी व्यक्तिस्वातंत्र्य आणि निर्हस्तक्षेप धोरण स्वीकारलेले असल्याने सार्वजनिक आयव्ययाचे स्वरूप संकुचित राहिले.

ॲडम स्मिथच्या मते, 'आर्थिक कार्याचे उत्तरदायित्व राज्य सरकारांनी स्वीकारले तर व्यक्तिस्वातंत्र्याचा लोप होईल. त्यामुळे सरकारची कामे फक्त संरक्षण, अंतर्गत कायदा व सुव्यवस्था प्रशासन व न्यायदान एवढ्यापुरतेच मर्यादित असावे. समाजाला आवश्यक वाटणाऱ्या सेवा. उदा. वाहतूक, पाणीपुरवठा, वीज पुरवठा इत्यादी क्षेत्रांत खासगी क्षेत्रापेक्षा सार्वजनिक क्षेत्र कार्यक्षम आणि उपयुक्त असल्याने सरकारने अशा सेवा पुरवाव्यात.' पूर्वी सार्वजनिक आयव्यय ही व्याख्या सरकारी उत्पन्न खर्च या बाबतीतच केली जात होती. विसाव्या शतकात विशेषत: १९३०च्या जागतिक महामंदीच्या काळात लॉर्ड केन्स आणि जॉन रॉबिन्सन, चेंबरलीन यांसारख्या अर्थशास्त्रज्ञांनी तत्कालीन अर्थव्यवस्थेचे नव्याने विश्लेषण केले. शासकीय कार्यात वाढ करण्याचे सुचविले. थोडक्यात, निर्हस्तक्षेप धोरणाच्या भूमिकेत परिवर्तन होऊन सरकारी हस्तक्षेप स्वीकारला गेल्याने सार्वजनिक आयव्ययाच्या स्वरूपात बदल घडून आला.

सार्वजनिक आयव्ययाची शुद्ध तत्त्वांची संकल्पना सेलिग्मन या अर्थशास्त्रज्ञांनी मांडली. सार्वजनिक उत्पन्न, खर्च आणि सार्वजनिक कार्य याबाबत वस्तुनिष्ठ दृष्टिकोनातून विचार केला जातो. यामध्ये त्याने सार्वजनिक कल्याणाचा दृष्टिकोन मांडला नाही. मात्र, वॅगनर आणि प्रा. पिगू यांनी सामाजिक कल्याणाच्या संदर्भात विचार मांडला. प्रा. पिगू यांच्या मते, 'देशातील लोकांचे सामाजिक कल्याण जास्तीतजास्त प्रमाणात साधण्यासाठी सरकारने राज्यवित्तीय धोरणाच्या आधारे श्रीमंतांकडून गरिबांकडे उत्पन्नाचे व संपत्तीचे हस्तांतरण करावे.'

सार्वजनिक आयव्ययाकडे पाहण्याचा 'कार्यात्मक आयव्यय' हा दृष्टिकोन केन्स, हॅन्सन इत्यादींनी मांडला. कार्यात्मक आयव्ययाच्या संकल्पनेनुसार फक्त महसूल गोळा करण्याच्या हेतूनेच कर आकारणी केली जात नाही तर, त्यामागे एक वेगळा आर्थिक आणि सामाजिक हेतू असतो.

सार्वजनिक आयव्ययाकडे पाहण्याचा आणखी एक दृष्टिकोन म्हणजे 'क्रियाशील आयव्यय' होय. खासगी क्षेत्राकडून केला जाणारा एकूण खर्च सर्वसाधारणपणे अपुरा ठरतो. त्यामुळे प्रत्यक्ष उत्पादन आणि वस्तू व सेवांकरिता असणारी मागणी यामध्ये मोठी तफावत निर्माण होते. हे कार्यात्मक आयव्ययाचे गृहीत असते. ही तफावत भरून काढणे हे कार्यात्मक आयव्ययाचे उद्दिष्ट असते.

कार्यात्मक आयव्ययाच्या दृष्टिकोनात आर्थिक स्थैर्यावर भर दिला जातो; तर क्रियाशील आयव्यय दृष्टिकोनात उत्पादन वाढीच्या दृष्टीने साधनसामग्रीचा चांगला उपयोग करण्यावर भर दिला जातो. क्रियाशील आयव्ययाची संकल्पना विकसनशील देशाच्या दृष्टीने महत्त्वाची ठरते; तर पूर्ण रोजगाराची पातळी गाठल्या गेलेल्या प्रगत देशाच्या दृष्टीने सार्वजनिक आयव्ययासंबंधीचा 'कार्यात्मक' दृष्टिकोन योग्य ठरतो.

अलीकडच्या काळात सरकारच्या कार्यक्षेत्रात आणि कर्तव्यात वाढ होत असल्यामुळे सार्वजनिक खर्चात वाढ होऊ लागली आहे. सरकारला भरपूर उत्पन्न मिळाल्याशिवाय ही कामे पार पाडता येणार नाहीत. सार्वजनिक आयव्ययाचे मूलतत्त्व समाजाचे जास्तीतजास्त हित साधणे हे असते. सामाजिक स्थैर्य टिकवणे, देशाचे उत्पादन आणि उत्पन्न वाढविणे, आर्थिक प्रगती घडवून आणणे इत्यादी कार्ये पार पाडण्यासाठी सरकारला उत्पन्न प्राप्त करावे लागते आणि खर्चसुद्धा करावा लागतो; याचाच विचार सार्वजनिक आयव्ययात केला जातो.

अलीकडच्या काळात सार्वजनिक आयव्ययाचे स्वरूपात बदल झाल्याचे दिसून येते. सरकारने सुरक्षितता आणि संरक्षण, शांतता या कार्यांबरोबरच जनहिताची कामे केली पाहिजेत. राज्य हे पोलिसी राज्य न राहता कल्याणकारी राज्य झाले पाहिजे, हे मान्य झाल्यामुळे सार्वजनिक सत्तेच्या कार्यात आणि खर्चात वाढ होत आहे. सरकारने शिक्षणविषयक सोयी वाढविणे, आरोग्यरक्षण करणे, रोजगारात वाढ घडवून आणणे, बेकारीचे निवारण करणे, जनतेच्या राहणीमानाचा दर्जा वाढविणे, तेजी-मंदी चक्राविरुद्ध उपाययोजना करणे, आर्थिक विकास घडवून आणणे, आर्थिक कल्याणकारी राज्याच्या संकल्पनेचा स्वीकार बहुसंख्य देशांनी केल्यामुळे सार्वजनिक आयव्ययाच्या स्वरूपात व व्याख्येत बदल घडवून आणण्यात आले आहेत.

प्रा. शेठ यांच्या मते, 'सार्वजनिक आयव्यय हे शास्त्र आहे, तसेच कलाही

आहे. जेव्हा आपण सरकारच्या महसुलाच्या आणि खर्चाच्या तत्त्वांचा व धोरणांचा अभ्यास करतो, तेव्हा ते शास्त्र ठरते आणि ही तत्त्वे सरकारच्या समस्या सोडविण्यासाठी वापरली जातात तेव्हा ते कलास्वरूपाचे आहे, असे दिसून येते. शिवाय सार्वजनिक आयव्यय हे 'पॉझिटिव्ह किंवा प्रत्यक्षानुसारी' शास्त्र आहे. कारण त्यात सार्वजनिक महसूल आणि सार्वजनिक खर्चाबाबतची तत्त्वे आणि समस्या यांच्या अभ्यासाचा समावेश होतो. तसेच सार्वजनिक आयव्यय हे 'मूल्यवादी किंवा आदर्शवादी' शास्त्र आहे; कारण ते सरकारच्या आयव्यय व्यवहारांच्या परिणामांचे मूल्यमापन करते.'

सार्वजनिक आयव्ययाची व्याप्ती (Scope of Public Finance)

शासनसंस्था निर्धारित केलेल्या कामांसाठी संघटित समाजात अनेक पातळ्यांवर काम करीत असते. भारतासारख्या देशात ग्रामपंचायतीपासून मध्यवर्ती शासनापर्यंत (केंद्र शासनापर्यंत) विविध पातळ्यांवर सामूहिक स्वरूपाची कामे पार पाडली जातात. या सर्व कामांसाठी खर्च करावा लागतो आणि खर्च करण्यासाठी पैसा उभारावा लागतो. या अनुरोधाने अनेक बाबींचा विचार करावा लागतो. त्या दृष्टिकोनातून सार्वजनिक आयव्ययाचा अभ्यास महत्त्वाचा बनतो.

सार्वजनिक आयव्ययाची व्याप्ती गेल्या अडीच दशकात खूपच बदलली आहे. एकोणिसाव्या शतकाच्या शेवटी अर्थशास्त्रज्ञ विशेषत: प्रा. सेलिग्मन यांनी सार्वजनिक आयव्ययाचा शुद्ध सिद्धान्त विकसित केला. या दृष्टिकोनानुसार महसूल गोळा करणे आणि त्याचे विविध खर्चासाठी वाटप करणे या बाबींचा निव्वळ वस्तुनिष्ठ दृष्टिकोनातून अभ्यास केला होता. त्याचा समाजातील सार्वजनिक कल्याणावर काय परिणाम होतो, याचा समावेश केला नव्हता; तरी तो सार्वजनिक आयव्ययाचा सुरक्षित सिद्धान्त म्हणून वर्णन केला जात होता.

२० व्या शतकात त्या सिद्धान्ताऐवजी प्रा. पिगू यांचा कल्याणकारी आयव्यय सिद्धान्त लोकप्रिय होत गेला. या नव्या सिद्धान्तानुसार सार्वजनिक आयव्ययाचे महत्त्वाचे कार्य म्हणजे समाजाच्या आर्थिक कल्याणात वाढ करणे हे असते.

त्यानंतर प्रा. केन्स यांच्या कार्यात्मक आयव्ययाच्या सिद्धान्ताचा १९३०च्या दरम्यान उदय झाला. या सिद्धान्तानुसार सार्वजनिक आयव्ययाचे महत्त्वाचे कार्य म्हणजे फक्त अर्थव्यवस्थेची वृद्धी साधणे हे नसून, त्याशिवाय आर्थिक स्थैर्य प्राप्त करणे व टिकवून धरणे हे असते.

केन्स यांच्या सिद्धान्ताच्या साहाय्याने भांडवलशाही अर्थव्यवस्थेत आढळून येणाऱ्या व्यापारचक्रावर नियंत्रण करता येते. आर्थिक महामंदीच्या काळात तुटीचे अंदाजपत्रक एकूण मागणीस चालना देऊन एकूण उत्पादन आणि एकूण रोजगार

यांच्यात वाढ करण्याच्या कामी 'प्रभावी साधन' म्हणून वापरण्यात येते; तसेच तेजीच्या काळात भरमसाट भाववाढ होत असते. तेव्हा शिलकी अर्थसंकल्पाच्या आधारे एकूण मागणीवर नियंत्रण ठेवणे व वाढत्या किमतीवर नियंत्रण ठेवणे शक्य होते. यावरून असा निष्कर्ष काढता येतो की, सार्वजनिक आयव्ययाची व्याप्ती गतिशील स्वरूपाची असते; म्हणून ती वेळोवेळी अर्थव्यवस्थेच्या गरजेनुसार बदलली जाते.

सार्वजनिक आयव्ययाची सध्याची व्याप्ती पुढीलप्रमाणे सांगता येते –

१) **सार्वजनिक उत्पन्न :** सार्वजनिक आयव्ययाच्या या शाखेत सरकारच्या उत्पन्नाच्या विविध मार्गांचा अथवा स्रोतांच्या अभ्यासाचा समावेश होतो. केंद्र सरकार, राज्य सरकार, स्थानिक स्वराज्य संस्था यांचे उत्पन्न कोणत्या प्रकारे जमा केले जाते याचा अभ्यास या विभागात केला जातो.

विविध करांपासून सरकारला उत्पन्न मिळते. करांचे प्रकार, करांचा बोजा, करभार पात्रता, करांचे उत्पादन, करांचे विभाजन, रोजगार इत्यादींवर होणारे परिणाम इत्यादींचा अभ्यास केला जातो. सर्व उत्पन्न स्रोतांपैकी कर हे सर्वांत महत्त्वाचे उत्पन्नाचे साधन आहे. या विभागात करविषयक तत्त्वे, करांचा भार व कर आकारणीचे परिणाम इत्यादी विषयांच्या अभ्यासाचा समावेश होतो.

२) **सार्वजनिक खर्च :** सार्वजनिक आयव्ययाच्या या विभागात सार्वजनिक खर्चाची तत्त्वे, खर्चाचे विविध कार्यांसाठी वाटप, त्याचे अर्थव्यवस्थेवर होणारे परिणाम आणि सरकारी खर्चावरचे नियंत्रण, रोजगार, आर्थिक स्थैर्य व वृद्धी तसेच सार्वजनिक खर्च वाढीची कारणे इत्यादी बाबींचा अभ्यास केला जातो.

३) **वित्तीय प्रशासन :** सार्वजनिक आयव्ययाच्या या विभागात सरकारच्या उत्पन्नाच्या साधनांचा खर्चाच्या बाबींचा प्रशासकीय व व्यवस्थापकीय दृष्टिकोनातून विचार केला जातो. वित्तविषयक धोरणांची आखणी व अंमलबजावणी या दोहोंचे महत्त्व अनन्यसाधारण असते. अंदाजपत्रक हे त्या धोरणाचे माध्यम आहे. त्यामुळे या विभागात अंदाजपत्रक कसे तयार केले जाते, अंदाजपत्रकाचे उद्देश, अंदाजपत्रकाच्या महत्त्वाच्या बाबी, नियंत्रण तत्त्वे, आर्थिक परिणाम इत्यादींचे शास्त्रशुद्ध विवेचन केले जाते. थोडक्यात, या विभागात अर्थसंकल्पाची तयारी व स्वीकृती, खात्याचे लेखापरीक्षण अथवा ऑडिट इत्यादींचा समावेश होतो.

४) **सार्वजनिक कर्ज :** सार्वजनिक आयव्ययाच्या विभागात सार्वजनिक कर्जाची तत्त्वे, उद्दिष्टे, कर्जप्राप्तीचे मार्ग, कर्जाचे प्रकार, कालावधी, कर्जाचा भार,

कर्जप्राप्तीच्या समस्या, अंतर्गत व बाह्य कर्जाचे स्वरूप, परतफेड इत्यादींचा अभ्यास केला जातो. आधुनिक सरकारच्या खर्चात जलदगतीने वाढ होत असल्याने सरकारी महसूल उत्पन्न पुरेसा असत नाही. त्यामुळे सरकारला कर्ज काढणे भाग पडते. विशेषत: तुटीच्या अर्थसंकल्पाच्यावेळी जनतेकडून कर्ज उभारून अर्थसंकल्पातील तूट भरून काढली जाते. त्यामुळे कर्जव्यवस्थापनाचाही सार्वजनिक आयव्ययात समावेश होतो.

५) **वित्तीय धोरण :** सरकारच्या कार्याचा अर्थव्यवस्थेवर विशेषत: उत्पादन, उपभोग, उत्पन्नाचे वाटप, किमती, रोजगार इत्यादी बाबींवर कोणता परिणाम होतो हाही विषय आयव्यय व्याप्तीमध्ये समाविष्ट केला जातो. सरकारच्या वित्तीय व्यवहारांशी संबंधित सर्व धोरणे ठरविण्याच्या प्रशासकीय पद्धतींचा अभ्यास केला जातो. चलनविषयक धोरणांबरोबरच वित्तीय धोरणांचा पद्धतशीर अभ्यास राज्यवित्तीय धोरणांच्या संदर्भात केला जातो.

वित्तीय धोरणांचा अवलंब आर्थिक स्थैर्य, आर्थिक विकास व इतर उद्दिष्टांच्या पूर्ततेसाठी मार्गदर्शन तत्त्वे ठरविण्यासाठी केला जातो.

६) **आर्थिक स्थैर्य व वृद्धी :** अर्थव्यवस्थेतील स्थैर्य प्राप्त करणे आणि ते कसे टिकवून ठेवता येईल याचा अभ्यास सार्वजनिक आयव्ययात केला जातो; तसेच तेजी आणि मंदीवर नियंत्रण, किंमत स्थैर्य, आर्थिक वृद्धी, पूर्ण रोजगार इत्यादींचा अभ्यास केला जातो. विकसनशील देशात आर्थिक स्थैर्य व आर्थिक वृद्धी या संदर्भातील धोरणे आखून त्यांची अंमलबजावणी करणे अतिशय महत्त्वाचे असते. त्या संदर्भातील अभ्यास सार्वजनिक आयव्ययात केला जातो.

७) **संघीय वित्तपुरवठा :** संघराज्याच्या वाढीमुळे केंद्र सरकारला सर्वच कार्ये स्वत:कडे ठेवणे अडचणीचे होते; म्हणून खर्चाची काही तरतूद राज्याकडे सुपुर्द केली जाते. संघीय वित्तव्यवस्थेत केंद्र सरकार व घटकराज्य सरकार यांच्या अर्थविषयक संबंधांचा विचार केला जातो.

अशा रीतीने हे सर्व विभाग एकमेकांशी निगडित असतात व तरीही अभ्यासाच्या दृष्टीने त्यांचा स्वतंत्रपणे विचार करण्यात येतो.

बदलत्या परिस्थितीनुसार सार्वजनिक आयव्ययाची व्याप्ती सतत विस्तारतच असते; कारण सरकारची कामे दिवसेंदिवस वाढतच आहेत. उदा. सरकारच्या सामाजिक जबाबदाऱ्या, संरक्षण व प्रशासनाचा वाढता खर्च इत्यादी.

सार्वजनिक आयव्ययाच्या व्याप्तीचा अभ्यासाचा आढावा घेतल्यानंतर असे दिसून येते की, सार्वजनिक आयव्ययाची व्याप्ती सतत विस्तारत आहे. राज्याच्या

कार्यामध्ये सतत नवीन भर पडत आहे. आर्थिक प्रश्न व स्वरूप यामध्ये सतत बदल होत आहेत. या सर्व बदलांचा परिणाम सार्वजनिक आयव्ययावर होताना दिसून येतो. १९२९-३० ते १९३५ या काळातील जागतिक मंदी आणि केन्सने रोजगारासंदर्भात केलेले विश्लेषण या दोन घटनांमुळे सार्वजनिक आयव्ययात फार मोठा बदल घडून आल्याचे दिसून येते. सरकारची भूमिका किती महत्त्वाची आहे हे तेव्हापासून दिसून येऊ लागले आहे. तसेच बदलत्या काळात उत्पन्नाची साधने, खर्चाचे मार्ग, कर्जाचे स्रोत, परतफेडीचा उपाय इत्यादी सर्वच बाबी बदलल्याचे दिसून येते. सरकारचा संरक्षण आणि प्रशासनावरील खर्च मोठ्या प्रमाणात वाढत आहे. या सर्व घटकांचा विचार करता, सार्वजनिक आयव्ययाची व्याप्ती विस्तारणे स्वाभाविक आहे. तसेच सध्याच्या खासगीकरण, उदारीकरण व जागतिकीकरणातसुद्धा सार्वजनिक आयव्ययाची भूमिका महत्त्वपूर्ण ठरते.

सार्वजनिक आयव्ययाचे महत्त्व (Importance of Public Finance)

सनातनवादी अर्थशास्त्रज्ञांच्या मते, भांडवलशाही अर्थव्यवस्था पूर्ण स्पर्धा आणि मुक्त बाजार यंत्रणेद्वारे साधनसामग्रीचा पर्याप्त वापर करून दीर्घकाळात समतोल साधू शकते म्हणून सरकारचे निर्हस्तक्षेपी धोरण आवश्यक असते. परंतु १९३०च्या महामंदीच्या काळात असे दिसून आले की, भांडवलशाही अर्थव्यवस्था आपोआप समाजहिताच्या दृष्टीने कार्य करू शकत नाही. त्यासाठी सरकारी हस्तक्षेपाची गरज पडते; तेव्हापासून सार्वजनिक आयव्ययाचे महत्त्व वाढत गेल्याचे दिसून येते. भारतीय अर्थव्यवस्थेतसुद्धा सार्वजनिक आयव्ययाचे महत्त्व वाढत असल्याचे दिसून येते. सार्वजनिक आयव्ययाचे महत्त्व पुढीलप्रमाणे सांगता येते –

१) **आर्थिक नियोजन :** देशात आर्थिक योजनांद्वारे आर्थिक विकासाची जलदगती साधण्याच्या कामी सार्वजनिक आयव्यय महत्त्वाची भूमिका बजावते. उदा. भारतीय सरकारने पंचवार्षिक योजनेसाठी आवश्यक असणारे महसूल मिळविण्यासाठी कर पद्धती, देशांतर्गत व परकीय सरकारकडून कर्जाचा विस्तृत प्रमाणावर वापर केला आहे, असे दिसून येते.

२) **कर विषयक धोरण :** समाजास विघातक अशा वस्तू. उदा. अफू, तंबाखू, दारू इत्यादींच्या उत्पादनांवर आणि उपभोगांवर सरकार जादा कर बसविते; कारण त्यामागे जनतेस अशा वस्तूंच्या सेवनापासून परावृत्त करण्याचे सरकारचे धोरण असते.

३) **आर्थिक स्थैर्य साधणे व टिकवणे :** भांडवलशाही अर्थव्यवस्थेत आर्थिक स्थैर्य प्राप्त करणे व ते टिकवून धरण्याचे महत्त्वाचे कार्य सार्वजनिक आयव्ययाच्या

साहाय्याने पार पाडता येते. आधुनिक दृष्टिकोनानुसार सार्वजनिक आयव्यय हे वास्तविक कार्यात्मक किंवा प्रतिपूरक अथवा कॉम्पेन्सेटरी स्वरूपाचे असते. मंदीच्या काळात सार्वजनिक आयव्ययाचे उद्दिष्ट हे चलनसंकोच दूर करण्याचे असते तर तेजीच्या काळात चलनवृद्धीवर नियंत्रण ठेवण्याचे असते. त्यासाठी कर आकारणी, सरकारी खर्च, सार्वजनिक महत्त्वाच्या धोरणांचा उपयोग केला जातो.

४) **अर्थसाहाय्य व अनुदान :** सर्वसामान्य जनतेच्या उपभोगासाठी आवश्यक असणाऱ्या वस्तू. उदा. अन्नधान्ये इत्यादी. उत्पादन करण्यासाठी व रोजगार पुरविण्याच्या कामी महत्त्वाचे असणारे लघुउद्योग आणि ग्रामीण उद्योगांची वाढ व्हावी म्हणून सरकार मोठ्या प्रमाणावर अर्थसाहाय्य व अनुदान पुरविते.

५) **बचत आणि गुंतवणुकीत वाढ करणे :** अर्थव्यवस्थेत बचत आणि गुंतवणुकीच्या दराच्या प्रमाणात वाढ करण्याचे महत्त्वाचे कार्य सार्वजनिक आयव्यय करू शकते. उदा. करामध्ये घट केल्यास बचत वाढण्यास मदत होते. तसेच उद्योग संस्थांवरील करांचे प्रमाण कमी केल्याने त्यांची बचतीची क्षमता वाढते. उद्योगांना व व्यवसायांना सवलती व अर्थसाहाय्य पुरविण्यात आल्यास गुंतवणुकीतही वाढ होते.

६) **बाल्यावस्थेतील उद्योगांना संरक्षण :** देशातील बाल्यावस्थेत असणाऱ्या उद्योगांना परकीय स्पर्धेपासून संरक्षण देण्यासाठी आयातकरांची अंमलबजावणी होते. त्यामुळे हे उद्योग जलदगतीने विकास साधू शकतात व त्यांची स्पर्धाशक्ती वाढण्यास मदत होते.

७) **विषमता कमी करणे :** अर्थव्यवस्थेतील उत्पन्न व संपत्ती यांच्या वाटपातील विषमता कमी करण्यासाठी सार्वजनिक आयव्ययाचा उपयोग करण्यात येतो व त्या उत्पन्नातून गरीब जनतेस स्वस्त दराने अन्नधान्य पुरविणे इत्यादी उपलब्ध करण्यात येते; अशा रीतीने सरकार सार्वजनिक आयव्ययाच्या साहाय्याने श्रीमंत वर्गाकडून गरीब वर्गाकडे क्रयशक्तीचे हस्तांतर घडवून आणते.

८) **रोजगाराच्या संधी उपलब्ध करणे :** अर्थव्यवस्थेत रोजगाराच्या संधी उपलब्ध करण्यासाठी सरकार सार्वजनिक आयव्ययाचे साहाय्य घेते. उदा. मंदीच्या काळात तुटीच्या अंदाजपत्रकाचा वापर करून देशातील रोजगाराचे आकारमान वाढविण्यात येते.

९) **उपलब्ध साधनसामग्रीचा पर्याप्त वापर :** उपलब्ध साधनसामग्रीचा पर्याप्त वापर करण्यासाठी सार्वजनिक आयव्ययाचे महत्त्वाचे स्थान आहे. सरकार हे

उपभोग, उत्पादन आणि वाटपावर योग्य प्रकारच्या अंदाजपत्रकाच्या धोरणाच्या साहाय्याने नियंत्रण ठेवून अर्थव्यवस्थेतील समाजकल्याणाची जास्तीतजास्त पातळी गाठण्याचे उद्दिष्ट साधू शकते.

१.३ सार्वजनिक आयव्यय विरुद्ध खाजगी आयव्यय (Public Finance versus Private Finance)

सार्वजनिक आयव्यय आणि खाजगी आयव्यय यामध्ये परस्पर विरुद्ध काही बाबी दिसून येतात काहींमध्ये साम्य असले, तरी अनेक बाबतीत एकमेकाविरुद्ध बाबी दिसून येतात.

खासगी आयव्ययामध्ये व्यक्ती, कुटुंब आणि संस्थांच्या वित्तीय व्यवहारांचा समावेश होतो; तर सार्वजनिक आयव्ययामध्ये सार्वजनिक संस्थांच्या वित्तीय व्यवहारांचा समावेश होतो.

खासगी आयव्यय : व्यक्ती आपले आर्थिक व्यवहार स्वतःच्या महत्तम कल्याणाच्या हेतूने करीत असतात; तसेच स्वतःच्या गरजांच्या पूर्ततेसाठी संपत्ती व उत्पन्नाचा वापर करते. ज्यावेळेस आपल्या खर्चासाठी स्वतःचे उत्पन्न अपुरे पडते त्यावेळेस कर्ज घेतात; व नंतर कर्जाची परतफेड करतात, व्यक्ती आपल्या उत्पन्नाचा खर्चाशी मेळ घालण्याचा प्रयत्न करतात.

व्यक्तींना अचानक येणाऱ्या संकटांना सामोरे जाण्यासाठी प्रयत्नशील राहावे लागते.

सार्वजनिक आयव्यय : सरकार लोकांचे जास्तीतजास्त महत्तम कल्याण कसे होईल याकडे लक्ष देते त्यासाठी लोकांच्या गरजांच्या पूर्ततेसाठी आपल्या उत्पन्नाचा उपयोग करते. आपल्या खर्चासाठी ज्यावेळेस उत्पन्न कमी पडते त्यावेळेस सरकार कर्ज घेते. सरकार आकस्मिक संकटांना सामोरे जाण्यासाठी सतत प्रयत्नशील असते.

खासगी आयव्यय आणि सार्वजनिक आयव्यय यामध्ये काही बाबतीत साम्य तर काही बाबतीत भेद दिसून येतो.

साम्य (Similarities)

१) **इच्छांची तृप्ती :** खासगी आणि सार्वजनिक आयव्यय या दोघांचेही व्यवहार इच्छेमुळे निर्माण होतात. या दोघांचेही उद्दिष्ट एकच असते ते म्हणजे गरजांची अथवा इच्छांची पूर्ती होणे. खासगी इच्छा वैयक्तिक गरजांमधून निर्माण होतात तर सार्वजनिक इच्छा समूहाच्या गरजांमधून निर्माण होतात, दोघांचेही उद्दिष्ट

एकच असते ते म्हणजे गरजांची पूर्तता होणे.

२) **महत्तम समाधान मिळविणे :** व्याप्ती आणि सरकार दोघांचेही उद्दिष्ट महत्तम समाधान साध्य करणे. व्यक्ती आणि सरकार दोघेही आर्थिक व्यवहार, उत्पन्नाचे स्रोत, खर्चाचे मार्ग यांची अशी जुळवाजुळव करतात की त्यांना जास्तीतजास्त समाधान मिळेल.

३) **कर्जाचा वापर :** व्यक्ती आणि सरकार ही दोघेही खर्चापेक्षा उत्पन्न कमी पडले तर कर्ज घेतात आणि घेतलेल्या कर्जाची परतफेड करतात.

४) **उत्पन्न-खर्चाचा ताळमेळ :** व्यक्ती आणि सरकार या दोघांनाही आपल्या खर्चाचा आणि खर्चाचा मेळ कसा घालावा या समस्येची सोडवणूक करावी लागते कारण या दोघांनाही अनेक साध्ये आणि मर्यादित साधने यांचा मेळ बसवून आपले उद्दिष्ट साध्य करावयाचे असते.

५) **कर्तव्यदक्ष प्रशासन :** खासगी कंपन्या आणि सरकार या दोघांनाही कर्तव्यदक्ष प्रशासनाची गरज असते जर खासगी कंपन्या व सरकार या दोहोत प्रशासन अकार्यक्षम आणि भ्रष्टाचारी असेल तर पैशांचा अपव्यय आणि हानी होते.

खासगी आयव्यय आणि सार्वजनिक आयव्ययातील साम्य विविध मुद्द्यांच्या आधारे स्पष्ट करता येते. याची यादी वाढविता येऊ शकते, परंतु येथे याची गरज वाटत नाही. व्यक्ती आणि सार्वजनिक या दोन्ही संकल्पना वेगवेगळ्या विचारात घेतल्या जातात. या दोन संकल्पना वेगवेगळ्या असून विरुद्ध असल्याने दोन्हीतील फरक पुढीलप्रमाणे स्पष्ट करता येतो –

सार्वजनिक आयव्यय विरुद्ध खाजगी आयव्यय अथवा सार्वजनिक आयव्य आणि खाजगी आयव्ययातील फरक

सार्वजनिक आयव्यय व खाजगी आयव्यय हे एकमेकाविरोधी कसे आहेत ते पुढील मुद्द्यांवरून दिसून येते. अथवा, सार्वजनिक आयव्यय आणि खाजगी आयव्ययातील फरक पुढीलप्रमाणे सांगता येतो.

	सार्वजनिक आयव्यय	खासगी आयव्यय
१) उद्दिष्टे भिन्न	१) सार्वजनिक आयव्ययाचे उद्दिष्ट संपूर्ण समाजाचे कल्याण हे असते.	१) खासगी आयव्ययाचे उद्दिष्ट 'व्यक्तीचे महत्तम कल्याण' हे असते.
२) क्षेत्र	२) सार्वजनिक आयव्ययाचे उद्दिष्ट व क्षेत्र व्यापक असते.	२) खासगी आयव्ययाचे उद्दिष्ट व क्षेत्र संकुचित असते.
३) उत्पन्नाची साधने	३) सरकारच्या उत्पन्नाची साधने अनेक असतात.	३) व्यक्तीच्या उत्पन्नाची साधने मर्यादित असतात.
४) उत्पन्न शक्ती	४) सरकारची उत्पन्न मिळविण्याची शक्ती अमर्याद असते.	४) व्यक्तीची उत्पन्न मिळविण्याची शक्ती मर्यादित असते.
५) लवचिकता	५) सरकारच्या बाबतीत उत्पन्न अधिक लवचीक असते.	५) व्यक्तीच्या बाबतीत खर्च अधिक लवचीक असतो.
६) उत्पन्न	६) कर देणे सक्तीचे असल्याने त्यापासून सरकारला उत्पन्न मिळते तसेच सक्तीची बचत योजना इ.	६) खासगी व्यक्ती सक्ती करून उत्पन्न मिळवू शकत नाही.
७) उत्पन्न अधिकार	७) सरकार करापासून उत्पन्न मिळविताना अधिकाराचा वापर करतात.	७) व्यक्ती व खासगी उद्योगसंस्थांना उत्पन्न मिळविण्यासाठी अधिकाराचा वापर करता येत नाही.
८) खर्चाचे स्वरूप	८) सरकारी खर्च अनिवार्य असतात; ते सरकारला टाळता येत नाहीत. उदा. संरक्षण, प्रशासन, आरोग्य, पाणी पुरवठा, वीज, रस्ते बांधणी, शिक्षण इत्यादींवर खर्च करावाच लागतो.	८) व्यक्तिगत खर्च टाळता येण्यासारखा किंवा पुढे ढकलता येतो. अर्थात, अन्न, वस्त्र, निवारा इत्यादी प्रकारचा काही खर्च अनिवार्य असतो; परंतु, त्याची तुलना सरकारी अनिवार्य खर्चाशी होऊ शकत नाही.

	सार्वजनिक आयव्यय	खासगी आयव्यय
९) खर्चाचा उद्देश	९) सरकार खर्च करते तेव्हा नफा मिळवणे हा हेतू नसतो; तर समाजाचे कल्याण करणे हा हेतू असतो.	९) व्यक्ती फायद्यासाठी खर्च करते. (खासगी व्यावसायिक) स्वार्थ प्रेरणेने प्रेरित होऊन खर्च करतो. नफा मिळविणे हा मुख्य हेतू असतो.
१०) खर्च विषयक धोरण व पद्धती	१०) सार्वजनिक खर्च हा हेतुपूर्वक आखलेल्या वित्तीय धोरणाने नियंत्रित केलेला असतो.	१०) व्यक्तिगत खर्चावर सामाजिक चालीरीती, रीतीरिवाज, प्रथा, सांस्कृतिक व इतर सामाजिक रूढी व मूल्ये यांचा प्रभाव पडतो.
११) अंदाज- पत्रकाचे स्वरूप	११) सरकारला जमेपेक्षा खर्चाचा जास्त विचार करावा लागतो व सरकारची भूमिका कल्याणकारी शासनाची असल्याने सरकारचे अंदाजपत्रक शिलकीपेक्षा तुटीचेच असते. सरकारच्या दृष्टीने अंदाजपत्रक फार महत्त्वाचे असते.	११) व्यक्ती आपले अंदाजपत्रक तयार करताना उत्पन्नापेक्षा खर्च कमी करण्याचा प्रयत्न करते. व्यक्तीच्या दृष्टीने अंदाजपत्रक फारसे महत्त्वाचे नसते.
१२) अंदाजपत्रक कालावधी	१२) सरकारच्या बाबतीत नफा- खर्चाचा काळ महत्त्वाचा असतो. सर्वसाधारणपणे एक वर्ष विचारात घेतले जाते. १ एप्रिल ते ३१ मार्च या काळातील सरकारच्या जमा- खर्चाचा विचार केला जातो.	१२) व्यक्तीच्या बाबतीत अंदाजपत्रक हे आठवड्याचे, महिन्याचे अथवा वर्षाचेसुद्धा असू शकते.

	सार्वजनिक आयव्यय	खासगी आयव्यय
१३)भविष्यकालीन व्यवस्था	१३) सरकार वर्तमानकाळाबरोबर भविष्यकाळाचासुद्धा विचार करते; व आर्थिक कल्याणाच्या दीर्घकालीन योजना तयार करते. उदा. जलसिंचन, वनसंरक्षण, पर्यावरण संतुलन, शिक्षण, आरोग्य इ.	१३) व्यक्ती उत्पन्न खर्चाच्या बाबतीत भविष्यकाळापेक्षा वर्तमान काळाचा व अल्पकाळाचा विचार करते व त्या पद्धतीने योजना आखते.
१४) उत्पन्न खर्चाची गुप्तता	१४) सरकार आपले उत्पन्न व खर्चाबाबतचे अंदाजपत्रक सभागृहापुढे मांडते. अंदाजपत्रकाद्वारे उत्पन्न व खर्च जनतेसमोर मांडले जातात.	१४) व्यक्ती आपले उत्पन्न, खर्च व कर्ज या बाबतीत गुप्तता राखते. उत्पन्न, बचत व कर्ज इतरांना कळू नये याची सतत काळजी घेत असते.
१५) कर्जाचे स्वरूप	१५) सरकार बरेचसे कर्ज जनतेकडून मिळविते तसेच देशांतर्गत व बाह्य कर्ज उपलब्ध होते. सरकार कर्जदार असूनसुद्धा अटी घालू शकते.	१५) खासगी संस्था अथवा व्यक्ती बँका, सावकार यांच्याकडून कर्ज घेते. अटी मान्य करून कर्ज घेते.

थोडक्यात, खासगी आयव्यय आणि सार्वजनिक आयव्यय यामध्ये बराच फरक आहे. त्यामुळे खासगी आयव्ययाला लागू होणारे नियम व सिद्धान्त जसेच्या तसे सार्वजनिक आयव्ययाला लागू करता येत नाहीत. सरकारी निर्णयाचा प्रभाव जसा खासगी व्यक्तिगत निर्णयावर होतो, तसाच प्रभाव व्यक्तिगत संघटित निर्णयाचा परिणाम सरकारी निर्णयावर पडतो. त्यामुळे खासगी व्यक्ती व सरकार यांच्यात सुसंवाद असणे अत्यंत आवश्यक असते.

१.४ आर्थिक विकासात सार्वजनिक आयव्ययाची भूमिका (Role of Public Finance in Economic Development)

सार्वजनिक आयव्यय हे सरकारच्या उत्पन्न आणि खर्चाची एक शाखा आहे. सार्वजनिक आयव्ययाची भूमिका म्हणजे पुरवठ्याचे स्थैर्य साधन सामग्रीची वाटणी, राज्याच्या विकासासाठी साधनसामग्री आणि विभागणीचे वाटप होय.

सार्वजनिक आयव्ययाची भूमिका म्हणजेच सरकारची भूमिका म्हटले तरी चालते. कारण सरकारच उत्पन्न आणि खर्चाचा ताळमेळ घालून आर्थिक विकास साधत असते.

अर्थव्यवस्थेत उपलब्ध असणारी साधनसामग्री, या साधनसामग्रीचे वाटप योग्य पद्धतीने करणे महत्त्वाचे असते; तसेच लोकांच्या गरजा पूर्ण करण्यासाठी वस्तू व सेवांची उपलब्धता करून देणे याबाबत सरकारची अथवा सार्वजनिक आयव्ययाची भूमिका महत्त्वाची असते. खासगी वस्तू तसेच सार्वजनिक वस्तू व सेवा कोणत्या प्रमाणात पुरवायच्या याबाबत सरकारला आपले धोरण ठरवावे लागते. आधुनिक काळात सरकारांची कल्याणकारी भूमिका असल्याने सरकारांची जबाबदारी वाढलेली दिसून येते.

संपत्ती आणि उत्पन्न यांचे वाटप समाजात विषम होत असेल, तर त्याबाबत सरकारला सामाजिक न्याय देण्यासाठी उत्पन्न आणि संपत्तीचे समान वाटपासाठी प्रयत्न करणे गरजेचे ठरते. त्यासाठी सरकार गरिबांच्या उत्पन्नात वाढ करण्याचा प्रयत्न करते. श्रीमंतांकडील उत्पन्न; कर रूपाने काढून घेऊन गरिबांच्या कल्याणकारी योजनांवर खर्च करते, त्यामुळे अर्थव्यवस्थेत शांतता आणि सुसंवाद राखणे महत्त्वाचे ठरते. सरकारला सार्वजनिक खर्च, सार्वजनिक कर्ज, कर आकारणी या विषयीची धोरणे आखावी लागतात. त्यामुळे उत्पन्न व संपत्तीचे पुनर्वाटपाद्वारे विषमता कमी करता येते. त्या दृष्टीने सरकारची अथवा सार्वजनिक आयव्ययाची भूमिका महत्त्वपूर्ण ठरते.

भांडवलशाही अर्थव्यवस्थेत व्यापारचक्रे निर्माण होतात त्यामुळे बेकारी, उत्पन्न व उत्पादनात घट इत्यादींमुळे आर्थिक स्थिरता नष्ट होते. त्याचा समाजाला त्रास होतो. तसेच अर्थव्यवस्थेची हानी होते, अशा वेळी सरकारची भूमिका अतिशय महत्त्वाची ठरते. कारण यावरती सरकारच योग्य त्या उपाययोजना करू शकते; म्हणजे रोजगार पातळी उच्च राखणे, किंमत पातळी स्थिर ठेवणे, आर्थिक वृद्धी दर सुधारणे व आंतरराष्ट्रीय व्यवहारतोलात स्थैर्य साधणे इत्यादींसाठी सरकारला आपल्या भूमिकेद्वारे उपाययोजना कराव्या लागतात, मग त्या चलनविषयक असो अथवा राजकोषीय असो. सरकारचे काम सामाजिक कल्याण, समान न्याय, स्थैर्य साधणे हे असल्याने

परिस्थितीनुसार सरकारला आपली धोरणे आखावी लागतात. म्हणून आर्थिक विकासात सरकारची अथवा सार्वजनिक आयव्ययाची भूमिका महत्त्वपूर्ण मानली जाते.

सध्या खासगीकरण, उदारीकरण व जागतिकीकरण यामुळे सरकारची जबाबदारी जरा कमी होताना दिसून येत असली तरी, सर्व कल्याणकारी कामे खासगी क्षेत्र करू शकत नाही. त्यामुळे सरकारची सार्वजनिक आयव्ययाची भूमिका पुन्हा महत्त्वाची ठरताना दिसून येत आहे.

आधुनिक सरकारांना विविध कामे पार पाडावी लागतात. ती दोन प्रकारची असतात, एक–आवश्यक कार्ये यामध्ये देशात शांतता व सुव्यवस्था राखणे व परकीय आक्रमणापासून जनतेचे संरक्षण करणे व दुसरे कार्य म्हणजे वैकल्पिक किंवा पर्यायी कार्ये. यामध्ये शिक्षणाच्या सोयी पुरविणे, सार्वजनिक आरोग्य, पाणी पुरविणे, जलसिंचन प्रकल्प इत्यादी होत. यासाठी सरकारला पैसा खर्च करावा लागतो व त्यासाठी सरकारला पैसा उभा करावा लागतो; म्हणून सरकारच्या अथवा सार्वजनिक आयव्ययाची भूमिकेला महत्त्व प्राप्त होते. अशा प्रकारे आर्थिक विकासात सरकारची भूमिका महत्त्वपूर्ण ठरते.

१) **राज्याची स्थिर आर्थिक वाढ :** शाश्वत उच्च आर्थिक वाढीचा दर साध्य करण्यासाठी सार्वजनिक वित्ताची महत्त्वाची भूमिका असते. एकूण मागणी व एकूण पुरवठा या दोन्हीमध्ये वाढ करण्यासाठी सरकार आर्थिक साधनांचा उपयोग करते. साधने म्हणजे सार्वजनिक कर, सार्वजनिक कर्ज आणि सार्वजनिक खर्च इत्यादी होय.

२) **किंमत स्थिरता :** सरकार महागाई आणि चलनवाढ दूर करण्यासाठी सार्वजनिक वित्ताचा वापर करते. महागाई दरम्यान हे अप्रत्यक्ष कर आणि इतर खर्च कमी केले जातात. परंतु थेट कर आणि भांडवली खर्च वाढविते. अंतर्गत सार्वजनिक कर्ज संकलित करते व गुंतवणूक एकत्र केली जाते. मंदीच्या काळात या उलट स्थिती तयार होते.

३) **आर्थिक स्थिरता :** अर्थव्यवस्था स्थिर करण्यासाठी सरकार वित्तीय साधनांचा वापर करते. समृद्धीच्या काळात सरकार अधिक कर लादते आणि अंतर्गत सार्वजनिक कर्ज वाढवते. ही रक्कम परकीय कर्ज आणि शोधासाठी वापरली जाते, तर मंदीच्या काळात याउलट स्थितीचा उपयोग होतो.

४) **न्याय वितरण :** असमानता कमी करण्यासाठी सरकार स्वत:चे उत्पन्न आणि खर्चाचा वापर करते. जेथे जास्त असमानता असेल तेथे श्रीमंत लोकांच्या उत्पन्नावर, नफ्यावर आणि मालमत्तेवर आणि वापरात असलेल्या वस्तूंवर

अधिक कर लादला जातो. जमा केलेली रक्कम गरीब लोकांच्या हितासाठी अनुदान, भत्ता आणि इतर प्रकारच्या प्रत्यक्ष किंवा अप्रत्यक्ष लाभाद्वारे वापरली जाते.

५) **संसाधनांचे योग्य वाटप :** नैसर्गिक, मानवनिर्मित आणि मानवसंसाधनांचा योग्य उपयोग होण्यासाठी शासनाच्या वित्तपुरवठ्याची भूमिका महत्त्वपूर्ण असते. त्यासाठी कमी उपयोगी वस्तूंच्या उत्पादनावर व विक्रीवर सरकार अधिक कर लादते आणि अनुदान देते किंवा चैनीच्या वस्तूंवर अधिक कर लावते.

६) **संतुलित विकास :** शहरी आणि ग्रामीण आणि कृषी आणि औद्योगिक क्षेत्रातील दरी कमी करण्यासाठी सरकारी महसूल आणि खर्चाचा वापर करते. त्यासाठी ग्रामीण भागातील पायाभूत विकासासाठी आणि ग्रामीण भागातील लोकांना थेट आर्थिक लाभ देण्यासाठी सरकार अंदाजपत्रकात तरतूद करते.

७) **पायाभूत विकास :** सरकार महसूल गोळा करते आणि पायाभूत सुविधांच्या विकासासाठी खर्च करते. तसेच शांतता, न्याय व सुव्यवस्था ठेवली पाहिजे यासाठी सामाजिक–आर्थिक सुधारणासुद्धा कराव्या लागतात. या सर्व बाबींसाठी महसूल (उत्पन्न) आणि खर्चाचा उपयोग वित्तीय साधने म्हणून केला जातो. अशा रितीने आर्थिक विकासात सरकार/सार्वजनिक आयव्ययाची भूमिका महत्त्वपूर्ण ठरते.

१.५ महत्तम सामाजिक लाभ तत्त्व मसग्रेव्ह यांचा दृष्टिकोन (Principle of Maximum Social Advantage - Musqrave's Approach)

सार्वजनिक आयव्ययाच्या मूलभूत तत्त्वास 'महत्तम सामाजिक कल्याणाचे तत्त्व' असे म्हणतात. हे तत्त्व मांडण्याचे श्रेय ब्रिटिश अर्थशास्त्रज्ञ डॉ. डाल्टन व प्रा. पिगू या अर्थशास्त्रज्ञांना जाते. अलीकडच्या काळात लोककल्याणकारी राज्यांच्या उद्दिष्टाला महत्त्व प्राप्त झाले. त्यातूनच महत्तम सामाजिक लाभाच्या तत्त्वाला सार्वजनिक आयव्ययात महत्त्व प्राप्त झाले. त्याबाबत सनातनवादी अर्थशास्त्रज्ञ आणि आधुनिक अर्थशास्त्रज्ञ भूमिकेमध्ये मतभेद दिसून येतात.

अ) सनातन दृष्टिकोन : सनातन पंथीय अर्थशास्त्रज्ञांनी, 'निर्हस्तक्षेपी भांडवलशाही अर्थव्यवस्थेचा' पुरस्कार केला. ॲडम स्मिथ, जे. बी. से. यांच्या मते, कमीतकमी खर्चाची योजनाही सार्वजनिक आयव्ययाची सर्वोत्तम योजना आहे. ज्या कराची रक्कम सर्वांत कमी असते, तो 'सर्वोत्तम कर' होय. त्यांच्या मते, प्रत्येक कर हा वाईट व प्रत्येक सार्वजनिक खर्च हा अनुत्पादक असतो, असे त्यांनी स्पष्ट केले.

ब) आधुनिक दृष्टिकोन : आधुनिक अर्थशास्त्रज्ञांच्या मते, 'सरकारने आपल्या

उत्पन्न खर्चाचा समन्वय साधताना एखादे मार्गदर्शक तत्त्व पुढे ठेवले पाहिजे. त्यातून जास्तीतजास्त लोकांचा लाभ साधला गेला तर त्या तत्त्वाचा अवलंब करायला हवा. म्हणजेच सरकारने आपल्या उत्पन्न–खर्चाचे धोरण निश्चित करताना महत्तम सामाजिक हिताचे तत्त्व विचारात घेतले पाहिजे. सरकारी खर्चाचे 'चांगले' आणि 'वाईट' असे परिणाम होतात. कर आकारणी व इतर प्राप्तीचे बरे–वाईट परिणाम होतात. वाईट परिणाम कमीतकमी होतील आणि चांगले परिणाम जास्तीतजास्त होतील असे धोरण सरकारने स्वीकारायचे असते.'

'ज्या योगे प्रत्येक बाबीवर खर्च केलेल्या शेवटच्या रुपयापासून मिळणारे समाधान त्या बाबींवर खर्च केल्या जाणाऱ्या रुपयामुळे समाधानाचा जो त्याग करावा लागतो तितके राहील. अशा रितीने निरनिराळ्या बाबींवर सार्वजनिक खर्च केला जावा. अशा प्रकारे महत्तम सामाजिक लाभतत्त्व मांडले जाते.'

व्याख्या : डॉ. डाल्टन यांच्या मते, महत्तम सामाजिक लाभतत्त्व म्हणजे 'ज्यामुळे प्रत्येक बाबीवर केलेल्या खर्चाचा सीमान्त सामाजिक लाभ; सार्वजनिक उत्पन्नाच्या प्रत्येक बाबीच्या सीमान्त सामाजिक त्यागाइतका तंतोतंत होतो. त्या मर्यादेइतकाच सार्वजनिक खर्च केला पाहिजे.'

रिचर्ड मसग्रेव्ह यांचा जन्म १४ डिसेंबर १९१० मध्ये जर्मनीत झाला, त्याचे राष्ट्रीयत्व अमेरिकेचे होते. अर्थशास्त्रज्ञ रिचर्ड मसग्रेव्ह (Richard - Musgrave) यांचे अर्थसंकल्प निश्चितीचे तत्त्व हे जास्तीतजास्त कल्याणकारी तत्त्व म्हणून मानले जाते. मसग्रेव्ह यांच्या मते, 'कर आकारणी आणि सार्वजनिक खर्च त्या स्तरापर्यंत केला पाहिजे जेथे शेवटच्या पैशाच्या युनिटमधून मिळालेले समाधान करांच्या बाबतीत घेतलेल्या पैशाच्या शेवटच्या युनिटच्या बरोबरीचे असेल. दुसऱ्या शब्दात हे त्या टप्प्यापर्यंत पोहोचले पाहिजे तेथे सीमान्त सामाजिक लाभ हा सीमान्त सामाजिक त्यागाच्या बरोबरीचा आहे.' मसग्रेव्हने उदाहरणासाठी अर्थसंकल्पाचा आकार (कर आकारणी आणि सार्वजनिक खर्चाची पातळी) याचा आधार घेतला आहे.

मसग्रेव्ह दृष्टिकोन – महत्तम सामाजिक लाभ तत्त्व

मसग्रेव्ह यांनी सामाजिक लाभासाठी कर आणि खर्च हे दोन घटक महत्त्वाचे मानले आहेत. मसग्रेव्ह यांच्या मते, करांची विभागणी करताना अवलंबलेली न्यूनतम त्यागाचा दृष्टिकोन सरकारी खर्चाच्या संबंधित असलेला महत्तम लाभाच्या दृष्टिकोनातून अंदाजपत्रकाच्या सामान्य सिद्धान्तात दोघांना एकत्र आणले आहे. मसग्रेव्ह यांनी आकृतीच्या साहाय्याने सामाजिक लाभाचे तत्त्व स्पष्ट केले आहे.

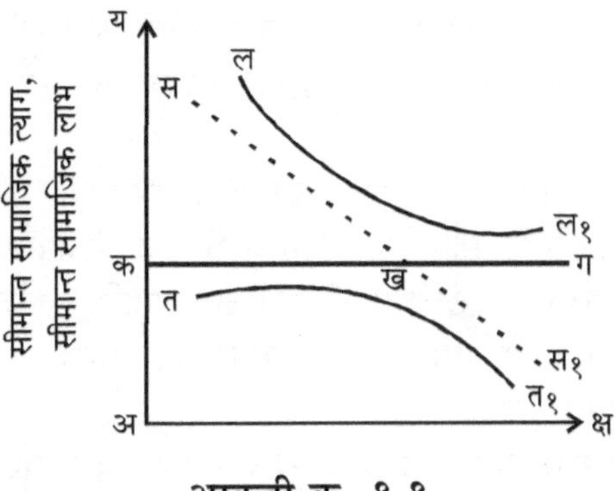

आकृती क्र. १.१

आकृतीमध्ये 'कग' ही रेषा सरकार सार्वजनिक सेवांवर किती खर्च करणार हे दर्शविते. ही पैशांची मात्रा खासगी क्षेत्रांकडून सरकारी क्षेत्राकडे कररोपणामुळे संपत्तीचे हस्तांतरण दर्शविते. त्यामुळे ही पैशांची मात्रा समाजाच्या त्यागाचेही प्रतीक आहे. त्यामुळे आकृतीत 'कग' रेषेचा वरचा भाग सामाजिक लाभाचा दर्शविलेला आहे. हा सामाजिक लाभ सरकारी खर्चामुळे होतो. 'ल' ही रेषा सीमान्त सामाजिक लाभ दर्शविते. ही रेषा डावीकडून-उजवीकडे उतरती आहे. म्हणजेच जसजसा सरकारी खर्च वाढत जातो तसतसा सामाजिक लाभ घटत जातो. या ठिकाणी घटत्या सीमान्त लाभाचा नियम लागू होतो. 'कग' रेषेच्या खालचा भाग कर लादल्यामुळे समाजाला कराव्या लागणाऱ्या त्यागाचा दर्शविलेला आहे. 'त' रेषा सीमान्त सामाजिक त्याग दर्शविते. ही रेषासुद्धा खाली उतरत गेली आहे. म्हणजेच कराच्या रूपाने समाजाकडून अधिकाधिक रक्कम घेत गेल्यास समाजाचा त्याग वाढत जाईल 'स' ही तुटक रेषा 'कग' रेषेच्या वरच्या भागातून खालच्या भागात डावीकडून-उजवीकडे उतरत येते. या रेषेला 'सीमान्त शुद्ध सामाजिक लाभ वक्ररेषा' म्हणतात. शुद्ध लाभ मोजण्यासाठी लाभातून त्याग वजा केला जातो. स₁ ही रेषा 'कग' या रेषेला 'ख' या बिंदूत छेदते. 'ख' या बिंदूत शुद्ध सामाजिक लाभ महत्तम आहे. त्याचे कारण म्हणजे सीमान्त सामाजिक लाभ हा सीमान्त सामाजिक त्यागाबरोबर आहे. त्यामुळे तो अनुकूल बिंदू आहे.

सध्याच्या काळात अंदाजपत्रकाच्या वाढत्या महत्त्वामुळे मसग्रेव्ह यांचा महत्तम सामाजिक लाभाचा दृष्टिकोन महत्त्वाचा ठरतो.

मसग्रेव्हच्या मते, 'अंदाजपत्रकाचा इष्टतम आकार हा बिंदू देण्यात आलेला आहे. जेथे सीमान्त निव्वळ लाभ शून्य आहे. हा मुद्दा जास्तीतजास्त सामाजिक लाभाच्या अनुरूप आहे.'

सार्वजनिक आयव्ययाची ओळख / २१

'महत्तम सामाजिक लाभा'च्या तत्त्वावर विविध कारणांनी टीका केली जाते. महत्तम सामाजिक लाभाच्या सिद्धांतांवर मुख्य व्यावहारिक अडचणी खालीलप्रमाणे आहेत.

१) **सामाजिक फायदे मोजण्यात अडचणी :** सीमान्त उपयोगिता विश्लेषणाच्या आधारे महत्तम व सामाजिक लाभाचे सिद्धांत सैद्धांतिकदृष्ट्या स्पष्ट केले आहेत. सार्वजनिक खर्चाचा सीमान्त लाभ आणि सार्वजनिक महसूलाच्या भागातील सीमान्त असहायता, या संकल्पना आहेत. यांचे मोजमाप करणे अत्यंत अवघड आहे.

२) **अवास्तव संकल्पना :** सरकारी खर्च हा नेहमीच फायद्याचा असतो आणि प्रत्येक कर हा समाजासाठी एक ओझे आहे असे मानणे अवास्तविक आहे. उदा. सिगारेट अथवा अल्कोहोलवरील कर समाजाला फायदा देवू शकतो. आरोग्यसेवासारख्या बाबीवरील खर्चामुळे समाजिक लाभ होईल तर अनावश्यक वाढ केल्याने समाजातील फायद्याचे नुकसान होणाऱ्या उत्पादक कर्त्यातून स्रोत वळविला जाऊ शकतो.

३) **करपात्र महसुलाकडे दुर्लक्ष :** या तत्त्वानुसार सार्वजनिक खर्चासाठी कर आकारला जातो. परंतु प्रत्यक्ष व्यवहारात सार्वजनिक खर्च हा देण्यासाठीच म्हणजे सार्वजनिक खरेदीसाठी केला जातो.

४) **विभाजनाची कमतरता :** सार्वजनिक खर्चाचा थोडा फायदा आणि करातून होणाऱ्या त्यागाची रक्कम फक्त तेव्हाच दिली जाऊ शकते जेव्हा सार्वजनिक खर्च आणि कर यांची रक्कम लहान भागात विभागली जाते. परंतु प्रत्यक्ष व्यवहारामध्ये हे शक्य होत नाही.

५) **अंदाजपत्रकाचा मोठा आकार :** सरकारच्या वित्तीय कार्यासाठी मोठ्या प्रमाणात कर आकारणी व इतर स्रोताद्वारे पैसे जमा केले जातात, आणि ते सार्वजनिक खर्चाद्वारे वितरित केले जातात. अशावेळी समाजातील छोट्या घटकांचे आणि समुदायाचे परिणाम मोजणे कठीण आहे. प्रत्यक्ष व्यवहारात सार्वजनिक क्षेत्रातील फायदे आणि किरकोळ त्यागाचा अंदाज लावणे कठीण आहे.

६) **स्थितीत बदल :** अर्थव्यवस्थेतील स्थिती ही नेहमी स्थिर नसते, सतत बदलत असते. काही वेळा अशी स्थिती महत्तम लाभाचे बिंदू मानले जाऊ शकते. परंतु इतरांच्या खाली असू शकत नाही, जसे युद्धाच्या वेळी सरकारी खर्च आणि महसूलात वाढ झालीच पाहिजे ही वाढ समाजाच्या फायद्याची

आहे. राष्ट्रीय उत्पन्नाच्या एका स्तरावर ते योग्य आहे, परंतु ते अधिक लाभाचे असू शकत नाही.

७) भिन्न कालावधी : बऱ्याच सार्वजनिक प्रकल्पांचा प्रभाव दिर्घकाळापर्यंत असतो तो दोन्ही पिढ्यांना जाणवतो. जास्तीतजास्त सामाजिक लाभ निश्चित करण्यासाठी अल्प कालावधीत आणि दीर्घ कालावधीत सामाजिक लाभाची गणना करणे आवश्यक असते.

८) वैचारिक मतभेद : कर हा व्यक्तीकडून घेतला जातो. तो वैयक्तिक पातळीवर असतो, तर सार्वजनिक खर्च समाजातील सर्वांनी घेतलेल्या वस्तूंवर होतो. त्याचे फायदे सूक्ष्म स्तरावर जाणवतात. अनेक अर्थशास्त्रज्ञांच्या मते, समान निकषाचा वापर करून सूक्ष्म संकल्पनांची तुलना करणे शक्य नसते.

९) सरकारी निधीचा गैरवापर : महत्तम सामाजिक लाभाचा सिद्धान्त हा सीमान्त सामाजिक लाभासाठी; सरकारी निधीचा सर्वांत प्रभावी पद्धतीने वापर केला जातो, यांवर आधारित आहे. परंतु अनेकदा सरकारी निधीच्या मोठ्या वाट्याचा अनुत्पादक हेतूंसाठी दुरुपयोग केला जातो, ज्यामुळे कोणताही सामाजिक लाभ मिळत नाही.

१०) विरोधी चक्रीय उपाय : चलनवाढीवर नियंत्रण ठेवणे. मंदीवर मात करणे, बेरोजगारीची पातळी कमी करणे, इत्यादीसाठी शासनाने उपाययोजना केल्या पाहिजेत, मात्र अशास्थितीत जास्तीतजास्त सामाजिक लाभाची संकल्पना राबविली जाऊ शकत नाही.

प्रश्न

प्र. १ एका वाक्यात उत्तरे लिहा.

१) सार्वजनिक आयव्ययाची व्याख्या सांगा.

२) सार्वजनिक आयव्ययाच्या व्याप्तीचे दोन मुद्दे सांगा.

३) खाजगी आयव्यय म्हणजे काय ?

४) सार्वजनिक आणि खाजगी आयव्ययातील एक फरक सांगा.

५) सार्वजनिक आयव्ययाची महत्त्वाची भूमिका सांगा.

६) मसग्रेव्हचे तत्त्वांचा महत्त्वाचा भाग सांगा.

७) सामाजिक लाभतत्त्व म्हणजे काय ?

प्र. २ टिपा लिहा.

१) सार्वजनिक आयव्ययाचे महत्त्व.

२) सार्वजनिक आयव्यय विरुद्ध खाजगी आयव्यय.

३) मसग्रेव्हचे महत्तम सामाजिक लाभतत्त्व.

४) सार्वजनिक आयव्ययाची भूमिका.

प्र. ३ थोडक्यात उत्तरे लिहा.

१) सार्वजनिक आयव्ययाचा अर्थ सांगा.

२) सार्वजनिक आयव्ययाचे स्वरूप सांगा.

३) सार्वजनिक आयव्ययाचे महत्त्वाचे दोन मुद्दे सांगा.

४) खाजगी आयव्यय म्हणजे काय?

५) मसग्रेव्हचे महत्तम सामाजिक लाभ तत्त्व सांगा.

प्र. ४ सविस्तर उत्तरे लिहा.

१) सार्वजनिक आयव्ययाचे स्वरूप, महत्त्व आणि व्याप्ती विशद करा.

२) सार्वजनिक आयव्यय आणि खाजगी आयव्ययातील फरक सांगा.

३) मसग्रेव्हचे महत्तम सामाजिक लाभ तत्त्वाविषयी दृष्टिकोन स्पष्ट करा.

४) सार्वजनिक आयव्ययाची भूमिका स्पष्ट करा.

<table><tr><td>प्रकरण
२</td><td>सार्वजनिक महसूल
(Public Revenue)</td></tr></table>

२.१ प्रास्ताविक (Introduction)

२.२ सार्वजनिक उत्पन्नाचे स्रोत (Sources of Public Revenue)

२.३ करांचा अर्थ, करांचे प्रकार, प्रत्यक्ष कर आणि अप्रत्यक्ष कर – गुण आणि दोष (Meaning of Tax, Types of Taxes, Direct Tax & Indirect Tax - Merits and Demerits)

२.४ वस्तू आणि सेवा कर – संकल्पना आणि वैशिष्ट्ये, भारतात जीएसटीची गरज (Goods & Service Tax - Concept and Chracteristics; Need for GST in India)

२.५ संकल्पना : कराघात, करभार, करसंक्रमण, करभार पात्रता (Concepts : Impact of Tax, Incidence of Tax, Shifting of Tax, Taxable capacity)

२.१ प्रास्ताविक (Introduction)

जगातील बहुतेक देशांनी कल्याणाची संकल्पना स्वीकारल्याने त्यांना नेहमीच्या कार्याबरोबरच समाजकल्याणाची विविध कामे पार पाडावी लागतात. त्यामुळे सरकारला मोठ्या प्रमाणात खर्च करावा लागतो व त्यासाठी सरकारला विविध मार्गांनी महसूल प्राप्त करावा लागतो. त्यात मुख्यत: कर आकारणी, सरकारी प्रकल्पांचा नफा, विविध सेवांवरील शुल्क इत्यादींचा समावेश होतो. कर आकारणी करताना कारभाराची विभागणी योग्य तत्त्वानुसार होणे आवश्यक असते तसेच सरकारने विविध मार्गाने मिळविलेला महसूल पुरेसा पडत नसल्याने सरकारला कर्ज उभारावे लागते. त्यामुळे तुटीच्या अर्थभरण्याचे साहाय्य घ्यावे लागते.

सध्या प्रत्येक सरकारच्या कार्यक्षेत्रात वाढ होताना दिसून येते. त्यामुळे सरकारचा खर्चसुद्धा वाढताना दिसून येतो. खासगीकरण, उदारीकरण आणि जागतिकीकरणाच्या

काळात सरकारची भूमिका ही 'मार्गदर्शका'ची असली तरीही सरकारचा खर्च वाढताना दिसून येतो. या वाढत्या खर्चासाठी सरकारला विविध मार्गांनी पैसा गोळा करणे गरजेचे असते. त्यामुळे सरकारला उत्पन्न वाढीचे स्रोत शोधून काढावे लागतात. तसेच खर्चाची योजना तयार करताना उत्पन्नाचे मार्गसुद्धा तयार करावे लागतात. त्यामुळे सार्वजनिक उत्पन्नाला महत्त्व प्राप्त होते.

२.२ सार्वजनिक उत्पन्नाचे स्रोत (Sources of Public Revenue)
सार्वजनिक उत्पन्नाचा अर्थ (Meaning of Public Revenue)

सरकारला विविध मार्गांनी जे उत्पन्न प्राप्त होते; यामध्ये कर, वस्तू व सेवा कर (जीएसटी), शुल्क, दंड, अनुदान, देणगी इत्यादींबरोबरच सरकारी कर्ज व सरकारी संपत्तीच्या विक्रीपासून मिळणारी प्राप्ती इत्यादींचा समावेश होतो.

सरकारला सर्व स्रोतांपासून मिळणारे एकूण उत्पन्न म्हणजे 'सार्वजनिक उत्पन्न' होय. सार्वजनिक मालमत्तेत सार्वजनिक उत्पन्नाशिवाय सार्वजनिक कर्ज, सरकारी कर्जरोखे, बँकांकडून आणि व्यक्तींकडून उधार घेतलेली रक्कम इत्यादींचा समावेश होतो. या मर्यादित अर्थाने विचार केल्यास उत्पन्नाचा विविध अंगाने विचार करावा लागतो.

कोणतीही व्यक्ती अथवा खासगी संस्था उत्पादक कार्यामध्ये भाग घेऊन उत्पन्न मिळवत असते. काही व्यक्तींना देणग्या अथवा दाने मिळतात आणि तीच त्यांची उत्पादने होतात. परंतु, या देणग्या अथवा दाने ही बहुसंख्य व्यक्तींना मिळत नाहीत आणि ज्यांना मिळतात त्यांना ती निश्चित मिळत नाहीत. सरकारलासुद्धा उत्पादक कार्यापासून उत्पन्न मिळते. ज्या अर्थव्यवस्थेत उत्पादनाची क्रिया मुख्यत: खासगी संयोजकांकडून केली जाते, तेथे सरकारचे उत्पादनाच्या क्रियेतील प्रत्यक्ष कार्य मर्यादितच असते. त्यामुळे उत्पन्नसुद्धा थोडेच मिळते. काही वेळेस सरकारला दुसऱ्या सरकारकडून अर्थसाहाय्य मिळते; पण या स्रोतापासून उत्पन्न खूपच कमी मिळते. महानगरपालिका, नगरपालिका, ग्रामपंचायती इत्यादींसारख्या लहान सत्तांना केंद्र सरकार अथवा राज्य सरकार जी अनुदाने देतात, ती त्या सत्तांच्या उत्पन्नाचा फार मोठा भाग असतो. या सर्व स्रोतांचा विचार केल्यास सरकारला या स्रोतांपासून फार थोडे उत्पन्न मिळते; त्यामुळे या स्रोतांचा शोध घेणे आवश्यक असते. सरकार मुख्यत: लोकांच्या उत्पन्नाचा काही भाग स्वत:कडे हस्तांतरीत करून घेत असते. सरकार यातून स्वत:चे उत्पन्न तयार करत असते. प्रत्येक देशातील सरकारचा आपल्या लोकांच्या उत्पन्नावर हक्क असतो. सरकार लोकांसाठी जी कार्ये करते, त्यामुळेच हा हक्क निर्माण होतो. या हक्काचा उपयोग करून सरकार लोकांच्या उत्पन्नाचा, संपत्तीचा

आणि मालमत्तेचा काही भाग; कायदे करून स्वत:कडे हस्तांतरीत करते. सरकारला खर्च करण्यासाठीसुद्धा उत्पन्न हवे असते. त्यामुळे सरकार लोकांच्या उत्पन्नावर आणि संपत्तीवर अवलंबून असते आणि हक्काने लोकांकडून उत्पन्नांचा काही हिस्सा काढून घेते.

सार्वजनिक उत्पन्नाचे (महसुलाचे) स्रोत (Sources of Public Revenue)

सरकारला उत्पन्नाच्या स्रोतांच्या विचार करताना दोन बाबी विशेषत: दिसून येतात. एक बाब म्हणजे, सरकार उत्पादनाच्या कार्यात स्वत: सहभागी होते आणि त्यातून उत्पन्न मिळविते. दुसरी बाब म्हणजे, सरकारला उपलब्ध असलेला वर्ग असतो. या वर्गाकडून सरकारला फार मोठे उत्पन्न मिळते. सरकारच्या दृष्टीने बहुतेक स्रोत याच वर्गात समाविष्ट असतात. कर, शुल्क इत्यादींचा समावेश या वर्गात केला जातो. या दुसऱ्या स्रोतावरच सरकारचे लक्ष केंद्रित होत असते. पहिल्या बाबीकडे लक्ष केंद्रित केलेले नव्हते.

देशातील स्रोत उत्पादन कार्यात सहभागी झाले तर, त्यापासून सरकारला उत्पन्न मिळते. सरकारने स्वत:च जर उत्पादनात स्रोतांचा उपयोग केला, तर सरकारला त्यापासून उत्पन्न मिळते अथवा ते स्रोत खासगी उत्पादकांना उपलब्ध करून दिले तर त्यापासून मोबदला मिळू शकतो. जर उत्पादक स्रोतांचा खासगी उत्पादकांना पुरवठा केल्यास सरकारला खंड, व्याज, शुल्क, लाभ इत्यादी उत्पन्न मिळते. देशातील जमीन व नैसर्गिक स्रोत सरकारच्याच मालकीचे असते. हे स्रोत सरकार वापरू शकते आणि जर सरकार हे स्रोत स्वत: वापरत नसेल, तर ते खासगी उद्योगांना हस्तांतरीत करू शकते. त्या मोबदल्यात सरकार व्यक्तीकडून अथवा संस्थांकडून खंड अथवा इतर प्रकारचा मोबदला घेऊ शकते. परंतु हे उत्पन्न जास्त नसते. आधुनिक काळात अनेक लोकांना श्रमाच्या साहाय्याने वेतनाच्या रकमेत उत्पन्न मिळते. लोकांना मिळणाऱ्या या वेतनाच्या स्वरूपातील उत्पन्न सरकारला मिळू शकत नाही. कारण श्रमिकांना मिळणारे वेतन हे त्यांचे खासगी उत्पन्न असते; त्यावर सरकारचा कोणताही हक्क नसतो. सरकारी कामगारांना दिलेले वेतन हे सरकारचा खर्च असते. त्यामुळे देशातील श्रमिक वर्गापासून सरकारला उत्पन्न मिळत नाही.

सरकारला व्याजाच्या स्वरूपात उत्पन्न मिळते. परंतु हे उत्पन्न अतिशय कमी असते. सरकारला स्वत:च्या व्यापारी आणि औद्योगिक क्षेत्रापासून उत्पन्न मिळते. देशातील सर्व उपक्रम खासगी क्षेत्रानेच चालवावेत असा आग्रह धरला जातो. परंतु काही उपक्रम चालवण्यासाठी खासगी क्षेत्र पुढे येत नाही, ते उपक्रम सरकार चालवते. अशा उपक्रमांपासून सरकारला फारसा फायदा होत नाही; कारण हे उपक्रम व्यावसायिक

पद्धतीने केले जात नाहीत. परंतु काही उपक्रम सरकार व्यावसायिक पद्धतीने चालवू शकते. मात्र, सरकारने नफा मिळवावा की जनतेला रास्त भावात माल व सेवा पुरवून कल्याण साधावे याबाबत वाद निर्माण होतो. काही उपक्रम सरकार व्यावसायिक पद्धतीने चालविते. परंतु त्यातून नफा किती होतो हा प्रश्नच आहे. या उपक्रमांचे व्यवस्थापन कुशलतेने व कार्यक्षमतेने केल्यास फायदा मिळू शकतो. त्यामुळे सरकारला विविध अशा व्यावसायिक व औद्योगिक उपक्रमांपासून एकूण मिळणारे उत्पन्न फार कमी असते.

वरील विश्लेषण खासगी उद्योगांना महत्त्व दिल्यास अशाच अर्थव्यवस्थांना वरील विश्लेषण लागू होते. साम्यवादी अर्थव्यवस्थेत सर्व उद्योग सरकारी क्षेत्रात असतात. खासगी क्षेत्र अस्तित्वात नसते. अशा वेळी सरकारला स्वत:च्या उपक्रमातून मोठ्या प्रमाणात उत्पन्न मिळते. परंतु मिश्र अर्थव्यवस्थेत खासगी उद्योगांना अधिक स्थान दिले जाते. त्यामुळे सरकारला स्वत:च्या उद्योगातून कमी उत्पन्न मिळते. जगात काही थोडे देश सोडल्यास सर्वच देशात मिश्र अर्थव्यवस्था दिसून येते. या देशात सरकारी उपक्रमांपासून मिळणाऱ्या उत्पन्नाचे एकूण उत्पन्नाशी असलेले प्रमाण अतिशय कमी असते.

वरील विश्लेषणावरून असे दिसून येते की, सरकारच्या मालकीच्या उपक्रमांपासून सरकारला फारसे उत्पन्न मिळत नाही. तसेच सरकारी मालकीची उत्पादन साधने खासगी उपक्रमांच्या साहाय्याने सरकारी कामात उपयोगात आणली तरी सरकारला पुरेसे उत्पन्न मिळत नाही. त्यामुळे सरकारला या स्रोतांवर अवलंबून राहता येत नाही आणि त्यासाठी इतर पर्यायी क्षेत्रांचा विचार करावा लागतो. हे स्रोत खासगी संस्थेला अथवा व्यक्तीला वापरता येत नाहीत. या स्रोतांमध्ये कर व कर–सदृश्य इतर स्रोतांचा समावेश होतो.

सार्वजनिक उत्पन्नाच्या विश्लेषणात 'कर' या स्रोताला जास्त महत्त्व देण्यात येते. करांमुळे अधिक उत्पन्न मिळते, त्यामुळे करांना महत्त्व प्राप्त झाले आहे. सरकार आपल्या उत्पन्नासाठी करांवरच मुख्यत: अवलंबून असते. सरकार जेव्हा जेव्हा उत्पन्न वाढविण्याचा प्रयत्न करते तेव्हा तेव्हा करांचाच आधार सरकारला घ्यावा लागला आहे. सरकार नव्या कराची निर्मिती आणि जुन्या करात वाढ करून उत्पन्न मिळविते. सरकार आपला वाढता खर्च भागविण्यासाठी कराचाच मोठ्या प्रमाणात अवलंब करते. हे सध्या दिसून येते त्यावरून 'कर' या स्रोताचे महत्त्व दिसून येते. त्यामुळे कराचा प्रथम विचार करणे महत्त्वाचे ठरते.

सरकारच्या उत्पन्नाचे दोन मार्ग आहेत – (१) करापासून मिळणारे उत्पन्न

आणि (२) बिगरकरापासून किंवा करेतर उत्पन्न. केंद्र सरकारच्या अंदाजपत्रकाचे दोन भाग असतात. एक म्हणजे 'महसुली अंदाजपत्रक' व दुसरे म्हणजे 'भांडवली अंदाजपत्रक' महसुली अंदाजपत्रकात महसुली जमा व महसुली खर्च यांचा समावेश होतो; तर भांडवली अंदाजपत्रकात भांडवली बाबींपासून मिळणारे उत्पन्न आणि भांडवली बाबींवरील खर्चाचे अंदाज समाविष्ट केलेले असतात.

महसुली अंदाजपत्रकात महसुली जमेच्या बाबी दोन गटांत समाविष्ट केल्या जातात- कर महसूल व करेतर महसूल / उत्पन्न.

१) कर उत्पन्नात प्राप्तीकर, निगमकर, संपत्तीकर, भांडवली व्यवहारातील कर, वस्तू व सेवांवरील कर, आयात-निर्यात कर इत्यादी प्रत्यक्ष-अप्रत्यक्ष करांचा समावेश होतो.

२) करेतर महसुलात / उत्पन्नात राज्यवित्तीय व अन्य सेवा सरकारी, औद्योगिक प्रकल्पांचा फायदा, व्याजाच्या रूपाने मिळणारे उत्पन्न, लाभांश व नफा इत्यादी.

थोडक्यात, सरकारचे उत्पन्न मिळविण्याचे कर हे महत्त्वाचे साधन आहे त्यामुळे करांच्या संदर्भात अभ्यास महत्त्वाचा ठरतो.

कर (Tax)

आजच्या काळात उत्पन्न मिळवून देणारा महत्त्वाचा स्रोत म्हणजे 'कर' होय. कर फक्त सरकारच लादू शकते. सरकार आपली सामाजिक आणि आर्थिक उद्दिष्टे साध्य करण्यासाठी कराचा वापर करते. त्यामुळे करांच्या अभ्यासाला विशेष महत्त्व प्राप्त होते. करांच्या संकल्पनेत कालपरत्वे अनेक बदल झालेले आहेत उदा. वस्तू व सेवा कर (जीएसटी) आणि कराची संकल्पना विकसित होत गेली आहे. पूर्वीच्या काळात अर्थशास्त्रज्ञ नागरिकांनी सरकारला सरकारी सेवांबद्दल दिलेला मोबदला असे कराबाबत समजत असे.

मॉन्टेक्स यांच्या मते, 'नागरिक सरकारला कर म्हणून आपल्या संपत्तीचा काही भाग देत असे; कारण त्याला आपल्या संपत्तीचा उपभोग बिनधोक घ्यायचा असतो.' म्हणजेच संपत्ती बाबत त्याला सुरक्षितता हवी असते तर ब्लॉक स्टोन यांच्या मते, 'सरकारला कराच्या रूपाने संपत्तीतील काही भाग सरकारला देऊन त्या मोबदल्यात इतर संपत्तीचा वापर करण्यास त्याला खात्री मिळत होती.'

या दोन्ही संकल्पनांवरून असे दिसून येते की, कराचे 'लाभ' हेच तत्त्व दिसून येते. सनातनवादी अर्थशास्त्रज्ञांचासुद्धा थोड्याफार फरकाने असाच दृष्टिकोन दिसून येतो.

आधुनिक अर्थशास्त्रज्ञांनी कराची संकल्पना थोडी वेगळी मांडली आहे. कराच्या

संदर्भात विविध व्याख्यांवरूनसुद्धा त्याची कल्पना येते. प्रा. बॅस्टेबल यांच्या मते, 'व्यक्तीने वा संस्थेने स्वत:च्या संपत्तीचा सरकारच्या सेवेसाठी दिलेला सक्तीचा भाग होय.' या विचारात त्यांचा लाभ-तत्त्व असा आधार नाही. कर हा सेवेसाठी दिला जातो असा आधार नाही. तर सेलिग्मन यांच्या मते, 'कर हा व्यक्तीकडून सक्तीने घेतला जातो आणि त्याचा उपयोग सर्वांच्या हितासाठी केला जातो. त्याचा उपयोग वैयक्तिक फायद्यासाठी केला जात नाही' असे त्यांचे मत होते. तर टॉर्सिंग यांच्या मते, 'करदाता व सरकार यांच्यामध्ये प्रत्यक्षपणे जशासतसे हा नियम दिसून येत नाही.' यावरून असे दिसून येते की, कर हे इतर स्रोतांपासून वेगळे आहेत. करदाता व सरकार यांच्यामध्ये कोणताही करार झालेला नसतो. त्यामुळे जेवढा कर दिला असेल तेवढ्या किमतीच्या सेवा अथवा लाभ अथवा वस्तू त्या व्यक्तीला मिळत नाहीत. म्हणजेच येथे कोणत्याही प्रकारचा लाभ अभिप्रेत नाही असे स्पष्ट होते.

डाल्टन यांच्या मते, 'कर हे सक्तीचे देणे असून त्याचा सममूल्य सेवेशी काहीही संबंध नसतो.' तसेच त्यांच्या मते, 'कर हा कोणत्याही गुन्ह्यासंदर्भात लावलेला दंड नसतो.' या सर्व व्याख्यांवरून आणि मतांवरून असे दिसून येते की, कर हा मूल्य, शुल्क आणि दंड या तिन्ही स्रोतांपेक्षा वेगळा आहे. सेलिग्मन आणि डाल्टन यांचे विचार आणि व्याख्या या आधुनिक काळातील प्रातिनिधिक समजल्या जातात. त्यावरून कराबाबत 'आधुनिक दृष्टिकोन' दिसून येतो.

शुल्क (Fees)

सरकार समाजाला विविध प्रशासकीय सेवा देते. त्या सेवांचा खर्च अंशत: भरून काढण्यासाठी शुल्क आकारले जाते. शुल्क हा सरकारचा उत्पन्नाचा एक मार्ग आहे. शुल्क हे ऐच्छिक देणे असते. ज्या व्यक्तीला एखादी विशिष्ट सेवा हवी असेल त्याने शुल्क देऊन ती प्राप्त करावी. शुल्क न दिल्यास ती सेवा मिळत नाही. उदा. ज्यांना आरोग्य सुविधेचा लाभ घ्यावयाचा आहे, त्यांना शुल्क द्यावे लागते. या सेवेचा लाभ घ्यावयाचा की नाही हे त्या व्यक्तीवर अवलंबून असते. मात्र, हे शुल्क अनिवार्य असते. विशिष्ट सेवा घेण्यासाठी व्यक्तीला शुल्क द्यावेच लागते. उदा. विवाहाची नोंदणी ही अनिवार्य केलेली आहे, त्यामुळे विवाहाची नोंदणी करण्यासाठी शुल्क हे अनिवार्य आहे. तसेच विविध प्रकारचे दस्तऐवज नोंदणीसाठी नोंदणी ही सक्तीचीच केलेली आहे. त्यामुळे नोंदणी शुल्क सक्तीचेच झालेले आहे. तसेच गृहनिर्माण संस्था, सहकारी संस्थांची नोंदणी इत्यादींचा यांत समावेश होतो.

सरकारला आरोग्य शुल्क, नोंदणी शुल्क, परवाना शुल्क, शिक्षण शुल्क इत्यादी अनेक प्रकारच्या शुल्कांपासून उत्पन्न प्राप्त होते.

'शुल्क' आणि 'मूल्य' यामध्ये थोडासा सारखेपणा आहे. शुल्क आणि मूल्य दोन्हीही ऐच्छिक देणीच असतात. शुल्क आणि मूल्य यांचे काही बाबतीत सारखेपणा दिसून येतो. उदा. शासनाच्या शैक्षणिक सुविधेचा लाभ घ्यावयाचा असेल तर शिक्षण शुल्क द्यावे लागते आणि बसने जावयाचे असेल तर बसचे भाडे द्यावे लागते. या दोघांत फरक एवढाच आहे की, शुल्काच्या मोबदल्यात मिळणारी सेवा समाजाच्या कल्याणासाठी केलेली सामाजिक व प्रशासकीय सेवा असते तर मूल्याच्या मोबदल्यात मिळणारी सेवा व्यावसायिक स्वरूपाची सेवा असते.

शुल्क भरून सेवा मिळणारी सेवा सक्तीची होते. तेव्हा शुल्कसुद्धा सक्तीचे देणे असते. अशा वेळी शुल्कसुद्धा कराप्रमाणे अनिवार्य असते; म्हणजेच सेवा घेतल्यानंतर शुल्कसुद्धा द्यावेच लागते. येथे करांप्रमाणे शुल्काच्या रकमेइतका लाभ मिळण्याची खात्री नसते, यावरून कर आणि शुल्क यातील फरक दिसून येतो. 'कर' हे लोकांच्या कल्याणासाठी लावले जातात. शुल्क मात्र विशिष्ट सामाजिक आणि प्रशासकीय सेवेसाठीच लावले जाते. शुल्क देणाऱ्या व्यक्तीलाच विशिष्ट सेवेचा लाभ होतो. तसेच कराचा आणि व्यक्तीला मिळणाऱ्या सेवेच्या लाभाचा काही संबंध नसतो. सेवा हवी असेल तर शुल्क द्यावे लागते. परंतु सेवा मिळाली अथवा न मिळाली तरी कर हा द्यावाच लागतो.

किंमत / मूल्य (Price)

कर आणि शुल्काचा विचार केल्यानंतर सरकारच्या उत्पन्नाचे इतर स्रोत कोणते आहेत त्याचा विचार केल्यास 'मूल्य' या स्रोताला महत्त्व असल्याचे दिसून येते. प्रत्येक देशातील सरकार कोणत्या ना कोणत्या वस्तू व सेवांची निर्मिती करते आणि त्यांची विक्रीसुद्धा करते, त्यासाठी त्यांचे मूल्य ठरविले जाते. त्या वस्तू व सेवांची किंमत ठरवावी लागते. या विक्रीतून सरकारला उत्पन्न मिळते. परंतु हे उत्पन्न व्यावसायिक स्वरूपाचे असते. त्यामुळे विशिष्ट अशा वस्तू वा सेवांची खरेदी करावीच अथवा सेवेची खरेदी सरकारकडून केली तरच मूल्य द्यावयाचे असा अर्थ होतो. हा एक व्यापारी व्यवहार होतो. जर व्यक्तीला सेवा अथवा वस्तूची खरेदी करावयाची नसेल तर मूल्य द्यावे लागणार नाही. मूल्यामध्ये बसचे भाडे, रेल्वेचे भाडे, विजेचे दर, डाक-तार दर, दुधाचे मूल्य इत्यादी मूल्यांचा समावेश होतो. या स्रोतांपासून मिळणारे उत्पन्न आधिक्याचे नसते आणि जरी आधिक्याचे असले तरी त्याला विशेष महत्त्व दिले जात नाही. मूल्य हे ऐच्छिक आहे. कर आणि मूल्याची तुलना केल्यास असे दिसून येते की, 'कर' हे सक्तीचे देणे आहे. ज्यावर ते लादले जाते त्यालाच ते द्यावे लागते. मूल्यात अशी सक्ती नसते. सरकार निर्मित ज्याला वस्तू व सेवा घ्यावयाच्या

असतील त्यांनाच मूल्य द्यावे लागते. मूल्य हे ऐच्छिक असते. एस. टी. अथवा रेल्वेने प्रवास केला नाही तर ऐच्छिक मूल्य द्यावे लागणार नाही. करामुळे लाभ होईलच असे सांगता येत नाही. परंतु मूल्यांचा विचार करता, व्यक्ती वस्तू अथवा सेवांची खरेदी करू शकतो. तुलनात्मकदृष्ट्या खासगी उद्योगातील वस्तूपेक्षा सरकारी उद्योगातून जास्तीतजास्त मोबदला मिळेल अशी उपभोक्त्याची खात्री असते आणि असे झाले नाही तर सरकारला तो जाब विचारू शकतो.

प्रा. टेलर यांच्या मते, 'मूल्य हा व्यावसायिक स्रोत आहे. तो इतर स्रोतांपासून वेगळा आहे. त्याचे वेगळेपण हे त्याच्या प्रत्यक्ष प्राप्तीत असते. मूल्य दिल्यासच वस्तू अथवा सेवेचा लाभ मिळतो. एवढेच नाही तर दिलेल्या पैशांशी वस्तू अथवा सेवेशी पडताळून पाहण्याचा कल असतो. कर आणि मूल्य यांच्यात काहीवेळेस गल्लत होते.' डॉ. डाल्टन यांच्या मते, महापालिका जेव्हा पाणीपट्टी आकारते तेव्हा ती पाणी पुरविण्याची जबाबदारी घेत असते. आज अनेक ठिकाणी मीटर लावून पाणी दिले जाते आणि पाणी मोजून त्याचप्रमाणे पैसे दिले जातात. अशा वेळी पाणीपट्टी ही मूल्यासारखीच असते. जेवढ्या प्रमाणात पाणी घेतले जाते, त्या प्रमाणात पैसे दिले जातात. या ठिकाणी पाणीपट्टी कराच्या प्रकारची नसते. याउलट, जर मीटर न लावताच पाणी दिले तर आणि पाणीपट्टी आकारली तर ती कराच्याच प्रकारची असते.

विशेष आकार

रस्ते, रेल्वे मार्ग, सांडपाण्याची सोय इत्यादी सोयीसुविधा सार्वजनिक सत्तेने केल्या तर त्याचा फायदा समाजाला होतो. त्याचबरोबर त्या भागातील संपत्ती धारकांना विशेष फायदा होतो. त्यामुळे सरकार अशा संपत्तीधारकांकडून सुधारणांच्या खर्चाच्या प्रती सत्तीचे विकास शुल्क वसूल करते. त्यालाच 'विशेष आकार' असे म्हटले जाते. अशा प्रकारचा आकार हा सार्वजनिक सत्तांनी केलेल्या सुधारणांमुळे व्यक्तींच्या संपत्तीची किंमत वाढते. चांगल्या प्रकारच्या रस्त्याच्या कडेला असणाऱ्या घरांची भाडी वाढतात आणि त्यांच्या किमती वाढलेल्या दिसून येतात. त्यामुळे सार्वजनिक सत्तेने केलेल्या सुधारणांमुळे व्यक्तीच्या संपत्तीची किंमत वाढत असते. त्यामुळे सुधारणांच्या खर्चाचा काही भाग वसूल केल्यास काही हरकत नाही. विशेष आकार / निर्धारण हे सत्तीचे देणे आहे. यामध्ये लोकांच्या हितासाठी समाजातील भौतिक संपत्तीची वाढ करणे हाच उद्देश असतो. परंतु सुधारणांचा ज्यांना फायदा होतो त्यांच्याकडून विकास खर्चाचा काही भाग वसूल करण्याचा सरकारचा हेतू असतो.

विशेष आकारामुळे स्थानिक संपत्तीत निश्चितच वाढ होते.

दंड (Fine)

दंड लावण्याचा मुख्य उद्देश म्हणजे व्यक्तीला जरब बसविणे हा असतो. सार्वजनिक नियमांचे पालन न करणाऱ्यांना पैशांच्या स्वरूपात शिक्षा म्हणून जी रक्कम द्यावी लागते तिला 'दंड' म्हणतात. दंड हे सरकारच्या उत्पन्नाचे साधन होऊ शकत नाही. प्रशासनाच्या खर्चाशी दंडाचा काहीच संबंध नसतो. मोठ्या अपराधाला अधिक दंड लावला जातो. कर आणि दंड दोन्हीतील सारखेपणा म्हणजे या दोन्ही साधनात फक्त अनिवार्यता दिसून येते. कराप्रमाणे दंडसुद्धा सक्तीचे देणे असते. दंडामागे शिक्षेचा उद्देश असल्यामुळे दंडाची तीव्रता अधिक असते.

'कर' हा दंडासारखा आणि 'दंड' हा करासारखा बऱ्याचदा झालेला दिसून येतो. यासाठी डॉ. डाल्टन यांनी एक उदाहरण दिले आहे. त्यांच्या मते, एका मोटारवाल्याला वेगाने मोटार चालविल्याबद्दल एक पौंड दंड केला आणि तो विशिष्ट कालावधीत वसूल केला तर हा दंड त्याला कराप्रमाणेच वाटेल. परंतु त्यातील फरक एवढाच की, त्या पेट्रोल ऐवजी हा कर वेगावर लावला असे तो समजेल. परंतु पुढे त्या मोटारवाल्याला जोराने मोटार चालविल्यामुळे त्याला जास्त दंड आकारून शेवटी तुरुंगात टाकले आणि दंड मिळणे बंद झाले तर आधी गोळा केलेली दंडाची संपूर्ण रक्कम दंडातच जमा होईल. ती कर समजली जाणार नाही. अशा रीतीने 'दर' आणि 'कर' यामध्ये सरमिसळ झालेली दिसून येते.

अनुदाने आणि देणग्या

सरकारला अनुदाने व देणग्या स्वरूपात उत्पन्न मिळत असते. लोकांना ही कामे आपली वाटावीत त्यासाठी त्याच्यावरील खर्चाचा भार कमी व्हावा. त्यामुळे सरकार व्यक्तीकडून आणि खासगी संस्थांकडून देणग्या स्वीकारते. हॉस्पिटल्स, शाळा, महाविद्यालये, वाचनालये इत्यादी संस्थांसाठी सरकार देणग्या स्वीकारते. याशिवाय, काही विशेष प्रसंगी लोकांकडून सरकार देणग्या स्वीकारते. उदा. दुष्काळ निवारण फंड, आपत्कालीन प्रसंग, युद्धासाठी इत्यादी देणग्या अपेक्षित असतात. भारताने भारत–पाक युद्धाच्या वेळी सरकारने लोकांकडून अशा देणग्या घेतल्या होत्या. देशभक्ती, दया इत्यादी भावनांना आव्हान केल्यास लोकांकडून सरकारला देणग्या मिळतात.

'अनुदाने' ही सार्वजनिक सत्ता अथवा राज्यांची उत्पन्नाची साधने आहेत. केंद्र सरकार राज्य सरकारांना व राज्य सरकारे स्थानिक स्वराज संस्थांना अनुदाने देतात. 'अनुदाने' ही सामान्य आणि विशेष स्वरूपाची असतात. विशेष अनुदाने विशेष कार्यासाठीच दिली जातात. विकसित देश विकसनशील देशांना विविध प्रकारची मदत देतात; त्यामुळे विकसनशील देशांच्या विकासाला मदत होते. विशेष अनुदाने

कामांसाठीच दिली जातात. उदा. शिक्षण, आरोग्य, महागाई भत्ता, रस्ते बांधणी, सांडपाण्याची व्यवस्था इत्यादी, अशा अनेक कारणांसाठी अनुदाने देण्यात येतात. एखादा देश दुसऱ्या देशाला जी अनुदाने देतात, ती मदत म्हणूनच येतात. विकसित देश विकसनशील देशांना मदत देतात. या मदतीमुळे विकसनशील देशांचा विकास होतो. परकीय मदत सशर्त असते. या शर्ती व अटी उघड सांगितल्या जात नाहीत. जर एखाद्या देशाला मदत करावयाची नसल्यास ती मदत अचानक बंदसुद्धा करतात. तरीसुद्धा मदतीला सार्वजनिक आयव्ययात महत्त्वाचे स्थान आहे.

२.३ कराचा अर्थ, कराचे प्रकार – प्रत्यक्ष कर आणि अप्रत्यक्ष कर – गुण आणि दोष (Meaning of Tax, Types of Taxes, Direct Tax (Indirect Tax - Merits and Demerits)

करांचा अर्थ व व्याख्या (Meaning and Definition of Tax)

उत्पन्न मिळविण्याचा सर्वांत महत्त्वाचा मार्ग म्हणजे 'कर' होय. केंद्र सरकार, राज्य सरकार व स्थानिक स्वराज्य संस्था कर आकारू शकतात. अनेक वर्षांपासून 'कर' संकल्पनेत बदल होत गेलेला आहे. कर आकारण्याचा अधिकार सरकारला असतो; कर हा सक्तीने वसूल केला जातो.

करासंबंधी व्याख्या :

१) 'जनतेच्या कल्याणासाठी सरकार जो खर्च करते तो भागविण्यासाठी सरकार जनतेकडून जी रक्कम घेते त्यालाच 'कर' असे म्हणतात.'

२) प्रो. बॅस्टॅबल यांच्या मते, 'व्यक्ती किंवा संस्था यांच्याकडून सरकारने सक्तीने वसूल केलेली रक्कम म्हणजे कर होय.'

(A tax as a compulsory contribution of the wealth of a person or a body of persons for the service of the public powers - Bastable.)

वरील व्याख्येवरून कराची वैशिष्ट्ये पुढीलप्रमाणे दिसून येतात –

१) कर हे सक्तीचे देणे असते. त्यास पर्याय नसतो.

२) सार्वजनिक खर्च भागविण्यासाठी सरकार जनतेकडून कर्जाद्वारे उत्पन्न मिळविते.

३) व्यक्तीने दिलेला कर आणि सरकारी खर्चामुळे त्या व्यक्तीला होणारा लाभ यामध्ये प्रत्यक्ष आणि प्रामाणिक असा संबंध नसतो.

करामुळे केवळ उत्पन्नच मिळते असे नाही तर अपायकारक वस्तूंच्या सेवनांवर बंदी घालण्यासाठी किंवा समाजातील विषमता कमी करण्यासाठीही करांचा वापर केला जातो.

३) ॲडम स्मिथ यांच्या मते, 'कर म्हणजे राज्यासाठी लोकांनी केलेले योगदान होय.'

४) डॉ. डाल्टन यांच्या मते, 'कर हे सक्तीचे देणे असून त्याचा सममूल्य सेवेशी काही संबंध नसतो.'

कर हा कोणत्याही गुन्ह्याबद्दल लावलेला दंड नव्हे तर तो मूल्य, शुल्क, दंड या तिन्ही साधनांपेक्षा वेगळा आहे.

५) सेलिग्मन यांच्या मते, 'कर म्हणजे विशिष्ट लाभ विचारात न घेता सर्वांच्या हितासाठी खर्च करता यावा म्हणून व्यक्तीकडून सरकारला मिळणारे सक्तीचे अंशदान होय.'

६) फेड्रिक टेलर यांच्या मते, 'कोणत्याही लाभाची अपेक्षा न करता नागरिकांनी सरकारला केलेले सक्तीचे शोधन होय.'

७) 'व्यक्ती, मालमत्ताधारक यांच्याकडून सरकारला मदत व्हावी यासाठी जी रक्कम घेतली जाते.' अशी कराची व्याख्या ऑक्सफर्ड डिक्शनरीमध्ये केली आहे.

विविध अर्थशास्त्रज्ञांनी कराच्या व्याख्यांबाबत केलेल्या विचारांवरून असे दिसून येते की, कर हे सरकारच्या उत्पन्नाचे साधन आहे. मात्र, अलीकडच्या काळात महत्तम सामाजिक हिताचा विचार केला जात आहे. त्यामुळे सरकारला करापासून उत्पन्न मिळाले पाहिजे व समाजाचे हितही साधले पाहिजे ही संकल्पना रूढ होत आहे. करामुळे सरकारला खर्च करता येणे शक्य होते. त्यामुळे कराचा उद्देश सरकारला उत्पन्न मिळवून देण्याबरोबरच समाजाचे कल्याण साधणेही शक्य होते आणि हीच पद्धत आदर्श मानली जाते.

कराचे प्रकार (Types of Taxes)

सरकारचे उत्पन्नाचे अनेक स्रोत असले तरी कर हा महत्त्वाचा उत्पन्नाचा स्रोत आहे. कर अनेक प्रकारचे असतात. करांचे स्वरूप, रचना, कर पद्धती इत्यादीनुसार करांचे प्रकार ठरविण्यात येतात.

१) विशिष्ट कर आणि मूल्यानुसार कर

विशिष्ट कर हा एखाद्या वस्तूचे वजन अथवा दुसऱ्या एखाद्या प्रमाणानुसार आकारण्यात येतो. वसुलीच्या बाबतीत हे कर सरळ व सोयीचे असतात.

मूल्यानुसार कर, हा वस्तूच्या किमतीच्या काही टक्क्यांनुसार आकारण्यात येतो. उदा. विक्रीकर वस्तूच्या मूल्याच्या २ टक्के जकात कर, वस्तूच्या मूल्याच्या ५ टक्के इत्यादी मूल्यानुसार हे कर वस्तूच्या किमतीवर आकारलेले असतात. या कराच्या

वसुलीसाठी खर्च जास्त येतो, तसेच खोट्या पावत्यांच्या आधारे कर चुकविण्याचा प्रयत्न केला जातो.

२) प्रगतिशील, प्रमाणशीर आणि प्रतिगामी कर (Progressive, Proportional and Regressive Taxes)

प्रगतिशील कर : हा कर उत्पन्नाच्या वाढीबरोबर वाढत्या दराने आकारण्यात येतो. या करात कर आकारणीसाठी आधार म्हणजे व्यक्तीचे उत्पन्न असते. या पद्धतीत जसजसे व्यक्तीचे उत्पन्न वाढत जाईल; त्या प्रमाणात करांचे दर वाढविले जातात. म्हणजेच वाढत्या उत्पन्नाबरोबरच करांचे दरसुद्धा वाढतात. उदा. २ लाख ५० हजार रुपयांपर्यंत कर माफ; २ लाख ५० हजार ते ५ लाख रुपये उत्पन्नांवर १० टक्के कर ५००००१ ते १० लाख रुपये उत्पन्नावर २० टक्के कर त्यानंतर ३० टक्के कर, अशा प्रकारचे कर आकारले जातात. या करात उत्पन्नगट जितका वरचा तितका कराचा दरही जास्त असतो. सध्या या उत्पन्न कराला अधिक महत्त्व प्राप्त झाले आहे.

प्रमाणशीर कर : 'प्रमाणशीर कर' पद्धतीत समाजातील सर्व उत्पन्न गटातील करदात्यांसाठी कराचा दर समान अथवा सारखाच असतो. करदात्याला आपल्या उत्पन्नाच्या प्रमाणात एकूण कर द्यावा लागतो. उदा. कराचा दर उत्पन्नाच्या १० टक्के असेल तर ५०,००० रुपये उत्पन्न असणाऱ्या व्यक्तीला ५००० रुपये कर भरावा लागेल. १ लाख रुपये उत्पन्न असणाऱ्या व्यक्तीला १० हजार रुपये कर भरावा लागेल. या पद्धतीमध्ये उत्पन्नात वाढ अथवा घट झाली तरीही कर आकरणीचा दर सारखाच असतो व सर्व करदात्यांसाठी हा दर सारखाच असतो. कराचा दर सर्वांना सारखाच असल्याने श्रीमंतांना फायदा होतो; गरिबांना फायदा होत नाही. त्यामुळे समाजात विषमता वाढत जाते.

प्रतिगामी कर : प्रतिगामी कर म्हणजे उत्पन्नाच्या वाढीबरोबर कर आकरणीचा दर कमी होत जातो. या कर पद्धतीत कमी उत्पन्नावर अधिक दराने व अधिक उत्पन्नावर कमी दराने कर आकारला जातो. उदा. १ लाख उत्पन्नावर १० टक्के कर आकारला जातो; म्हणजेच १०,००० रुपये कर भरावा लागेल. २ लाख रुपये उत्पन्न असणाऱ्याला ८ टक्के कर असेल, तर त्या व्यक्तीला १६,००० रुपये कर भरावा लागेल. या कर आकारणीमुळे समाजात विषमता वाढण्यास मदत होईल. या कर आकारणीचा फारसा वापर होत नाही.

३) एककर व बहुकर पद्धती

एकाच वस्तूवर कर लावला असेल तर त्याला 'एककर पद्धती' असे म्हणतात.

अनेक वस्तुंवर कर लावले असतील तर ती 'बहुकर पद्धती' होय. बहुकर पद्धत ही सध्या प्रचलित आहे.

४) मूल्यवर्धित कर (व्हॅट) – (Value addded Tax)

मूल्यवर्धित कर हा उत्पादनापासून ते किरकोळ विक्रीच्या टप्प्यापर्यंत विविध अवस्थांच्या स्तरावर आकारला जातो. 'व्हॅट' हा कर वस्तू व सेवेच्या मूल्यवृद्धीवर अवलंबून असतो. वस्तू विक्रीच्या प्रत्येक टप्प्यावर मूल्यवर्धनावर व्हॅट आकारला जातो. तसेच हा कर नोंदणीकृत विक्रेत्याच्या वस्तू विक्रीच्या प्रत्येक टप्प्यावर आकारला जातो. मूल्यवर्धित (व्हॅट) हा उत्पादन व विभाजनाच्या प्रक्रियेतील वस्तूंच्या मूल्यवृद्धीवर आकारला जातो; जसे टीव्हीच्या विक्रीवर कर आकारण्यासाठी टीव्ही उत्पादनाच्या टप्प्यावर, घाऊक विक्रीच्या टप्प्यावर, किरकोळ विक्रीच्या टप्प्यावर किंवा ग्राहकाला वस्तू विकण्याच्या शेवटच्या टप्प्यावर तो आकारला जातो. प्रत्येक टप्प्यातील मूल्यवृद्धीची बेरीज म्हणजे वस्तूची अंतिम किंमत असते.

तसेच, वस्तूचे उत्पादन आणि विभाजन या प्रक्रियेतील प्रत्येक टप्प्यावर आकारल्या जाणाऱ्या कराची एकूण रक्कम ही अंतिम वस्तूवर एकाचवेळी आकारल्या जाणाऱ्या कराच्या रकमेएवढी असते.

उदा. समजा एका व्यवसाय संस्थेला एक लाख एवढे विक्री करून उत्पन्न मिळाले असून त्याचा त्या उत्पादनासाठी खर्च ६०,००० हजार रुपये इतका असेल व व्हॅटचा दर १२ टक्के असेल तर ती व्यवसाय संस्था किती कर भरेल?

विक्री उत्पन्न = १,००,०००

उत्पादनावरील खर्च = ६०,०००

व्यवसाय संस्थेची झालेली मूल्यवृद्धी = ४०,०००

व्हॅट (१२%) = ४,८००

या पद्धतीला खर्च वजावट पद्धत म्हटले जाते.

करांचे वर्गीकरण प्रत्यक्ष कर आणि अप्रत्यक्ष कर अशा दोन प्रकारात केले जाते. कराघात कोणावर पडतो व कराचा भार कोणाला सहन करावा लागतो, यावरून कराचे प्रत्यक्ष कर आणि अप्रत्यक्ष कर असे वर्गीकरण केले जाते.

५) प्रत्यक्ष आणि अप्रत्यक्ष कर (Direct & Indirect Taxes)

प्रो. बुलक यांच्या मते, 'उत्पादनावर लावलेला कर प्रत्यक्ष कर होय तर उपभोगावर लावलेला कर म्हणजे अप्रत्यक्ष कर होय.' म्हणजेच उत्पन्नावर लावलेला

कर हा प्रत्यक्षकर तर खर्चावर लावलेला कर हा अप्रत्यक्ष कर होय. तसेच प्रो. ए. आर. प्रेस्ट यांच्या मते, 'जो कर उत्पन्नाच्या प्राप्तीवर लावला जातो त्याला प्रत्यक्ष कर म्हणतात तर जो कर उत्पन्नाच्या खर्चावर लावला जातो तो अप्रत्यक्ष कर होय.' यानुसार आयकर, लाभकर, भांडवलीलाभ कर इत्यादी प्रत्यक्षकर होत तर उत्पादन कर, विक्रीकर इत्यादी हे अप्रत्यक्ष कर होत.

प्रत्यक्ष कर आणि अप्रत्यक्ष कर – गुण आणि दोष (Direct Tax & Indirect Tax - Merits & Demerits)

प्रत्यक्ष कर : प्रा. मिल यांच्या मते, 'ज्या व्यक्तीने कर भरावा अशी अपेक्षा असते त्या व्यक्तीकडून वसूल केला जातो, तो कर होय.' प्रा. डाल्टन यांच्या मते, 'प्रत्यक्ष कर म्हणजे ज्या व्यक्तीने कायद्यानुसार कर भरणे आवश्यक असते, त्या व्यक्तीकडून भरला जातो. उदा. उत्पन्न कर, मूल्य शुल्क इत्यादी कर ज्या व्यक्तीने कायद्यानुसार भरणे आवश्यक असते. ती व्यक्ती हा कर भरते.' थोडक्यात, कराघात आणि करभार हा एकाच व्यक्तीवर पडतो तो 'प्रत्यक्ष कर' होय. सर्वसाधारणपणे उत्पन्नावरचे कर हे 'प्रत्यक्ष कर' ठरतात. भारतात प्रत्यक्षकरात प्राप्तिकर, मालमत्ताकर, संपत्तीकर, देणगीकर, महामंडळकर, नफ्यावरील कर, जमीन महसूल इत्यादींचा समावेश होतो. हे कर विशिष्ट व्यक्तीलाच भरावे लागतात; हे कर दुसऱ्यावर ढकलू शकत नाही.

प्रत्यक्ष कराचे फायदे अथवा गुण

१) **काटकसरीपणा :** प्रत्यक्ष कर वसुलीचा खर्च खूपच कमी असतो; कारण हे कर प्रत्यक्ष व्यक्ती सरकारी खजिन्यात भरते. त्यामुळे प्रत्यक्ष कर मितव्ययता अथवा काटकसरीपणा या कसोटीवर आधारलेले असतात.

२) **निश्चितता :** प्रत्यक्ष कर हे निश्चित स्वरूपाचे असतात. प्रत्यक्ष करदात्यास किती कर भरावयाचा आहे याची निश्चित माहिती असते. तसेच सरकारलासुद्धा या प्रकारच्या करापासून निश्चित किती उत्पन्न मिळेल याची माहिती असते.

३) **समता :** प्रत्यक्ष कर हे जर प्रगतशील असतील तर ते समतातत्त्वावर आधारलेले असतात; कारण ते प्रगतशील असल्याने ते श्रीमंत जनतेवर जास्त प्रमाणात पडतात. त्यामुळे ते योग्य प्रकारचे आहेत; गरिबांना ते कमी भरावे लागतात. त्यामुळे श्रीमंत व गरीब यांच्यातील तफावत कमी होते. परिणामत: विषमता कमी होते.

४) **क्षमता :** प्रत्यक्ष करांची आकारणी क्षमतातत्त्वावर आधारलेली असते. व्यक्तीच्या

उत्पन्नावाढीनुसार प्रत्यक्ष कराचे दर वाढत जातात; त्यामुळे हे कर न्याय्य कर आहेत असे समजले जाते.

५) **लवचिकता :** प्रगतशील प्रत्यक्ष कर लवचीक स्वरूपाचे असतात. गरजेनुसार करांपासून मिळणारे उत्पन्न वाढविता अथवा कमी करता येते. प्रत्यक्ष कर वाढविल्यास सरकारचे उत्पन्न वाढते. याउलट, दर कमी केल्यास उत्पन्न कमी होते.

६) **उत्पादक :** प्रत्यक्ष कर हे 'उत्पादक' स्वरूपाचे असतात. समाजाची जेव्हा संख्यात्मक आणि भरभराटीत वाढ होते तेव्हा प्रत्यक्ष कराच्या उत्पन्नातही आपोआपच मोठी वाढ होते. सरकारच्या करवसुलीत प्रत्यक्ष कराचा मोठा हिस्सा असतो असे दिसून येते.

७) **नागरिकत्वाची जाणीव :** प्रत्यक्ष करामुळे जनतेस नागरिकत्वाची जाणीव वाढीस लागते; कारण प्रत्यक्ष कराचा भार करदात्यांना सहन करावा लागतो. त्यामुळे लोक सरकारच्या कर आकारणीच्या पद्धतीचा चिकित्सक रीतीने अभ्यास करण्यास प्रवृत्त होतात. तसेच या आकरणीमुळे उत्पन्नाचा खर्च कशा प्रकारे केला जातो हेही जाणून घेण्यास उत्सुक असतात. लोकशाही अर्थव्यवस्थेत ही जाणीव महत्त्वाची आहे; कारण ती सरकारच्या उधळपट्टीवर मर्यादा आणू शकते; अशा व्यक्तींचे वर्तन जबाबदार नागरिकांच्या स्वरूपाचे असते.

प्रत्यक्ष करांमधील उणिवा अथवा दोष पुढीलप्रमाणे सांगता येतात–

१) **गैरसोयीचे कर :** प्रत्यक्ष कर एका दृष्टीने गैरसोयीचे असतात; कारण करदात्यांना आपले उत्पन्न, संपत्ती, उत्पन्नाचे विविध मार्ग इत्यादी बाबतची खात्रीशीर माहिती सरकारला सादर करावी लागते. शिवाय हे कर करदात्यास एकरकमी भरावे लागतात, त्यामुळे ते गैरसोयीचे ठरतात. जेव्हा अशी माहिती पुरविणे कठीण बनते तेव्हा कर सल्लागारांची मदत घेणे भाग पडते.

२) **कर चुकवण्याच्या प्रवृत्तीत वाढ :** प्रत्यक्ष कर हे व्यक्तीच्या प्रामाणिकपणा- वरचा कर समजला जातो. प्रामाणिक करदाते हे कर चुकवित नाहीत. परंतु अनेक व्यक्ती हे कर चुकविण्याचा प्रयत्न करतात. त्यासाठी लबाडीच्या व्यवहारांचा वापर केला जातो. बऱ्याचवेळा करदाता आणि कर वसुली करणारे अधिकारी यांच्यात प्रत्यक्ष संबंध येतो. सरकारी अधिकारी व कर सल्लागार प्रत्यक्ष कर कसा चुकविता येईल याचा सल्ला देतात. त्यामुळे करदात्याकडून खऱ्या माहितीऐवजी उत्पन्न, मालमत्ता, गुंतवणूक इत्यादीविषयी खोटी माहिती पुरविली जाते, त्यामुळे कर चुकविण्याचा प्रवृत्तीत वाढ होते.

३) **जनतेचा विरोध :** प्रत्यक्ष कर बऱ्याचदा अधिक दराने आकारले जातात. त्यामुळे या कराला विरोध केला जातो. लोकांमध्ये या कराविषयी असंतोषाची भावना निर्माण होते. हे कर करदात्यांना भरावेच लागतात. त्याचा बोजा दुसऱ्यांवर ढकलता येत नाही; त्यासाठी त्यांना मोठा त्याग करावा लागतो म्हणून या करांना लोक विरोध करतात.

४) **अन्यायाची शक्यता :** अनेक लोकांकडून ते वसूल करता येत नाहीत तसेच समाजातील, जनतेतील विविध गटांच्या उत्पन्नाचा तंतोतंत अंदाज करणे कठीण काम असते. त्यामुळे सर्व गटांवर योग्य प्रमाणात करांचा बोजा विभागला जाणे शक्य होत नाही; तसेच प्रत्यक्ष कराचे दरसुद्धा अनुमानावर आधारलेले असतात. कित्येक वेळेस ते करदात्याची क्षमता लक्षात न घेताच ठरविले जातात.

५) **अप्रेरणात्मक :** प्रत्यक्ष करांचे दर अधिक असतील तर ते बचत आणि गुंतवणुकीबाबत प्रेरणा निर्माण करू शकत नाहीत. त्यामुळे बचत आणि गुंतवणूक कमी होते. त्याचा विपरीत परिणाम अर्थव्यवस्थेवर होतो.

६) **काळ्या पैशांत वाढ :** प्रत्यक्ष कराचे दर जास्त असतील तर कर चुकविण्याची प्रवृत्ती वाढत जाते त्यातून देशात काळा पैसा वाढत जातो.

अप्रत्यक्ष कर : 'अप्रत्यक्ष कर' म्हणजे एखाद्या व्यक्तीवर कर आकारल्यानंतर ती व्यक्ती दुसऱ्याकडून कर वसूल करून भरेल अशी अपेक्षा केली जाते 'तो कर' होय. उदा. वस्तुंवरील कर, साखर, तंबाखू, पोलाद इत्यादीवरील उत्पादकांवर आकारला असला तरी तो ग्राहकांकडून किमतीत वाढ करून भरलेला कर वसूल केला जातो. थोडक्यात, अप्रत्यक्ष करात बोजा एका व्यक्तिवर असतो तर कर भरण्याची जबाबदारी दुसऱ्या व्यक्तीवर पडते. भारतात वस्तू व सेवाकर (जीएसटी) १ जुलै २०१७ पासून लागू केला आहे.

अप्रत्यक्ष कराचे गुण

१) **सोईस्कर :** अप्रत्यक्ष कर करदात्यांना व सरकारला सोयीचे असल्याचे दिसून येते. ग्राहक अथवा करभार उचलणाऱ्या व्यक्तींना हा कर वस्तुच्या किमतीत समाविष्ट असल्यामुळे वरचेवर आणि थोड्या प्रमाणात द्यावा लागतो, त्यामुळे त्याचा भार जाणवत नाही; तसेच हे कर उत्पादक आणि आयात करणाऱ्या व्यक्तीकडून वसूल केले जात असल्याने सरकारलाही सोयीचे ठरतात.

२) **विस्तृत व्याप्ती :** अप्रत्यक्ष कर विविध वस्तूंवर व अनेक व्यक्तींवर आकारले जातात; म्हणून त्यांचा पाया व व्याप्ती विस्तृत प्रमाणावर असते, हे कर श्रीमंत

आणि गरीब आणि आयात करणाऱ्या व्यक्तींकडून वसूल केले जात असल्याने सरकारलाही सोयीचे ठरतात.

३) **कर चुकविणे अवघड :** अप्रत्यक्ष कर हे वस्तूच्या किमतीतच समाविष्ट केलेले असल्यामुळे ते चुकविता येत नाहीत. परंतु प्रत्यक्ष व्यवहारात खोटे हिशोब ठेवणे, काळाबाजार इत्यादी मार्गांनी हे कर चुकविण्याचा प्रयत्न केला जातो, असे दिसून येते.

४) **वसुली खर्च कमी :** प्रत्यक्ष करांच्या तुलनेत अप्रत्यक्ष करांच्या वसुलीसाठी येणारा खर्च अत्यंत कमी असतो.

५) **उत्पादक :** अप्रत्यक्ष कर अधिक उत्पादक असल्याचे दिसून येते; कारण लवचीक मागणी असणाऱ्या वस्तूंवर जास्त दराने कर आकारणे सरकारला शक्य होते; त्यामुळे सरकारला अपेक्षित उत्पन्न मिळते.

६) **करदात्याची सोय :** अप्रत्यक्ष कर वस्तूच्या किमतीत समाविष्ट केले जातात. ज्या वेळी वस्तूची खरेदी केली जाते त्या वेळी अप्रत्यक्ष कर भरावा लागतो. कर एकरकमी भरावा लागत नसल्याने अप्रत्यक्ष कर सोयीचा ठरतो.

७) **सामाजिक कल्याणाची बाजू :** ज्या वस्तू अपायकारक आहेत अशा वस्तूंचा उपभोग कमी करण्यासाठी त्यावर अधिक कर आकारला जातो. उदा. अफू, दारू, गांजा, सिगारेट, गुटखा, मादक द्रव्ये इत्यादी वस्तूंच्या उत्पादन व विक्रीवर अधिक कर आकारणे समाजाच्या दृष्टीने चांगले असते.

८) **प्रगतिशील करण्याचा प्रयत्न :** अप्रत्यक्ष कर चैनीच्या वस्तूंवर जादा दराने आकारून व सामान्य जनतेच्या उपभोगास आवश्यक वस्तूंवरील कर माफ करून या करात प्रगतिशीलता साधता येते.

९) **समता :** अप्रत्यक्ष कर चैनीच्या वस्तूंवर जादा दराने आकारून आणि गरीब जनतेच्या उपभोग्य वस्तूंवर कमी दराने आकारून 'समता' या तत्त्वाची अंमलबजावणी करता येते.

१०) **गरीब जनतेच्या सहभाग :** गरीब जनतेस आपल्या कुवतीनुसार सरकारी विकासास हातभार लावण्याची संधी प्राप्त करून देण्याचे 'अप्रत्यक्ष कर' हे एक साधन आहे. समाजातील प्रत्येक व्यक्तीने आपल्या क्षमतेनुसार सरकारला अर्थसाहाय्य करणे आवश्यक असते. हे एक सुयोग्य तत्त्व मानले जाते.

अप्रत्यक्ष कराच्या उणिवा / दोष / त्रुटी पुढीलप्रमाणे सांगता येतात –

१) **प्रतिगामी :** अप्रत्यक्ष करांचा भर श्रीमंत लोकांपेक्षा गरीब जनतेवर जास्त पडत असल्यामुळे हे प्रतिगामी स्वरूपाचे असल्याचे दिसून येते. जीवनावश्यक

व कार्यक्षमतेच्या गरजांसाठी आवश्यक असणाऱ्या वस्तूंवर सारख्याच दराने कर भरावे लागत असल्याने हे कर अन्यायकारक ठरतात. शिवाय ते सम-न्यायाच्या दृष्टीने अयोग्य आहेत असे म्हटले जाते.

२) **अनिश्चितता :** अप्रत्यक्ष करापासून किती प्रमाणात कर उत्पन्नात प्राप्ती होऊ शकेल याचा कर आकारणी करणाऱ्या अधिकाऱ्यांना अंदाज करणे कठीण असते; कारण ज्या वस्तूंवर कर आकारण्यात येतात, त्या वस्तूंची मागणी किमतीशिवाय इतर अनेक घटकांवर अवलंबून असते; अशा वस्तूंची मागणी लवचीक असल्यास कर उत्पन्नात कमी वाढ होते.

३) **खर्चीक :** अप्रत्यक्ष करांच्या वसुलीचा खर्च प्रत्यक्ष करांच्या तुलनेने अधिक असतो; कारण ज्या करांची अंमलबजावणी करण्यासाठी मोठी नोकरभरती करावी लागते. हे कर अनेक लोकांकडून वसूल केले जातात. या करांचे प्रमाण प्रत्येक व्यक्तिमागे अगदी अल्प असते. या सर्व कारणांमुळे अप्रत्यक्ष करांची वसुली ही खर्चीक स्वरूपाची असल्याचे दिसून येते; तसेच अनेकदा लावलेल्या करांपेक्षा जास्त कर उत्पादक आणि व्यापारी वसूल करतात. त्यामुळे ग्राहकांची पिळवणूक होते.

४) **बचत प्रोत्साहन कमी :** अप्रत्यक्ष कर वस्तूंच्या किमतीत समाविष्ट केले जातात. त्यामुळे महाग होतात. जनतेस अशा वस्तुंसाठी जादा खर्च करावा लागत असल्यामुळे बचत करण्यास प्रोत्साहन मिळत नाही व ती कमी होत जाते.

५) **जाणिवेचा अभाव :** अप्रत्यक्ष कर वस्तूंच्या किमतीत समाविष्ट केले जात असल्याने जनतेस आपण किती कर भरला याची माहिती होत नाही, हे कर व्यापारी इत्यादी मध्यस्थाद्वारे वसूल केले जात असल्याने त्यांचा प्रत्यक्ष आघात होत नाही शिवाय ते अल्प प्रमाणात किंवा वरचेवर वसूल केले जात असल्याने त्याचा भारही जाणवत नाही. त्यामुळे करदात्यांना नागरिकत्वाची जाणीव होऊ शकत नाही.

६) **उद्योगांना अपायकारक :** कच्च्या मालावर कर आकारणी केल्यास उत्पादित वस्तूंच्या उत्पादन खर्चात वाढ होते. त्यामुळे उद्योगांची स्पर्धाशक्ती कमी होते.

७) **भाववाढीस चालना :** अप्रत्यक्ष कर हे अर्थव्यवस्थेत भाववाढीस चालना देतात असे दिसून येते. अप्रत्यक्ष कर वाढल्याने उत्पादित वस्तूची किंमत वाढते व त्या वस्तूशी निगडित असलेल्या वस्तूच्या भाववाढीस चालना मिळते. परिणामी, अर्थव्यवस्थेत भाववाढीत भर पडते.

१९९१ नंतर भारतीय कर रचनेत डॉ. राजा जे. चेल्लय्या समितीनुसार सुधारणा केल्या; मात्र, त्यात काही त्रुटीसुद्धा दिसून येतात. त्या त्रुटी प्रत्यक्ष व अप्रत्यक्ष करासंदर्भात वरीलप्रमाणे स्पष्ट केल्या आहेतच. त्या इतर त्रुटी पुढीलप्रमाणे आहेत –

क) **कर महसुलातील त्रुटी :** अंदाजपत्रकामध्ये कर महसूल वाढविणे ही आवश्यक बाब मानली जाते. १९९१ नंतर कर सुधारणात मुख्यत: कराचे दर कमी करून कर महसूल वाढविण्यावर भर आहे; पण आता ही वाढ मुख्यत: देशाच्या आर्थिक विकासावर अवलंबून आहे; म्हणजे कर महसूल वाढविण्यापेक्षा इतर उद्दिष्टांवरच नव्या धोरणाने भर दिलेला आहे.

ड) **कर महसूल जमा करण्यातील त्रुटी :** नव्या कर धोरणाने करांचे दर कमी केले; मात्र, कर उत्पन्न किंवा महसूल वाढविण्यासाठी परिणामकारक उपाय सुचविले नाहीत.

इ) **भाववाढीवर नियंत्रण नाही :** नव्या कर धोरणात भाववाढीकडे पूर्णपणे दुर्लक्ष झालेले दिसते. प्रत्यक्ष कर रचनेवर आणि विशेषत: प्राप्तीकरावर भाववाढीचे विपरीत परिणाम होताना दिसतात. कर आकारणीसाठी उत्पन्नाचे केलेले टप्पे, करात दिल्या जाणाऱ्या सवलती या बाबी भाववाढीमुळे निष्प्रभ होतात. भाववाढ लक्षात घेऊन सरकारने करमुक्त उत्पन्नाचा टप्पा व इतर सवलती शास्त्रीय पद्धतीने ठरविल्या पाहिजेत.

१९९०-९१ नंतर झालेल्या कर सुधारणा चांगल्या व विधायक असल्या तरी त्या परिपूर्ण होण्यासाठी वरील त्रुटी दूर झाल्या पाहिजेत.

२.४ वस्तू आणि सेवा कर – संकल्पना आणि वैशिष्ट्ये : भारतात जीएसटीची गरज (Goods and Service Tax - Concept and Characteristics, Need for GST in India)

अर्थ आणि संकल्पना

'वस्तू व सेवा कर' हा पूर्वीच्या अनेक केंद्र व राज्याच्या अप्रत्यक्ष कराच्या ऐवजी देशात येणारा एकच अप्रत्यक्ष कर आहे. उत्पादनाचे रूपांतर पुरवठ्यात होते त्या पुरवठ्यावर हा कर आकारला जातो.

'प्रत्येक टप्प्यावर मूल्यवर्धनावर हा कर आकारला जातो. परंतु प्रत्येक पुढच्या टप्प्यावर पूर्वीच्या टप्प्यावर आकारलेल्या करासाठी सूट आहे. या पद्धतीत करभार अंतिम ग्राहकाने भरावा अशी अपेक्षा आहे.'

१९०५मध्ये कॅनडा देशाने प्रायोगिक तत्त्वावर जीएसटी आकारण्याचा प्रयत्न केला. तर १९५४मध्ये फ्रान्स या देशाने जीएसटीची अंमलबजावणी सुरू केली. सध्या

जगात १६० देशांनी जीएसटीची अंमलबजावणी केलेली आहे. भारतात १ जुलै २०१७ पासून जीएसटीची अंमलबजावणी झालेली आहे. यामध्ये १२०० वस्तू व ५०० सेवांचा समावेश केलेला आहे.

भारतात स्वातंत्र्यानंतर सर्वांत मोठी कर सुधारणा म्हणून 'वस्तू व सेवा कर' ही करप्रणाली ओळखली जाते. एक (अप्रत्यक्ष) कर, एक देश व एक बाजारपेठ अशी वस्तू व सेवा कराची अंमलबजावणी सुरू झाली.

वस्तू व सेवा कराचे संक्षिप्त नाव 'जीएसटी' (Goods and Service Tax) असे इंग्रजी नाव आहे. जीएसटी (GST) हा वस्तू किंवा सेवा खरेदीसाठी ग्राहकांवर लादलेला कर आहे.

वस्तू व सेवा कर (GST) म्हणजे हा एक गंतव्यस्थान आधारित वस्तू आणि सेवा यांच्या उपभोग्यावरील कर आहे. यामध्ये निर्मिती/उत्पादनापासून ते अंतिम उपभोगापर्यंत प्रत्येक टप्प्यावर कर आकारणी करण्याचे प्रस्तावित केले आहे. मागील टप्प्यांवर अदा केलेल्या कराची जमा रक्कम समायोजित करता येईल. सारांश, केवळ वर्धित मूल्यावर कर आकारला जाईल आणि अंतिम उपभोक्ता/ग्राहकाला कराचे ओझे सहन करावे लागेल.

'जीएसटी'पूर्वी दोन प्रकारचे कर, ग्राहकांवर लादले जात होते. प्रत्यक्ष कर आणि अप्रत्यक्ष कर.

प्रत्यक्ष करामध्ये ग्राहकांवरती आयकर, मालमत्ता कर, गिफ्ट कर, संपत्ती कर, महानगरपालिका कर, वारसा कर इत्यादींचा करात समावेश होता. तर अप्रत्यक्ष करात एकूण ३२ प्रकारचे कर समाविष्ट होते जसे उत्पादन शुल्क, विक्री कर, कस्टम शुल्क कर, व्हॅट इत्यादी. सर्व कर रद्द करून एकामध्ये विलीन केले गेले तो एकच कर म्हणजे 'जीएसटी' होय.

हा कर वस्तू आणि सेवांवर लावला जातो. त्याचे सर्वांत मोठे वैशिष्ट्य म्हणजे कोणत्याही एखाद्या वस्तूवरील त्याचा दर संपूर्ण देशात एक समान असेल. म्हणजेच देशाच्या कोणत्याही भागातील ग्राहकांना त्या वस्तूवर समान कर भरावा लागेल.

वस्तू व सेवाकराची (जीएसटी) वैशिष्ट्ये (Characteristics of Good & Service Tax)

वस्तू व सेवा कराची वैशिष्ट्ये : सर्वसाधारणपणे वस्तू व सेवा कराची वैशिष्ट्ये पुढीलप्रमाणे सांगता येतात–

१) वस्तू व सेवा कर देशपातळीवर सार्वत्रिक व एकजिनसी आहे.

२) वस्तू व सेवा कर एकाचवेळी बहुस्तरीय परंतु सहगामी आहे.

३) वस्तू व सेवा कर स्वीकारल्यामुळे कर महसूल घटल्यास केंद्र सरकार घटकराज्यांना वार्षिक १४ टक्के वृद्धीदर गृहीत धरून पहिली पाच वर्षे घटत्या प्रमाणात नुकसान भरपाई देणार आहे.

४) वस्तू व सेवा कर पूर्णपणे मूल्याधारित आहे. (Advalorem).

५) वस्तू व सेवा कराच्या रचनेत आदान कर प्रतिपूर्ती (ITC) व वर्धितमूल्य तत्त्वाचा वापर केला आहे.

६) वस्तू व सेवा कराची वसुली व्यवहाराच्या पातळीलाच म्हणजेच टॅक्स कलेक्टेड ॲट सोर्स (TCS) अशी आहे.

७) वस्तू व सेवा करामुळे केंद्र सरकारचे आठ आणि राज्य सरकारचे नऊ अप्रत्यक्ष कर रद्द होतात.

८) वस्तू व सेवा कराची दर रचना पुरोगामी, बहुस्तरीय आहे. महत्त्वाच्या अत्यावश्यक वस्तू / सेवा करमुक्त आहेत.

९) या कर व्यवस्थेत चुकवेगिरी, किमान कर चुकविणाऱ्यांची आपोआप प्रसिद्धी व काळी यादी होण्याची सोय आहे.

'जीएसटी' कराचे सर्वांत महत्त्वाचे वैशिष्ट्ये म्हणजे कोणत्याही एखाद्या वस्तूवरील त्याचा दर संपूर्ण देशात एक समान असेल. म्हणजेच देशाच्या कोणत्याही भागातील ग्राहकांना त्या वस्तूवर समान कर भरावा लागेल.

भारतातील वस्तू व सेवा कर (जीएसटी) ची गरज (Need for GST in India)

देशात एक मोठ्या करात सुधारणा करण्याची गरज होती. त्यासाठी 'वस्तू व सेवा कर' (जीएसटी) हा कर अपेक्षित होता. राज्याच्या एकत्रित अर्थव्यवस्थेसाठी आणि देशाच्या एकूणच आर्थिक वृद्धीसाठी त्याची गरज होती. भारतात केंद्र आणि राज्य शासनांना वस्तू व सेवा कर (जीएसटी) उत्पादित, निर्मित वस्तूंसाठी लावण्यासाठी महत्त्वाचा होता.

जीएसटीला देशातील सर्वांत मोठी कर सुधारणा म्हणून पाहिले जाते. यामुळे देशातील अर्थव्यवस्था एकत्र येण्याने देशाची एकूण आर्थिक वाढ सुधारेल अशी अपेक्षा आहे.

व्हॅट दर आणि कायदे हे राज्यानुसार वेगवेगळे होते. गुंतवणूकदारांना आकर्षित करण्यासाठी राज्ये करांच्या दरात कपात करत होती त्यामुळे केंद्र व राज्यांच्या महसूलात घट होत होती.

जीएसटी विविध उद्योगांमध्ये पसरलेल्या सर्व राज्यांमध्ये समान कर कायदे आणत होती. पूर्वनिर्धारित आणि पूर्व मंजूर झालेल्या सूत्राच्या आधारे कर केंद्र सरकार आणि राज्य सरकार यांच्यात विभागले जाईल.

याशिवाय जीएसटीमुळे देशभरात वस्तू आणि सेवा एकसमानपणे ऑफर देण्यास सोईचे होईल. कारण यांत कोणताही अतिरिक्त राज्य कर आकारला जाणार नाही. या सर्व बाबींवरून वस्तू व सेवा कराची गरज दिसून येत होती. त्यामुळे भारत सरकारने या कराची अंमलबजावणी १ जुलै २०१७ पासून सुरू केली. 'वस्तू व सेवा कर' (जीएसटी) हा एकच अप्रत्यक्ष कर लागू करण्यात आला. देशभरात एकसमान करप्रणाली असावी असा उद्देश होता. त्यानुसार केंद्र आणि राज्य सरकारद्वारे त्यापूर्वी लागू असलेले अनेक अप्रत्यक्ष कर रद्द करून ही करप्रणाली भारतात लागू केली गेली. जीएसटी लागू करण्यासाठी भारताच्या राज्यघटनेत १२२ वी घटनादुरुस्ती करून नवीन कायदे करण्यात आले. 'गुड्स ॲन्ड सर्व्हिसेस काउन्सिल' ही मध्यवर्ती वैधानिक संस्था जीएसटीचे नियमन करते. केंद्रीय अर्थमंत्री हे या काउन्सिलचे प्रमुख आहेत.

जीएसटी लागू करण्यासाठी ३० जून २०१७ च्या रात्री संसदेचे विशेष अधिवेशन झाले. त्यात राष्ट्रपतींनी मध्यरात्रीच्या सुमारास जीएसटी लागू झाल्याची अधिकृत घोषणा केली. सर्व वस्तू आणि सेवा यांची विक्री, हस्तांतर वस्तूविनिमय, भाड्याने देणे किंवा आयात व्यवहारांवर जीएसटी लागू करण्यात येईल असे प्रसार माध्यमातून यापूर्वीच स्पष्ट करण्यात आले होते.

जीएसटी अंतर्गत १ जुलै २०१७ पासून ० टक्के, ५ टक्के, १२ टक्के, १८ टक्के आणि २८ टक्के असे कर दर ठरविण्यात आलेले आहेत.

२०११ साली माजी पंतप्रधान डॉ. मनमोहन सिंग यांनी सर्वांत आधी 'वस्तू व सेवा' कराचा प्रस्ताव लोकसभेत सादर केला व २०१७ साली पंतप्रधान नरेंद्र मोदी यांच्या काळात त्याची अंमलबजावणी झाली. जीएसटीचे फायदे पुढीलप्रमाणे आहेत–

१) जीएसटी लागू झाल्यानंतर कोणत्याही व्यक्तीला त्याच्या खरेदी, विक्री आणि सेवांसाठी लागणारा कर एक समान असेल.

२) आपण कोणत्याही राज्यात असल्यास, हा कर एक समान असेल.

३) जीएसटीपूर्वी त्या व्यक्तीवर विक्रीकर, व्हॅटकर, करमणूक कर, केंद्रीय विक्रीकर यासारख्या २० टक्क्याहून अधिक कर आकारला जात असे, आणि या करांचे मूल्य केले तर ३० ते ३५ टक्के इतका कर असायचा. जीएसटी नंतर तोच कर फक्त १८ टक्के झाला. थोडक्यात, कर कमी आकारले जाणार होते त्यामुळे जीएसटीची गरज होती.

४) प्रत्येक ठिकाणी समान कर असल्याने कोणतीही कंपनी आपले पैसे भारतात गुंतवू शकते. परिणामी, परदेशी कंपन्या आकर्षित होतील. या सर्व बाबींचा विचार करता जीएसटीची गरज होती.

२.५ संकल्पना : कराघात, करभार, करसंक्रमण, करभार पात्रता (Concepts : Impact of Tax, Incidenc of Tax, Shifting of Tax, Taxable Capacity)

कर विभागणी / करभाराच्या संकल्पना पुढीलप्रमाणे आहेत –

'कर' आकारताना सरकार त्या कराचा भार कोणावर पडतो याचा विचार करते. सरकारकडून जेव्हा एखादा कर लावला जातो, त्या वेळी त्याची विशिष्ट प्रक्रिया असते. त्यामध्ये कराघात, करसंक्रमण, करभार या गोष्टींचा समावेश होतो. त्याचे सविस्तर विश्लेषण पुढीलप्रमाणे केले आहे –

अ) कराघात (Impact of Tax)

सरकारने आकारलेल्या कराचा भरणा जी व्यक्ती अथवा संस्था करते; ती कर भरण्यास कायदेशीररीत्या जबाबदार धरली जाते. त्या व्यक्तीवर कराघात होतो. प्रत्यक्ष कराचा आघात हा करदात्यावर होतो. कर भरण्याची कायदेशीर जबाबदारी त्याचीच असते. उदा. प्राप्तीकर भरण्याची जबाबदारी प्राप्तिकरदात्याची असते. तो दुसऱ्यावर प्राप्तिकर भरण्याची जबाबदारी ढकलू शकत नाही. प्राप्तीकराबाबत कराचे संक्रमण होत नाही. त्यामुळे कराघात प्राप्तिकरदात्यावर पडतो व तो करही त्यालाच भरावा लागतो. मात्र, काही करांच्या बाबतीत उदा. वस्तूंवरील कर भरण्याची जबाबदारी विशिष्ट व्यक्तीची असली तरी ती व्यक्ती आपल्यावरील कराचा भार इतर व्यक्तींवर सोपवू शकते. कराचा आघात करदात्यावर कर लावल्यामुळे निर्माण झालेला तात्कालिक परिणाम असतो.

ब) करभार (Incidence of a Tax)

हा करभार त्या व्यक्तीने वस्तूंच्या किमतीत वाढ करून वसूल केल्यास त्या करांचा भार ग्राहकांना सोसावा लागतो. त्यालाच 'करभार' असे म्हणतात. डॉ. डाल्टन यांच्या मते, 'करभार हे कराचे अंतिम विश्रामधाम होय.' करभार हा पैशांत मोजण्यात येतो. सेलिग्मन यांच्या मते, 'अंतिम करदात्यावर कर रक्कम स्थिर होणे म्हणजे करभार होय.' प्रा. डाल्टन यांच्या मते, 'कराची रक्कम भरण्याची ज्याच्यावर अखेरीस जबाबदारी पडते, त्याच्यावर करभार आहे असे म्हणता येते.'

क) कर संक्रमण (Shifting of Tax)

कर दुसऱ्यांवर ढकलण्याच्या प्रक्रियेस 'करांचे संक्रमण' असे म्हणतात. हे संक्रमण पुढे होऊ शकते किंवा मागे होऊ शकते. उदा. कराचे ओझे उत्पादकांकडून घाऊक व्यापाऱ्यांकडे व नंतर किरकोळ व्यापाऱ्यांकडे ढकलले जाते. त्याला पुढे

होणारे संक्रमण असे म्हणतात. याउलट, उत्पादकांकडून कच्च्या मालाचा पुरवठा करणारे व्यापारी व त्यांच्याकडून कच्च्या मालाचे उत्पादन करणाऱ्यांकडे कराचा बोजा ढकलला गेल्यास 'मागे होणारे संक्रमण' असे म्हटले जाते.

ड) करभार पात्रता (Taxable Capacity)

प्रो. फिंडले शिरास यांच्या मते, 'राहणीमान कायम ठेवून एकूण उत्पादन वाढविण्यासाठी आवश्यक असलेल्या किमान उपभोगापेक्षा जादा असणारे उत्पादन म्हणजे करभार पात्रता होय.'

एखाद्या देशातील लोकांची कर भरण्याची जास्तीतजास्त कुवत म्हणजे करभार पात्रता होय. यालाच 'करदेय क्षमता' असेही म्हणतात.

सर जे. स्टॅम्प यांच्या मते, 'जेव्हा फारसा कर भरण्याचा त्रास न अनुभवता समाज सरकारी खर्चासाठी जी महत्तम रक्कम देऊ शकतो; तेव्हा तिला त्या समाजाची करदेय क्षमता असे म्हणतात.'

सर जे. स्टॅम्प यांनी करभार पात्रता मोजण्याचे सूत्र सांगितले आहे. एकूण उत्पादनातून निर्वाहाइतकी रक्कम वजा केली की, उरलेली रक्कम करभार पात्रतेची असते.

प्रा. डाल्टन यांच्या मते, करभार पात्रता दोन प्रकारची असते –

१) निरपेक्ष करभार पात्रता : राहणीमान कायम ठेवून, कोणत्याही प्रकारचा त्रास न अनुभवता, जी रक्कम एखादी व्यक्ती किंवा समाज कराच्या रूपाने देऊ शकते; त्या समाजाची किंवा व्यक्तीची निरपेक्ष 'करभार पात्रता' असते.

निरपेक्ष करभार पात्रता ही संकल्पना संदिग्ध आणि दोषपूर्ण असल्याने ही संकल्पना मागे पडली.

२) सापेक्ष करभार पात्रता : सापेक्ष करभार पात्रतेत दोन व्यक्ती, दोन गट, दोन देश, यांच्यातील तुलनात्मक करभार पात्रतेचा विचार केला जातो. उदा. गरीब वर्गाच्या तुलनेने श्रीमंत वर्गाची करभारक्षमता अधिक असते. करभार पात्रतेची मर्यादाही निश्चित नसते. ती वेगवेगळ्या वेळी, वेगवेगळ्या समाजात किंवा देशांत वेगवेगळी असते.

राज्यांचा विचार करता प्रत्येक राज्यांचा विकास वेगवेगळ्या स्तरावर झालेला असतो. त्यामुळे कोणत्या राज्याने किती कर भरावा हे सापेक्ष करभार क्षमतेवरून ठरते.

करभार पात्रतेचे महत्त्व (Importance)

करभार पात्रतेचे महत्त्व पुढीलप्रमाणे –

१) लोकांची करभार पात्रता समजल्यास युद्धासारख्या स्थितीत लोकांकडून किती कर उत्पन्न गोळा करता येईल याची माहिती मिळते.

२) आर्थिक विकास व नियोजनासाठी साधनसामग्री कामी लावण्यासाठी करभार पात्रतेच्या ज्ञानाचा उपयोग होतो.

३) करभार पात्रतेचा उत्पादन व उपभोगावर प्रतिकूल परिणाम होत असेल तर अनावश्यक कर आकारण्यापासून सरकारला परावृत्त करता येते.

४) करभार पात्रतेचा उपयोग विविध राज्यांवर पडणाऱ्या करभाराची तुलना करण्यासाठी होतो.

५) समतोल प्रादेशिक विकासासाठी करभार पात्रता या संकल्पनेचा उपयोग होतो. तसेच विविध राज्यांत उत्पन्नाची विभागणी करण्यासाठी या संकल्पनेचा उपयोग होतो.

प्रश्न

प्र. १ एका वाक्यात उत्तरे लिहा.

१) सार्वजनिक उत्पन्नाचा अर्थ सांगा.

२) सार्वजनिक उत्पन्नाचे प्रमुख स्रोत कोणते.

३) प्रत्यक्ष कर म्हणजे काय?

४) अप्रत्यक्ष कर म्हणजे काय?

५) वस्तू व सेवा कर म्हणजे काय?

६) कराघात म्हणजे काय?

७) कर संक्रमण म्हणजे काय?

८) करभार पात्रता म्हणजे काय?

९) करभार म्हणजे काय?

प्र. २ टिपा लिहा.

१) सार्वजनिक उत्पन्नाचे स्रोत.

२) करांचे प्रकार.

३) प्रत्यक्ष व अप्रत्यक्ष कराचे गुण.

४) वस्तू व सेवा कर.

५) कराघात व करभार.

प्र. ३ थोडक्यात उत्तरे लिहा.

१) प्रत्यक्ष कराचे दोष सांगा.

२) अप्रत्यक्ष करांचे गुण सांगा.

३) जीएसटीची वैशिष्ट्ये थोडक्यात सांगा.

४) कराघात म्हणजे काय?

प्र. ४ सविस्तर उत्तरे लिहा.

१) सार्वजनिक उत्पन्नाचे स्रोत सांगा.

२) प्रत्यक्ष कराचे गुणदोष स्पष्ट करा.

३) अप्रत्यक्ष कराचे गुणदोषाचे विवेचन करा.

४) जीएसटीची गरज स्पष्ट करा.

५) करसंक्रमण व करभार पात्रता स्पष्ट करा.

<table>
<tr><td>प्रकरण
३</td><td>सार्वजनिक खर्च
(Public Expenditure)</td></tr>
</table>

३.१ प्रास्ताविक (Introduction)

३.२ सार्वजनिक खर्चाचा अर्थ आणि सार्वजनिक खर्चाची तत्त्वे (Meaning and Principles of Public Expenditure)

३.३ सार्वजनिक खर्चाचे वर्गीकरण (Classification of Public Expenditure)

३.४ सार्वजनिक खर्च वाढीची कारणे / हेतू / आधार (Reason for Increase in Public Expenditure)

३.५ सार्वजनिक खर्चाचा वॅगनरचा नियम / सिद्धान्त (Wayner's Law of Public Expenditure)

३.१ प्रास्ताविक (Introduction)

'सार्वजनिक खर्च' म्हणजे सरकारी खर्च अथवा देशातील सरकारने केलेला खर्च होय. हा खर्च करण्यामागे अनेक उद्दिष्टे दिसून येतात. केंद्र सरकार, राज्य सरकार, स्थानिक सरकार इत्यादींचा खर्च 'सार्वजनिक खर्च' म्हणून ओळखला जातो. हा खर्च संरक्षण, देशांतर्गत शांतता व सुव्यवस्था, शिक्षण, आरोग्य, न्यायव्यवस्था, सामाजिक कल्याण इत्यादी कारणांसाठी केला जातो.

सनातनवादी अर्थशास्त्रज्ञांच्या मते, 'सरकारने आपली कार्ये व खर्च मर्यादित ठेवायला हवा.' ॲडम स्मिथ यांनी 'सरकारने संरक्षण, अंतर्गत व्यवस्था आणि समाजाला उपयोगी अशी कार्ये करावीत' असे स्पष्ट केले. मात्र, अलीकडच्या काळात खर्चाकडे पाहण्याचा दृष्टिकोन बदलला. लोककल्याणकारी राज्याची संकल्पना स्वीकारली गेली; त्यामुळे सरकारी कार्यात वाढ झाली.

विसाव्या शतकात सरकारच्या कामांची संख्या अनेक कारणांनी वाढली. सरकारी खर्च वाढण्याचे कारण म्हणजे सरकारच्या कार्याची व्याप्ती वाढली तसेच

सरकारच्या खर्चाचा परिणाम अर्थव्यवस्थेवर होतो. उत्पादन, रोजगार, संपत्तीचे वितरण, आर्थिक स्थैर्य या बाबींवर सरकारी खर्च परिणाम करतो; हे सर्व सरकारला अथवा सार्वजनिक सत्तेला कळते. राजकीय नेत्यांनासुद्धा सार्वजनिक खर्चाचे महत्त्व लक्षात आले.

सध्या खासगीकरण, उदारीकरण आणि जागतिकीकरण यात सरकारची भूमिका बदलली असली तरी सार्वजनिक खर्च वाढतानाच दिसून येतो.

३.२ सार्वजनिक खर्चाचा अर्थ आणि सार्वजनिक खर्चाची तत्त्वे (Meaning and Principles of Public Expenditure)

सार्वजनिक खर्चाचा अर्थ आणि तत्त्वे पुढीलप्रमाणे आहेत-

सार्वजनिक खर्चाचा अर्थ (Meaning of Public Expenditure)

सार्वजनिक खर्चाच्या सर्वसामान्य व्याख्या पुढीलप्रमाणे सांगता येतात –

१) 'देशातील केंद्र सरकार अथवा घटकराज्ये व स्थानिक सरकारे देशातील लोकांचे परकीय अक्रमणापासून रक्षण करण्यासाठी व त्याचप्रमाणे त्यांचे आर्थिक व सामाजिक कल्याण वाढविण्यासाठी जो खर्च करतात त्याला सार्वजनिक खर्च म्हणतात.'

२) 'जो खर्च एकूण लोकांच्या हिताचा विचार करून केला जातो. त्यास सार्वजनिक खर्च म्हणतात.' सार्वजनिक हित असे सार्वजनिक खर्चाचे ध्येय असते.

३) 'लोकांचे जीवन सुरक्षित, शांततापूर्ण व संवर्धनाच्या पद्धतीने चालू राहण्यासाठी सरकारद्वारे ज्या विविध कार्यांवर अंदाजपत्रकाच्या माध्यमातून खर्च केला जातो; त्यास सार्वजनिक खर्च म्हणतात.'

'सार्वजनिक खर्च' म्हणजे सरकारी खर्च किंवा सार्वजनिक सत्तेने केलेला खर्च होय. केंद्र सरकार, राज्य सरकार आणि स्थानिक स्वराज्य संस्था यांनी लोकांच्या कल्याणासाठी व गरजा भागविण्यासाठी केलेला खर्च म्हणजे 'सार्वजनिक खर्च' होय. हा खर्च अनेक बाबींवर केला जातो. उदा. लोकांचे संरक्षण, न्यायव्यवस्था, शिक्षण, आरोग्य, रस्ते, धरणे, पाणी पुरवठा, पूल, सामाजिक कल्याण इत्यादी.

अलीकडच्या काळात सरकारच्या कार्यात वाढ झाल्याने सार्वजनिक खर्चातसुद्धा वाढ झाली आहे. १९ व्या शतकापर्यंत सार्वजनिक खर्चाला महत्त्व नव्हते. 20 व्या शतकात मात्र अनेक राष्ट्रांनी कल्याणकारी राज्याची संकल्पना स्वीकारली; त्यामुळे सरकारी कार्याची व्याप्ती वाढली. त्यामुळे सरकारी खर्चात वाढ होत आहे. सरकारी खर्चाचा परिणाम उत्पादन, रोजगार, आर्थिक स्थैर्य, संपत्तीचे वितरण इत्यादी बाबींवर

होतो. त्यामुळे हा खर्च वाढू लागला आहे. साहजिकच सार्वजनिक खर्चाचे महत्त्व वाढले आहे.

सार्वजनिक खर्चाचे स्वरूप / वैशिष्ट्ये (Nature of Public Expenditure)

सार्वजनिक खर्चाचे स्वरूप / वैशिष्ट्ये पुढीलप्रमाणे सांगता येतात-

१) सार्वजनिक खर्च हा सरकारकडून केला जातो.

२) सार्वजनिक खर्च हा उपभोगासारखा असतो.

३) सार्वजनिक खर्च हा आवश्यक असतो. उदा. संरक्षण, अंतर्गत शांतता व सुव्यवस्था, रेल्वे, रस्ते इत्यादी.

४) सरकारी खर्च नागरिकांच्या गरजा पूर्ण करण्यासाठी केला जातो. जसे शिक्षण, आरोग्य, वृद्धापकालीन सोय इत्यादी हा खर्च व्यक्ती करतात, परंतु तो पुरेसा नसतो.

५) सार्वजनिक खर्च हा सामाजिक हितासाठी केला जातो. समाजाचे जास्तीतजास्त कल्याण व्हावे हाच त्यामागील हेतू असतो. नफा मिळावा हा त्यामागील हेतू नसतो. जसे शिक्षण, आरोग्य, सामाजिक सुरक्षितता इत्यादी जे खर्च करण्यासाठी खासगी व्यक्ती पुढे येणार नाहीत ते खर्चसुद्धा सरकारने केले पाहिजेत. जसे लोखंड, पोलाद कारखाने, लोहमार्ग, रस्ते, अवजड यंत्रांचे कारखाने, खतांचे कारखाने, तेलांचे कारखाने, धरणे, कालवे, पाणलोट क्षेत्रातील कामे इत्यादी. देशाच्या हितासाठी व समाजाच्या कल्याणासाठी सरकारला असे खर्च करणे आवश्यक असते.

६) सरकारी खर्च अनावश्यक प्रदर्शनीयतेसाठीसुद्धा केला जातो. जसे नेत्यांचे पुतळे, शिलालेख, शिष्टमंडळे, स्वागत समारंभ इतर खर्च केला जातो. या खर्चातून लोकांना कोणताही फायदा होत नाही. परंतु शासनामध्ये असलेल्या विशिष्ट व्यक्तींच्या भावना व कल्पना यामुळे असे खर्च करावे लागतात. हे खर्च म्हणजे पैशांचा अपव्यय होय.

७) जगातील बहुसंख्य देशांनी स्वीकारलेली लोकशाही या पद्धतीत निवडणुका, प्रशासन अंतर्गत व्यवस्था इत्यादींवर खूप मोठ्या प्रमाणात खर्च होतो.

८) कल्याणकारी राज्याची कल्पना अनेक देशांनी स्वीकारली त्यामुळे सार्वजनिक खर्च सतत वाढत आहे.

९) सार्वजनिक खर्च करताना प्राधान्यक्रम महत्त्वाचा असतो.

सार्वजनिक खर्चाची तत्त्वे (Principles of Public Expenditure)

सरकारने कररूपाने लोकांकडून गोळा केलेला पैसा सरकारला लोकांच्या हितासाठी खर्च करावा लागतो; हा खर्च कसाही करून चालत नाही. समाज सरकारच्या कार्यावर व खर्चावर लक्ष ठेवून असतो; म्हणून सरकारी खर्च सावधानतेने करावा लागतो. सुयोग्य पद्धतीने खर्च होण्यासाठी काही सर्वसामान्य तत्त्वांचा आधार घेणे आवश्यक असते. विविध अर्थशास्त्रज्ञांनी सार्वजनिक खर्चाची तत्त्वे सांगितलेली आहेत; ती पुढीलप्रमाणे सांगता येतील –

१) महत्तम सामाजिक लाभ तत्त्व : महत्तम सामाजिक लाभ मिळविणे हे सार्वजनिक खर्चाचे उद्दिष्ट असते. सरकारने खर्च करताना अशा प्रकारे करावा की, त्यामुळे जास्तीतजास्त सामाजिक लाभ प्राप्त होईल. प्रा. फिंडले शिरास यांच्या मते, 'सरकारी खर्चामुळे उत्पादनात वाढ होईल. तसेच परकीय आक्रमणापासून संरक्षण, अंतर्गत सुव्यवस्था यापासून समाजाचे संरक्षण होईल.' प्रा. पिगू यांच्या मते, 'समाजहितासाठी राज्य निर्माण झालेले असणे, समाजाचे हित होईल अशा रीतीने खर्च करणे हे राज्याचे कर्तव्य आहे. समाजाच्या गरजा पूर्ण करणे यासाठी राज्याची आवश्यकता असते. त्यामुळे सार्वजनिक आयव्ययाचे महत्तम सामाजिक लाभ हे तत्त्व आहे.'

बेंथॅम यांच्या मते, 'सार्वजनिक खर्च करताना 'जास्तीतजास्त लोकांचे जास्तीतजास्त सुख' हा आदर्श डोळ्यांसमोर असावा.' डॉ. डाल्टन यांच्या मते, 'महत्तम सामाजिक हित साधणारी सार्वजनिक आयव्यय ही पद्धती सर्वोत्तम आहे. थोडक्यात म्हणजे, सार्वजनिक खर्चामुळे उत्पन्नात वाढ झाली पाहिजे व उत्पन्नाच्या वाटणीच्याद्वारे आर्थिक विषमता कमी झाली पाहिजे.'

२) काटकसरीचे अथवा मितव्ययता तत्त्व : 'मितव्ययता' म्हणजे काटकसर; काटकसर हा सरकारी खर्चाचा महत्त्वाचा शब्द आहे. काटकसरीत प्रथम खर्चाचा 'क्रम' निश्चित करावा लागतो. 'क्रम' निश्चित झाल्यावर खर्चाचे प्रमाण निश्चित करावे लागते. ते कमीतकमी असावे, मात्र खर्च कमी ठेवल्यामुळे कार्याची हानी होऊ नये याची काळजी घेतली पाहिजे. प्रशासकीय खर्चाचे प्रमाण कमी कसे राहिल याची काळजी घेतली पाहिजे; जर खर्च योग्य कारणासाठी झाला, योग्य प्रमाणात झाला तर समाजाचे महत्तम हित साध्य होते. प्रो. शिरास यांच्या मते, 'मितव्यय तत्त्व म्हणजे फक्त करदात्यांच्या हितरक्षणासाठी सार्वजनिक खर्चात काटकसर करावी असा मर्यादित अर्थ नाही; तर सरकारी उत्पन्नात वाढ करणे असाही आहे.'

राष्ट्रीय उत्पन्नात वाढ करण्यासाठी तोट्यात चालणारे प्रकल्प, अनावश्यक

कामगारांची भरती, वारंवार करावी लागणारी तीच ती बांधकामे, प्रतिष्ठेच्या नावाखाली केला जाणारा अनावश्यक खर्च कटाक्षाने टाळला पाहिजे. सरकारी खर्चात काटकसर करणे म्हणजे कंजूषपणा नव्हे तर कमी खर्च करणे व विवेकाने खर्च करणे यातील फरक लक्षात घेतला पाहिजे. सरकारी खर्च हा योग्य कारणासाठी व योग्य प्रमाणात केला तरच सामाजिक कल्याणाचे उद्दिष्ट साध्य होईल.

जसे जे प्रकल्प खर्चापेक्षा अधिक लाभ प्राप्त करून देतील ते निवडल्याने सरकारी खर्च सार्वजनिक हिताच्या दृष्टीने योग्य रीतीने होत आहे, असे म्हणता येते.

३) मान्यता तत्त्व : प्रत्येक सरकारी खर्चाला मान्यता असली पाहिजे. योग्य अशा शासकीय यंत्रणेने मंजुरी दिल्याशिवाय कोणत्याही प्रकारचा शासकीय खर्च करू नये. तसेच ज्या कारणासाठी मंजुरी दिली असेल त्याच कारणासाठी सरकारने खर्च केला पाहिजे व केलेल्या खर्चाचा योग्य पद्धतीने हिशेब ठेवून त्याची लेखापालाकडून तपासणी केली पाहिजे. थोडक्यात, प्रशासकीय यंत्रणेत प्रत्येक खात्याला अर्थखात्याची मंजुरी घ्यावी लागत असल्याने फार वेळ खर्च होतो. त्यामुळे कार्यक्षमता कमी होणे, हे दोष असले तरी अपव्यय टाळण्यासाठी तत्त्वाचे पालन करणे आवश्यक असते.

४) वाढावा अथवा आधिक्याचे तत्त्व : सरकारने आपला खर्च करताना मिळणाऱ्या उत्पन्नावर लक्ष दिले पाहिजे. खर्चापेक्षा उत्पन्न जास्त असले पाहिजे. आपल्या अंदाजपत्रकात उत्पन्न व खर्च यांचा असा समन्वय साधला पाहिजे की, जेणेकरून उत्पन्नाचे खर्चावर आधिक्य निर्माण होईल. सरकारचे अंदाजपत्रक नेहमी आधिक्याचे असले पाहिजे. प्रा. शिरास यांच्या मते, 'सरकारने आपला खर्च शक्यतो चालू उत्पन्नातूनच भागविला पाहिजे तसेच गरीब लोकांसाठी खर्च कराव्या लागणाऱ्या पैशांची तरतूद श्रीमंत लोकांवर जादा कर आकारून करावी, असे सुचविले त्यामुळे आर्थिक विषमता कमी होण्यास मदत होईल.'

सरकारने खर्च कसा करावा यासंबंधी वरील सर्व तत्त्वे मार्गदर्शन करीत असतात.

या तत्त्वांशिवाय सध्या पुढील काही तत्त्वांचा विचार केला जातो –

५) लवचिकतेचे तत्त्व : 'लवचिकता म्हणजे परिस्थितीनुरूप, सरकारी खर्चात बदल घडवून आणण्याची क्षमता होय.' सरकारी खर्चात लवचिकता असावी असे काही तज्ज्ञांचे मत आहे. नैसर्गिक आपत्ती, युद्ध, आर्थिक मंदी, भाववाढ इत्यादींसारखी आर्थिक संकटे येतात. त्यामुळे सरकारला अनेक कारणांसाठी खर्च कमी किंवा जास्त करावा लागतो. कित्येक वेळी अशा खर्चाची तरतूद अंदाजपत्रकात नसते अशा वेळी सरकारी खर्चात थोड्या प्रमाणात लवचिकता असणे आवश्यक असते. थोडक्यात, परिस्थितीनुसार कोणत्याही बाबींवरील खर्चात वाढ अथवा घट करणे शक्य झाले पाहिजे.

६) उत्पादकतेचे तत्त्व : सार्वजनिक खर्चामुळे देशाच्या उत्पादन शक्तीत प्रत्यक्ष व अप्रत्यक्षपणे वाढ होईल असा उत्पादक खर्च मानला जातो. ज्या खर्चामुळे उत्पादनाचा वेग वाढतो, भांडवलात वृद्धी होते; रोजगार वाढतो, श्रमिकांच्या कार्यक्षमतेत वाढ होते अशा उत्पादन खर्चाला प्राधान्य द्यावे, असे हे तत्त्व सांगते. संरक्षणावरील खर्च तत्त्वत: अनुत्पादक खर्चात मोडतो; परंतु या खर्चामुळे बाह्य आक्रमणाचा धोका टळतो.

७) समन्वयाचे तत्त्व : केंद्र सरकार, राज्य सरकारे व स्थानिक स्वराज्य संस्था आपापल्या कार्यावर खर्च करतात. या तिनही प्रकारच्या सरकारच्या खर्चामध्ये समन्वय निर्माण होणे अत्यंत आवश्यक असते. या संस्थांत समन्वय नसेल तर खर्चाचा अपव्यय होण्याची शक्यता असते; म्हणून सरकारने खर्चधोरण निश्चित केले पाहिजे.

८) समान वितरण तत्त्व : सरकारची समान वितरणाची जबाबदारी असते. कराद्वारे समाजाकडून मिळविलेले उत्पन्न खर्चाद्वारे वितरणाचे तत्त्वानुसार वितरीत करता येते. उदा. आरोग्य, मोफत शिक्षण, स्वस्त घरे, आर्थिकदृष्ट्या मागासलेल्यांसाठी विशेष सोयी-सवलती देणाऱ्या योजना असल्यास गरिबांच्या उत्पन्नात भर पडते.

९) सोयीचे तत्त्व : सरकारी खर्च हा विशिष्ट कारणासाठी आणि विशिष्ट वेळी करावयाचा असतो. वेळेचा विचार करताना ती वेळ लोकांना गैरसोईची असू नये. उदा. समजा सरकारला रस्त्यावर पूल बांधावयाचा असेल तर रस्ता दुसरीकडून काढून द्यावा लागतो व रस्ता चालू ठेवावा लागतो.

१०) आर्थिक वृद्धी आणि स्थैर्याचे तत्त्व : सरकारने अशा प्रकारे खर्च करावा की, अर्थव्यवस्थेत विकास अथवा वृद्धी घडवून येईल. तसेच आर्थिक स्थैर्य साधता येईल.

थोडक्यात, वरील तत्त्वांमध्ये महत्तम सामाजिक लाभाचे तत्त्व सर्वोत्तम तत्त्व आहे. महत्तम सामाजिक हितासाठी इतर तत्त्वे राबविली जातात. सरकारी खर्च करताना व तत्त्वांचा तंतोतंत वापर केल्यास देशाचा विकास वेगाने होईल.

३.३ सार्वजनिक खर्चाचे वर्गीकरण (Classification of Public Expenditure)

सार्वजनिक खर्चाच्या आधारावर परीक्षण केल्यास त्याचे आपोआपच वर्गीकरण करणे शक्य होते; सरकारी कार्ये वेगवेगळी असतात, ५६ त्यानुसार खर्चसुद्धा वेगवेगळा असतो. सार्वजनिक खर्चाच्या वर्गीकरणामुळे विशिष्ट वेळी विशिष्ट खर्चाला तुलनात्मकतेने अधिक किंवा कमी महत्त्व प्राप्त होते; याची माहिती आपल्याला मिळते. सरकारने कराच्या व इतर मार्गांनी लोकांकडून गोळा केलेला पैसा योग्य कार्यासाठी खर्च करते

की नाही, याची कल्पना सार्वजनिक खर्चाच्या वर्गीकरणावरून येते. वर्गीकरणाचा आधार व ज्या माहितीचे वर्गीकरण करावयाचे त्याचा निश्चित संबंध असला पाहिजे; त्यामुळे वर्गीकरण अर्थपूर्ण होते. खर्चाचे वर्गीकरण कोणत्या तत्त्वानुसार करावे, याबाबतच निश्चित नियम नाही.

वर्गीकरणाचे विविध प्रकार

विविध अर्थशास्त्रज्ञांनी वेगवेगळी आधारभूत तत्त्वे विचारात घेऊन सार्वजनिक खर्चाचे वर्गीकरण केले आहे. एकोणिसाव्या शतकात अर्थशास्त्रज्ञांनी सार्वजनिक खर्चाचे वर्गीकरण लाभाच्या व सरकारी उत्पन्नाच्या आधारे केले आहे.

१) लाभाच्या आधारानुसार केलेले वर्गीकरण

सार्वजनिक खर्चाचा लाभ समाजातील कोणत्या घटकांना कोणत्या प्रमाणात मिळणार हे विचारात घेऊन सार्वजनिक खर्चाचे अमेरिकन अर्थशास्त्रज्ञ प्लेहन व जर्मन अर्थशास्त्रज्ञ कोहेन यांनी पुढीलप्रमाणे वर्गीकरण केले आहे –

अ) **सर्व नागरिकांना लाभकारक खर्च :** सरकारचे काही खर्च असे असतात की, त्याचा फायदा सर्व नागरिकांना होतो. उदा. संरक्षण, शिक्षण, आरोग्य, वाहतूक, सर्वसामान्य प्रशासन इत्यादी.

ब) **विशिष्ट वर्गाला लाभ मिळवून देणारा खर्च :** हा लाभ समाजातील विशिष्ट वर्गालाच मिळतो. उदा. बेकारी भत्ता, वृद्धांसाठी वेतन, निवृत्ती वेतन, आरोग्य विमा इत्यादी.

क) **विशिष्ट व्यक्तींना लाभ मिळवून देणारा खर्च :** ज्या खर्चाचा लाभ विशिष्ट व्यक्तींना होतो. उदा. पोलीस, न्यायखाते, तुरुंग, पोस्टऑफिस, रेल्वे इत्यादी वरील खर्च.

ड) **विशिष्ट लोकांना व संपूर्ण समाजाला लाभदायक खर्च :** रुग्णालये व न्यायदान इत्यादींवर सरकारद्वारे केला जाणारा खर्च हा सर्वसामान्य जनतेसाठी केलेला खर्च असतो. मात्र, या खर्चाचा लाभ त्या खर्चाशी संबंधित असलेल्या व्यक्तींनाच मिळतो.

२) उत्पन्नाच्या आधारावर केलेले वर्गीकरण

सार्वजनिक खर्चाचे वर्गीकरण प्रा. एफ. एस. निकोलसन यांनी सरकारी खर्चाच्या उत्पन्न मिळविण्याच्या क्षमतेनुसार केले आहे.

अ) **सार्वजनिक खर्च जो सरकारला मुळीच महसूल देत नाही :** ज्या खर्चापासून सरकारला अजिबात महसूल मिळत नाही अथवा सरकारला कोणत्याही उत्पन्नाची

अपेक्षा नसते. उदा. निवृत्ती वेतन, बेकारी भत्ता, युद्ध, अपंग साहाय्य इत्यादी.

ब) **महसुलात अप्रत्यक्षपणे वृद्धी करणारा सार्वजनिक खर्च :** ज्या खर्चापासून सरकारला प्रत्यक्षपणे कोणताही महसूल मिळत नाही किंवा उत्पन्न मिळत नाही. मात्र, अप्रत्यक्षपणे दीर्घकाळात आर्थिक लाभ होतो असे खर्च. उदा. मोफत दवाखाने, मोफत शिक्षण इत्यादी.

क) **आंशिक महसूल मिळवून देणारा सार्वजनिक खर्च :** ज्या खर्चामुळे सरकारला आंशिक महसूल मिळतो असे खर्च. उदा. सरकारी दवाखान्यातील नोंदणी फी, सशुल्क शिक्षण इत्यादी.

ड) **खर्चापेक्षा अधिक महसूल मिळवून देणारा खर्च :** सरकार जो खर्च करते तो पूर्णपणे भरून निघतो व बरेचदा खर्चापेक्षा अधिक महसूल प्राप्त होतो. उदा. रेल्वे, वाहतूक, सार्वजनिक उद्योग, टपालसेवा इत्यादी.

३) कार्यतत्त्वानुसार अथवा कल्याणकारी परिणामांच्या आधारे केलेले वर्गीकरण

ॲडम स्मिथ यांनी सरकार करीत असलेल्या कार्यांना आधार मानून सार्वजनिक खर्चाचे पुढीलप्रमाणे वर्गीकरण केले आहे –

अ) **संरक्षणावरील खर्च :** देशातील लोकांचे अंतर्गत आणि बाह्य आक्रमणांपासून संरक्षण करण्यासाठी जे विविध खर्च सरकार करते. उदा. लष्कर; शस्त्रास्त्रे व दारूगोळा, पोलिसदल, न्यायालये, तुरुंग यांवर केलेल्या खर्चाला 'संरक्षणावरील खर्च' असे म्हणतात.

ब) **व्यावसायिक खर्च :** देशातील व्यापार व उद्योग यांच्या विकासासाठी सरकारकडून खर्च केला जातो. उदा. रेल्वे, वीजनिर्मिती, सरकारी उद्योग, वाहतूक व दळणवळण इत्यादीवरील खर्च.

क) **विकासकार्यावरील खर्च :** या खर्चामुळे देशाच्या राष्ट्रीय उत्पन्नात आणि देशाच्या सामाजिक कल्याणात भर पडते; तो खर्च या वर्गात येतो. उदा. शिक्षण, आरोग्य, विमा, वाहतूक इत्यादींवरील खर्च.

४) कार्याच्या उपयुक्ततेनुसार अथवा निकडीनुसार केलेले वर्गीकरण

रोशर यांनी सार्वजनिक खर्चाचे पुढील तीन उपप्रकार सांगितले आहेत; ते पुढीलप्रमाणे आहेत. –

अ) **आवश्यक खर्च :** केंद्र, राज्य आणि स्थायिक सत्तांचे आवश्यक खर्च वेगवेगळे असतात. परंतु हे खर्च करावेच लागतात. उदा. केंद्र सरकारचे संरक्षण, अंतर्गत सुव्यवस्था, न्याय, संशोधन इत्यादी, तर स्थानिक सरकारचे आरोग्य, स्वच्छता, प्राथमिक शिक्षण इत्यादींवरील खर्च.

ब) **उपयुक्त खर्च** : असा खर्च केल्यास समाजाला सुखसोयींचा लाभ होतो; अशा खर्चापासून समाजाला तसेच सरकारलाही लाभ होतात. उदा. सामाजिक कल्याण, क्रीडांगणे, नगरपालिकेचे बगीचे, आरोग्य, शिक्षण इत्यादी.

क) **अनावश्यक खर्च** : जे खर्च आवश्यक नाहीत तसेच उपयुक्तसुद्धा नसतात. ते खर्च टाळण्याने समाजाला फायदा होतो. उदा. तोट्यातील उद्योग, सरकारी डामडौल, मोठे समारंभ, उधळपट्टीचे खर्च इत्यादी.

५) कर्तव्याच्या महत्त्वानुसार अथवा तुलनात्मक महत्त्वानुसार वर्गीकरण

जी. फिंडले शिरास यांनी सरकारच्या कर्तव्याच्या आधारावर सार्वजनिक खर्चाचे वर्गीकरण केले.

अ) **प्राथमिक खर्च** : सरकारला देशाचे अस्तित्व टिकविण्यासाठी जो खर्च करावा लागतो. त्याला 'प्राथमिक खर्च' म्हणतात. म्हणजेच सरकारला आपल्या प्रधान कार्यावर खर्च करावा लागतो. उदा. संरक्षण, प्रशासन खर्च, विधी व न्यायव्यवस्था, कर्ज फेड, कर्जावरील व्याज इत्यादी.

ब) **दुय्यम खर्च** : प्राथमिक खर्च सोडून इतर सर्व खर्चाला 'दुय्यम खर्च' म्हणतात. दुय्यम खर्चात सामाजिक खर्चांचा समावेश केलेला आहे. उदा. आरोग्य, शिक्षण, बेकारी भत्ता, सामाजिक व कल्याणकारी सेवा इत्यादींवरील खर्च.

६) हस्तांतरणाच्या आधारावर केलेले वर्गीकरण

प्रा. पिगू यांनी हस्तांतरणाच्या आधारावर सार्वजनिक खर्चाचे वर्गीकरण केले आहे.

अ) **हस्तांतरणीय खर्च** : देशातील लोकांना निव्वळ मदत म्हणून जो खर्च केला जातो तो 'हस्तांतरीत खर्च' होय. थोडक्यात, खरेदी शक्तीचे एका वर्गाकडून दुसऱ्या वर्गाकडे हस्तांतरण होते. उदा. व्याज, बेकारी भत्ता, निवृत्ती वेतने, अनुदाने इत्यादी.

ब) **अहस्तांतरणीय खर्च** : ज्या खर्चामुळे खरेदी शक्तीचे हस्तांतरण होत नाही त्याला 'अहस्तांतरणीय खर्च' म्हणतात. उदा. नौदल, वायुदल, सैन्यउभारणी, प्रशासन, डाक-तार, न्यायदान इत्यादींवरील खर्च.

७) स्थिर आणि बदलता खर्च

प्रा. जे. के. मेहता यांनी सार्वजनिक खर्चाचे स्थिर आणि बदलते खर्च असे वर्गीकरण केले आहे –

अ)	**स्थिर खर्च :** लोकांच्यासाठी निर्माण करण्यात आलेल्या सेवांवरील खर्च या सेवांचा उपभोग लोकांनी मोठ्या प्रमाणात घेतला अथवा कमी प्रमाणात घेतला तरी त्याचा परिणाम खर्चावर होत नाही, त्याला 'स्थिर खर्च' म्हणतात. उदा. संरक्षणावरील खर्च, विमानतळांवरील खर्च.

ब)	**बदलता खर्च :** सरकारी खर्चाचे प्रमाण लोक त्याचा किती उपभोग घेऊ इच्छितात यावर अवलंबून असते. त्याला 'बदलता खर्च' म्हणतात. उदा. परिवहन सेवा, पोस्ट सेवा इत्यादी.

८) उत्पादकतेच्या आधारांवर केलेले वर्गीकरण

प्रा. रॉबिन्सने उत्पादकतेच्या आधारावर सार्वजनिक खर्चाचे वर्गीकरण केले आहे –

अ)	**उत्पादक खर्च :** ज्या खर्चामुळे देशातील उत्पादनात भर पडते त्याला 'उत्पादक खर्च' म्हणतात. उदा. सार्वजनिक उद्योग, कारखाने, रेल्वे, धरणे, पाणलोट क्षेत्र, विकास इत्यादी.

ब)	**अनुत्पादक खर्च :** ज्या सरकारी खर्चामुळे उत्पादनात भर पडत नाही त्याला 'अनुत्पादक खर्च' म्हणतात. उदा. प्रशासन, पोलीस, आरोग्य, संरक्षण इत्यादींवरील वर्गीकरण संदिग्ध स्वरूपाचे दिसून येते.

९) अनुदाने आणि मिळणाऱ्या मोबदल्यानुसार वर्गीकरण

डॉ. डाल्टन यांनी सरकारी खर्चाला मिळणारा मोबदला हा आधार घेऊन वर्गीकरण केले.

अ)	**अनुदान :** ज्या सार्वजनिक खर्चापासून सरकारला कोणत्याही प्रकारचा मोबदला मिळण्याची अपेक्षा नसते, त्याला 'अनुदान' म्हणतात. उदा. सामाजिक विमा; पेन्शन; गरीब मदत निधी, शिक्षण; वैद्यकीय उपचार इत्यादी ज्यांना ही अनुदाने मिळतात, ते सरकारला त्याबद्दल काहीही मोबदला देत नाहीत.

ब)	**खरेदी किंमत अथवा खरेदीमूल्य :** ज्या खर्चाच्या मोबदल्यात सरकारला वस्तू व सेवांची प्राप्ती होते; त्या खर्चाला खरेदी किंमत अथवा 'खरेदी मूल्य' म्हणतात. उदा. सरकारने न्यायाधीश, शिक्षक तसेच कर्मचाऱ्यांसाठी वेतन व मजुरीच्या स्वरूपात केलेल्या खर्चामुळे वस्तू अथवा सेवांच्या स्वरूपात प्राप्ती होते.

१०) आवश्यकतेनुसार केलेले वर्गीकरण

प्रा. जे. एस. मिल यांनी सार्वजनिक खर्चाचे वर्गीकरण पुढीलप्रमाणे केले आहे-

अ) आवश्यक खर्च : जे खर्च करणे सरकारला आवश्यक / अनिवार्य असते त्याचा समावेश या भागात केला जातो. उदा. संरक्षण, न्यायदान, कर्जाची परतफेड इत्यादी.

ब) ऐच्छिक खर्च : या प्रकारच्या खर्चात सरकारला निवडीचे स्वातंत्र्य असते; कारण ही कार्ये करणे, न करणे सरकारच्या मर्जीवर अवलंबून असते. उदा. शिक्षण, सामाजिक विकास, आरोग्य इत्यादी.

परंतु, मिल यांचे वर्गीकरण शास्त्रीय वाटत नाही.

११) गरजांच्या स्वरूपानुसार वर्गीकरण

गरजांच्या स्वरूपावरून बॅस्टॅबल यांनी खर्चाचे वर्गीकरण केले आहे –

अ) सामान्य खर्च : सतत निर्माण होणाऱ्या सरकारी गरजांची ज्या खर्चामुळे पूर्ती होते, त्याला 'सामान्य खर्च' म्हणतात. उदा. न्यायदान, संरक्षण, शिक्षण, आरोग्य इत्यादी.

ब) असामान्य खर्च : ज्या खर्चामुळे अनपेक्षितपणे निर्माण होणाऱ्या गरजांची पूर्तता होते, त्याला 'असामान्य खर्च' म्हणतात. उदा. महापूर, भूकंप, मंदी, युद्ध, दुष्काळ, अवर्षण, नैसर्गिक आपत्ती इत्यादी.

१२) आर्थिक वर्गीकरण

आज जगात बहुतेक देशांत सार्वजनिक खर्चाचे एकाच प्रकारचे वर्गीकरण करण्यात येते. या वर्गीकरणाला 'आर्थिक वर्गीकरण' म्हणतात.

अ) महसुली खर्च : सरकारचा चालू खर्च म्हणजे 'महसुली खर्च' होय. यात सरकारी प्रशासनावरील खर्चाचा समावेश होतो. संरक्षण, रेल्वे, पोस्ट, टेलिफोन इत्यादींसारख्या सार्वजनिक बाबींवर होणारा खर्च तसेच राज्याला देण्यात येणारी अनुदाने.

ब) भांडवली खर्च : यामध्ये भांडवली व्यवहारांचा समावेश होतो. सरकारचा भांडवली व्यवहारावरील खर्च म्हणजे 'भांडवली खर्च' होय. उदा. सरकारच्या इमारती, अवजड यंत्रे, सार्वजनिक उद्योगांना दिलेली कर्जे, राज्ये व केंद्रशासित प्रदेशांना दिलेली कर्जे इत्यादी.

थोडक्यात, प्रत्येक अर्थशास्त्रज्ञाने एका विशिष्ट दृष्टिकोनातून सार्वजनिक खर्चांचे वर्गीकरण केले आहे. प्रत्येक वर्गीकरणात काही ना काही त्रुटी जाणवतात. व्यावहारिक दृष्टीने डाल्टन यांचे वर्गीकरण योग्य वाटते. सर्व देशांत आर्थिक वर्गीकरणाचा आधार घेतला जात आहे.

१३) विकास आणि विकासेतर खर्च

सरकारने विकास कामांवर केलेला खर्च म्हणजे विकास खर्च होय. या खर्चामुळे देशाच्या आर्थिक विकासात भर पडते. उदा. रस्ते, रेल्वे, जलसिंचन, पाणलोट क्षेत्र विकास कार्यक्रम; विमानतळे, वीजनिर्मिती, शेतीविकास, औद्योगिक विकास तसेच आर्थिक सेवा केंद्र आणि राज्याच्या विकासासाठी दिलेली अनुदाने, सामाजिक सेवा इत्यादींचा समावेश होतो.

विकासेतर खर्चात संरक्षण, न्यायव्यवस्था, देशांतर्गत शांतता व सुव्यवस्था, प्रशासकीय सेवा, कर गोळा करणे, निवृत्ती लाभ इत्यादी खर्चांचा समावेश होतो. विकासेतर खर्च म्हणजे आर्थिक विकासात भर पडत नाही, परंतु तो करणे आवश्यक असते त्याला 'विकासेतर खर्च' म्हणतात.

१४) सार्वजनिक खर्चांचे नवीन वर्गीकरण (New Classification of Public Expenditure)

१९८७-८८च्या अंदाजपत्रकापासून भारत सरकारने खर्चाचे नवीन वर्गीकरण स्वीकारले. या नव्या वर्गीकरणानुसार एकूण सार्वजनिक खर्चांचे दोन गटात वर्गीकरण केले जाते.

अ) योजनेतर खर्च किंवा बिगर योजना खर्च (Non-plan Expenditure)

ब) योजना खर्च (Plan Expenditure)

अ) योजनेतर खर्च : केंद्र सरकारच्या योजनेतर खर्चाची महसुली खर्च आणि भांडवली खर्च अशी विभागणी करण्यात येते. योजनेतर महसुली खर्चात व्याज, संरक्षणावरील महसुली खर्च, प्रमुख अर्थसाहाय्य (यात अन्नधान्य, खते व निर्यात प्रोत्साहनावरील सवलती इत्यादींचा समावेश होतो.) इतर सवलती, शेतकऱ्यांची कर्ज माफी, पोलीस, निवृत्तीवेतन, इतर सामान्य खर्च (यात कर जमा करणे, परराष्ट्रीय व्यवहार) इत्यादींचा समावेश होतो. सामाजिक सोयी-सुविधा (यात शिक्षण, आरोग्य इ.) आर्थिक सोयी-सुविधा (यात शेती, उद्योग, वाहतूक, ऊर्जा, दळणवळण, विज्ञान व तंत्रज्ञान) इत्यादींचा

समावेश होतो. केंद्र सरकारकडून राज्य सरकारांना देण्यात येणारी अनुदाने परकीय सरकारांना देण्यात येणारी अनुदाने यांचा समावेश होतो.

योजनेतर भांडवली खर्चात संरक्षणावरील भांडवली खर्च, सार्वजनिक प्रकल्पासाठी दिले जाणारे कर्ज, घटकराज्यांना व केंद्रशासित प्रदेशांना दिले जाणारे कर्ज आणि परदेशासाठी दिले जाणारे कर्ज इत्यादींचा समावेश होतो. या खर्चामुळे विकासात कोणतीही भर पडत नाही त्यामुळे या खर्चाला 'विकासेतर खर्च' म्हणतात.

ब) **योजना खर्च :** योजना खर्चात पुढील बाबींचा समावेश होतो–

अ) केंद्राने तयार केलेल्या योजनांवरील खर्च. उदा. शेती, ग्रामीण विकास, जलसिंचन व पूरनियंत्रण, राष्ट्रीय पाणलोट क्षेत्र विकास कार्यक्रम, ऊर्जा, उद्योग व धातू, वाहतूक व दळणवळण, विज्ञान व तंत्रज्ञान आणि पर्यावरण, सामाजिक सोईसुविधा इत्यादींचा समावेश होतो.

ब) राज्य सरकारांनी तयार केलेल्या योजनांना देण्यात येणारी मदत तसेच केंद्रशासित प्रदेशांना देण्यात येणारी मदत, यांचा समावेश होतो.

योजना खर्चाचेसुद्धा महसुली आणि भांडवली खर्च असे वर्गीकरण केले जाते. या खर्चामुळे विकासाला गती मिळते.

तक्ता क्र. ३.१ : केंद्र सरकारचा योजनेतर आणि योजना खर्च (कोटी रुपये)

बाकी	१९८९–९० (प्रत्यक्ष)	२००२–०३ (अंदाजपत्रक)	२०१५–१६ (अंदाजपत्रक)
१) योजनेतर खर्च	६४,५००	२,९६,८१०	१३,१२,२००
अ) महसुली खात्यावरील खर्च	५२,१३०	२,७०,१७०	१२,०६,०२७
ब) भांडवली खात्यावरील खर्च	१२,३७०	२६,६४०	१,०६,१७३
२) योजना खर्च	२८,४००	१,१३,५००	४,६५,२७७
अ) महसुली खात्यावरील खर्च	१२,०७०	७०,३१०	३,३०,०२०
ब) भांडवली खात्यावरील खर्च	१६,३३०	४३,१९०	१,३५,२५७
एकूण खर्च	९२,९००	४,१०,३१०	१७,७७,४७७

(Source : Indian Economy, Ruddar Datt and Sundharam 47th Revised Edition, 53rd Edition, and 72th Edition 2018).

वरील तक्त्यावरून असे दिसून येते की, केंद्र सरकारचा योजनेतर खर्च सन १९८९-९० ते २०१५-१६ या कालावधीत रुपये ६४,५०० कोटी रुपयांवरून १३,१२,२०० कोटींपर्यंत वाढला. याच काळात योजना खर्च रुपये २८,४०० कोटी रुपयांवरून ४,६५,२७७ कोटींपर्यंत वाढला. २०१५-१६ च्या केंद्रीय अंदाजपत्रकात एकूण खर्च रु. १७,७७,४७७ कोटींपर्यंत वाढला. यामध्ये महसुली व भांडवली दोन्ही खर्च वाढले आहेत.

भारतातील सार्वजनिक खर्च (Public Expenditure in India)

महसुली खर्च आणि भांडवली खर्च असे भारताच्या सार्वजनिक खर्चाच्या बाबतीत म्हणता येते. सरकारच्या खर्चात खूप मोठ्या प्रमाणात वाढ होताना दिसून येते.

तक्ता क्र. ३.२ : केंद्र सरकारचा खर्च (कोटी रुपये)

वर्ष	महसुली खर्च	भांडवली खर्च	एकूण खर्च
१९५०-५१	३५०	१८०	५३०
१९८०-८१	१४,५४०	९,६३०	२४,१७०
२००१-०२	३,०१,६१०	६०,८४०	३,६२,४५०
२०१४-१५	१५,६८,१११	२,२६,७८१	१७,९४,८९२
२०१७-१८	१८,७८,८३५	२,६३,१४०	२१,४१,९७५
२०१९-२० (लाख कोटी)	१७.३९	३.३६	२०.७५
२०२०-२१	२३.१८	४.३९	२७.५७
२०२१-२२	२१.१९	५.५४	२६.७३

(Source : Indian Economy - Gaurav Datt and Mahajan S. Chand and Co. New Delhi 72th Revised Edition 2018. Pg. 987, Interim Budget 2019-20).

(टीप : २०१९-२० ते २०२१-२२ खर्च लाख कोटी रु.)

वरील तक्त्यावरून असे दिसून येते की केंद्र सरकारचा महसुली, भांडवली खर्च मोठ्या प्रमाणात वाढला आहे. महसुली खर्च १९८०-८१ मध्ये १४५४० कोटी रुपये होता तो २०२१-२२ पर्यंत २१.१९ लाख कोटीपर्यंत वाढला. भांडवली खर्च याच काळात ९६३० कोटी रुपयांवरून ५.५४ लाख कोटीपर्यंत वाढला. सरकारचा

एकूण अर्थसंकल्पित खर्च २०२१–२२ मध्ये २६.७३ लाख कोटी रुपये एवढा वर्तविलेला आहे.

केंद्र सरकारच्या खर्चाची १९८७–८८ पूर्वी नागरी खर्च, संरक्षण खर्च आणि अनुदाने अशी विभागणी केली जात असे. त्यावेळी सरकार विकास खर्च, संरक्षण खर्च व इतर खर्च अशीसुद्धा विभागणी करत असे. विकास खर्चात सामाजिक सेवा, सामान्य सेवा, आर्थिक सेवा व राज्य आणि केंद्रशासित प्रदेशांची अनुदाने इत्यादींचा समावेश केला जात असे तर संरक्षण खर्चात सैन्य दले, निवृत्त सैनिकांची पेन्शन इ. तसेच इतर खर्चात कर, वसुली शुल्क, व्याज, पेन्शन, प्रशासकीय सेवा राज्यांची अनुदाने, इत्यादींचा समावेश केला जात असे.

संरक्षण खर्च आणि इतर खर्चाला 'विकासेतर खर्च' म्हटले जात होते.

३.४ सार्वजनिक खर्च वाढीची कारणे / हेतू (Reason for Increase in Public Expenditure)

अलीकडच्या काळात जगातील सर्वच देशात शासकीय खर्च वाढत असल्याचे दिसून येते. शासकीय कार्यक्षेत्रात वाढ होत असल्याने शासकीय खर्च अधिकाधिक वाढत आहे. १९ व्या शतकापर्यंत सरकारची कामे आणि खर्च मर्यादित होता. १९व्या शतकाच्या शेवटी आणि २० व्या शतकाच्या सुरुवातीस समाजवादी विचारसरणी उदयाला आली. तसेच कल्याणकारी राज्याची संकल्पना मूळ धरू लागली. अनेक देशांनी लोकशाही पद्धती स्वीकारली तसेच अर्थव्यवस्थेत सरकारची भूमिका महत्त्वाची असते, हा दृष्टिकोन मान्य झाला; त्यामुळे सरकारच्या कार्यात वाढ झाली.

तसेच २१ व्या शतकातील विकासाच्या योजना व खासगीकरण, उदारीकरण व जागतिकीकरणातसुद्धा सरकारच्या खर्चात वाढ होत आहे.

स्वातंत्र्यानंतर भारताने मिश्र अर्थव्यवस्थेचा स्वीकार केला. पंचवार्षिक योजनांद्वारे देशाचा आर्थिक विकास करण्याचे योजल्यामुळे सरकारी खर्चात सतत वाढ होत आहे. भारताच्या सार्वजनिक खर्चात सतत वाढ होत गेली.

१) **लोकसंख्येतील वाढ व वाढते नागरीकरण :** गेल्या काही वर्षांत जगातील सर्वच देशांची लोकसंख्या वाढत आहे. विशेषत: आर्थिकदृष्ट्या मागासलेल्या देशांमध्ये लोकसंख्येच्या वाढीचा वेग फारच भयानक आहे. वाढत्या लोकसंख्येचे केंद्रीकरण शहरामध्ये व्हायला लागले आहे. यामुळे नगराच्या सोयींसाठी सार्वजनिक सत्तांना फार मोठा खर्च करावा लागत आहे. दिवाबत्ती, पाणीपुरवठा, स्वास्थ्यसेवा, स्वच्छता, सडका, संरक्षण इत्यादी अनेक सेवा, सवलती सरकारला उपलब्ध करून द्याव्या लागतात. यामुळे सरकारांचा प्रतिव्यक्ती

खर्च सतत वाढत आहे. नागरी क्षेत्र जसजसे वाढत जाते तसतशी सार्वजनिक सत्तांच्या कार्यामध्ये सतत भरच पडत आहे. महानगरांचे प्रश्न तर अधिकाधिक जटिल बनत चालले आहेत. लहान गावांमध्ये जे प्रश्न व्यक्ती स्वत: सोडवू शकते तेच प्रश्न महानगरांमध्ये सार्वजनिक सत्तेला सोडवावे लागतात. खाद्यपदार्थांची तपासणी, आवश्यक वस्तूंचे वाटप, सामाजिक सेवांची व्यवस्था, इस्पितळे, शाळा, परिवहन व्यवस्था इत्यादींवर सार्वजनिक सत्तांना खर्च करावा लागतो. या सर्वांचा परिणाम सरकारी खर्चावर होतो व तो वाढतच जातो.

उदा. भारताची लोकसंख्या १९५१मध्ये ३६.५ कोटी होती, ती २०११मध्ये १२१.०२ कोटींपर्यंत वाढली. सध्या जुलै २०२१ मध्ये १३९.४२ कोटीपर्यंत वाढलेली आहे. ती जगाच्या लोकसंख्येच्या १७.७ टक्के आहे. साहजिकच वेगाने वाढणारी लोकसंख्या सार्वजनिक खर्चाच्या वाढीस कारणीभूत ठरली.

२) कल्याणकारी राज्याची कल्पना : गेल्या काही दशकांमध्ये जगातील सर्वच देशांमध्ये कमी–अधिक प्रमाणात कल्याणकारी राज्याची (Welfare State) कल्पना स्वीकारली गेली आहे. एकोणिसाव्या शतकातील पोलीस राज्याची जागा आता विसाव्या शतकात कल्याणकारी राज्याने घेतली आहे. यामुळे आता प्रत्येक सरकार आपल्या नागरिकांच्या संरक्षणाबरोबर त्यांच्या कल्याणाचेही कार्य अत्यंत महत्त्वाचे आहे असे मानते. नागरिकांचे महत्तम कल्याण साधण्यासाठी अनेक योजना प्रत्यही आखल्या जात आहेत व अंमलातही आणल्या जात आहेत. पूर्ण रोजगार, सर्वांगीण विकास, महत्तम कल्याण ही ध्येये आजची सरकारे आपल्या पुढे ठेवतात. ही ध्येये पार पाडण्याच्या दृष्टीने सरकारला जी कार्ये करावी लागतात त्यांचा खर्चही मोठाच असतो. रोजगार हमी; वेतन, वृद्धापकाळ वेतन, औषधांसाठी मदत, आरोग्य वेतन, शैक्षणिक सवलती, नि:शुल्क शिक्षण, महागाई भत्ता, घरभाडे भत्ता इत्यादी सरकारी खर्चाची यादी खूपच मोठी आहे; या यादीत सतत भरच पडत आहे. त्यामुळे सर्वच सरकारच्या एकूण खर्चात सर्व दृष्टींनी वाढ होत आहे.

३) लोकशाही प्रवृत्तीत वाढ : जगातील बहुसंख्य देशांनी लोकशाही पद्धतीचा स्वीकार केला आहे. लोकशाही पद्धतीने केलेल्या राज्यकारभाराला फार मोठा खर्च येतो. लोकशाही विकेंद्रीकरणाची क्रिया देशात सुरू झाली की, सर्व स्तरांवर 'सरकारे' निर्माण होतात. ग्रामपंचायत, जिल्हा परिषद, राज्य सरकार, केंद्र सरकार ही सगळी सरकारे चालवायची, म्हणजे प्रचंड खर्चाचे काम होय. या सर्व सरकारांची स्थापना निवडणुका घेऊन केली जाते. निवडणुकांप्रीत्यर्थ

सरकारला खूप खर्च करावा लागतो. केंद्र सरकारच्या लोकसभा, राज्यसभा, राज्य सरकारांच्या विधान सभा, विधान परिषदा, जिल्हा परिषदा व त्यांच्या पंचायत समित्या या संस्थांवर अवाढव्य खर्च होतो. त्याचप्रमाणे परदेशातील राजदूतावास, शिष्टमंडळे, संयुक्त राष्ट्र संघ, आंतरराष्ट्रीय नाणेनिधी, जागतिक बँक इत्यादी आंतरराष्ट्रीय संस्थांचे सदस्यत्व या सर्व गोष्टींचा परिणाम सरकारी खर्चावर होतो व तो वाढतच जातो.

४) औद्योगिकीकरण : औद्योगिक क्रांतीनंतर सर्वच देशांमध्ये औद्योगिकीकरणाची लाट पसरली. याच्यामुळे औद्योगिक परिवर्तनाबरोबर सामाजिक व राजकीय परिवर्तनही घडून आले. शास्त्रीय शोध, उत्पादनपद्धतीत सुधारणा, यांत्रिकीकरण, विशाल प्रमाणावरील उत्पादन, श्रमविभाजन इत्यादी गोष्टींचा परिणाम म्हणून उत्पादनात फार मोठ्या प्रमाणात वाढ झाली. जगातील बहुतेक सर्व देशांचे उत्पादन वाढले व त्यामुळे दरमाणशी उत्पन्न वाढले. लोकांचे जीवनमानही वाढले आहे; पण त्याचबरोबर औद्योगिक समस्याही निर्माण झाल्या आहेत. कामगारांसंबंधीच्या योजनांवर सरकारला बराच पैसा खर्च करावा लागतो. उद्योगातील विविध प्रश्न सरकारलाच सोडवावे लागतात. बालोद्योगांना संरक्षण, उपभोक्त्यांचे संरक्षण, श्रमिकांचे कल्याण, श्रमिक–मालक संघर्ष इत्यादी गोष्टींकडे लक्ष पुरविणे आजच्या सरकारला अगत्याचे झाले आहे, त्यामुळे या गोष्टींवर सरकारला खर्चही वाढत्या प्रमाणात करावा लागतो.

५) उद्योगांचे व सेवांचे राष्ट्रीयीकरण : समाजवादी विचारांचा पगडा असलेली सरकारे आपल्या देशात विभिन्न उद्योगांचे, व्यवसायांचे व सेवांचे राष्ट्रीयीकरण करताना दिसून येतात. राष्ट्रीयीकरणाचा मुख्य हेतू या उद्योगांवर जनतेची मालकी प्रस्थापित करून जनतेला वस्तू व सेवा शक्यतोवर कमी खर्चात पुरविणे हा असतो. खासगी उद्योगांपुढे आदर्श निर्माण करणे हादेखील उद्देश असू शकतो; पण तो साध्य होतोच असे नाही. राष्ट्रीयीकरणामुळे प्रथम या उद्योगांना नुकसानभरपाई म्हणून फार मोठी रक्कम द्यावी लागते. नंतर हे उद्योग चालवायला बराच खर्च येतो. या उद्योगांमधून फायदा होईलच याची खात्री नसते. तोट्यातसुद्धा हे उद्योग चालवावे लागतात. हा तोटा सरकारलाच सहन करावा लागतो. यामुळे सरकारचा खर्च फार वाढतो.

६) विकास व नियोजन : आर्थिकदृष्ट्या अप्रगत देशांच्या सरकारांपुढे आपल्या देशाच्या आर्थिक विकासाचा फार मोठा प्रश्न असतो. त्यांना जलद आर्थिक विकास हवा असतो. यासाठी करावयाची पायाभरणी खासगी संस्थांकडे सोपविली

जात नाही, ती सरकारलाच करावी लागते. आर्थिक विकास सर्वांगीण व जलद होण्यासाठी नियोजनाचे तंत्र आजकाल सर्व देशात वापरले जाते. नियोजनाचे तंत्र समाजवादी देशांनी लोकप्रिय केले. आता भांडवलप्रधान देशही काही क्षेत्रांत या तंत्राचा अवलंब करू लागले आहेत. नियोजनाच्या या तंत्रात सरकारलाच पुढाकार घ्यावा लागतो. उद्योगांचा बहुमुखी विकास, लोकांच्या जीवनमानात वाढ, नैसर्गिक साधनांचा विकास व उपयोग, राष्ट्रीय उत्पन्नात वाढ इत्यादी उद्दिष्टे नियोजनाचा कार्यक्रम हाती घेताना समोर ठेवली जातात. अल्पकालीन व दीर्घकालीन योजना तयार करून त्या कार्यान्वित केल्या जातात. या योजना पार पाडण्यासाठी देशात व देशाबाहेर पैसा प्राप्त केला जातो, कर्ज काढले जाते व हितार्थ प्रबंधनही केले जाते. योजनांचा अवाढव्य खर्च सरकारलाच करावा लागतो. योजनांच्या आकाराबरोबर हा खर्चही वाढत जातो. भारताच्या पहिल्या पंचवार्षिक योजनेच्या जवळजवळ चौपट आकार चौथ्या पंचवार्षिक योजनेचा होता; म्हणजे १९५१ पासून पुढील वीस वर्षांच्या कालावधीत भारत सरकारच्या नियोजनामुळे एकूण व्ययात सुमारे १६,००० कोटी रुपयांची भर पडली असे म्हणावे लागेल.

७) किमतीमानात वाढ : जगातील बहुतेक सर्व देशांमध्ये किमतीची पातळी सतत वाढत असलेली दिसते. एकोणिसाव्या शतकाच्या उत्तरार्धात किमतीची वाढ सुरू झाली व ती अजून चालूच आहे. विशेषत: १९३९-४६च्या दुसऱ्या महायुद्धानंतर किमतीमध्ये फार झपाट्याने वाढ होत गेली. वाढणाऱ्या किमतीचे दोन प्रकारचे परिणाम होतात– एक म्हणजे, सरकारला सर्व वस्तू व सेवा यांची जास्त किंमत द्यावी लागते. दुसरे म्हणजे, या वाढलेल्या खर्चाची तोंडमिळवणी करण्यासाठी सरकारला अधिक उत्पन्न-साधनांचा शोध घ्यावा लागतो. सरकारचा वाढलेला खर्च पुन:किमतीमध्ये वाढ करताना दिसतो, हे एक दुष्ट वर्तुळ सुरू होते. यातील अवांछनीय भाग असा की, या वाढलेल्या खर्चाचा परिणाम आर्थिक व्यवहारांवर झालेला दिसत नाही. सरकारी खर्चात किमतीच्या वाढीमुळे दिसून येणारी वृद्धी खरी नसून काहीशी आभासात्मकच असते. भारतात गेल्या चार दशकांत किंमतपातळी दरवर्षी ५ ते ६ टक्के वाढलेली दिसून येते, त्यामुळे सार्वजनिक खर्चात वाढ होत आहे.

८) संरक्षणखर्चात वाढ : विसाव्या शतकात बहुतेक सर्व देशांच्या संरक्षणखर्चात फार तीव्रतेने वाढ झालेली दिसून येते. एकूण खर्चाच्या ५० टक्के खर्च संरक्षणावर केलेला असतो. युद्ध असो वा नसो, युद्धाची तयारी मात्र असली पाहिजे; असे

प्रत्येक देशातील सरकारला वाटते. युद्धाचे शास्त्र व शस्त्रास्त्रांचे स्वरूप या गोष्टी फार झपाट्याने बदलत आहेत. त्यामुळे नवनवीन शस्त्रास्त्रे बनविणे व विकत घेणे फार महाग होऊ लागले आहे. अण्वस्त्रांच्या शोधामुळे प्रत्येक राष्ट्राला आपणही केव्हातरी अण्वस्त्रसंपन्न व्हावे असे वाटते. अण्वस्त्रे निर्माण करणे हे केवळ श्रीमंत देशांचेच काम आहे; पण गरीब देशदेखील आपल्या उत्पन्नाचा फार मोठा भाग अणुशक्तीच्या उत्पादनावर खर्च करीत आहेत. त्यामुळे प्रत्येक सरकारचा संरक्षणखर्च वाढला आहे, संरक्षणखर्चात कपात करायला वावच नाही. भारतासारख्या शांतिप्रिय देशालासुद्धा मनाविरुद्ध चिनी व पाकिस्तानी आक्रमणांना तोंड द्यावे लागते. या दोन देशांविरुद्ध सतत युद्धसज्ज राहण्यासाठी युद्ध व संरक्षणावरील खर्चात अनेक पटींनी वाढ करावी लागली. १९५१मध्ये भारताचा संरक्षणखर्च १६४ कोटी रुपये होता. १९८५-८६मध्ये तो ७००० कोटी झाला तर २०१७-१८मध्ये ३,५९,९०० कोटींपर्यंत वाढला. २०२१-२२ साठी ४७८१९६ कोटींपर्यंत वाढविला आहे.

९) **मुलकी शासन खर्च :** प्रत्येक सरकारला राज्य चालविण्यासाठी व अंतर्गत सुव्यवस्थेसाठी प्रशासकीय खर्च करावा लागतो. सरकारच्या कार्यांमध्ये वाढ झाल्यामुळे अनेक मंत्रालये, अनेक खाती, प्रत्येक अधिकारी व त्यांचा मोठा नोकरवर्ग या गोष्टी निर्माण झाल्या. सरकारी यंत्रणा दिवसेंदिवस अधिक गुंतागुंतीची होत आहे. प्रत्येक सरकारला दुसऱ्या देशांमध्ये राजदूतावास निर्माण करावे लागतात. त्यांच्यावरही खर्च फार येतो. वाढत्या महागाईमुळे सरकारी अधिकारी व कर्मचारी अधिक वेतन, महागाई भत्ता मागतात. सरकारला तो द्यावा लागतो. केंद्र सरकारने एकदा अधिक वेतन व महागाई भत्ता दिला की, राज्य सरकारांना, जिल्हा परिषदांना व नगरपरिषदांनाही तो द्यावा लागतो. सर्वच सार्वजनिक सत्तांचा नागरी प्रशासनावरील खर्च वाढत जातो. १९५१मध्ये केंद्र सरकारचा प्रशासकीय सेवांवरील खर्च २१ कोटी रुपये होता. १९७३-७४मध्ये हा खर्च २८० कोटी रुपयांपर्यंत वाढला. विविध राज्यांचा हाच खर्च १९५१मध्ये १०६ कोटी रुपये होता व १९७३-७४मध्ये तो ५८३ कोटी रुपयांपर्यंत वाढला.

१०) **सरकारकडे पाहण्याच्या दृष्टिकोनात बदल :** आजकाल सरकारकडे पाहण्याची लोकांची दृष्टी बदललेली आहे. पूर्वीच्या काळी सरकारचे भय सामान्य माणसांना वाटत असे. सरकार म्हणजे जुलूम करणारी, छळ करणारी संस्था असे समजले जात असे; पण आज तसे वाटत नाही. ही गोष्ट चांगली आहे. सरकारच्या साहाय्याशिवाय सामान्य माणसाचे जीवन समृद्ध होणार नाही, याची जाणीव

प्रत्येकाला झाली आहे. हा बदल काही कारणांमुळे घडून आला आहे. तांत्रिक प्रगतीमुळे सामान्य जनांमध्ये आपली असमर्थता व परावलंबित्व यांची जाणीव निर्माण झाली आहे. आपल्या आवाक्याबाहेरील प्रश्नांची सोडवणूक करण्यासाठी त्यांना सरकारची गरज भासू लागली आहे. आर्थिक व्यवस्थेत होणारे बदल अस्थैर्य निर्माण करतात, या अस्थैर्याचा परिणाम सामान्य जनांवर होतो. त्यामुळे सरकारने आर्थिक अस्थैर्याला प्रतिबंध करण्याचे कार्य केले पाहिजे अशी अपेक्षा आज बाळगली जाते. मानवतेच्या दृष्टिकोनातून पाहता दुःख, दैन्य व दारिद्र्य यांचे अस्तित्व नाहीसे करणे हे सरकारला मुळीच भूषणावह नाही. यांचे प्रमाण कमी करणे, शक्यतोवर त्यांचे अस्तित्वच नाहीसे करणे हे सरकारचे कर्तव्य आहे अशी मागणी लोकांकडून आज केली जाते. सरतेशेवटी, राजकीय व आर्थिक प्रश्नांची संकीर्णता वाढल्यामुळे नागरिकांना या प्रश्नांना तोंड देण्यास सिद्ध करण्याची जबाबदारीही सरकारचीच आहे, असे मत काही लोक व्यक्त करतात. थोडक्यात, असे दिसून येते की, बऱ्या-वाईट सर्व गोष्टींची जबाबदारी सरकारची असल्यामुळे सरकारनेच पुढाकार घेऊन जनतेच्या जीवनात सर्वांगीण विकास साधला पाहिजे असे जनतेचे मत आहे; याचा परिणाम म्हणजे आज कोणत्याही क्षुल्लक प्रश्नाच्या सोडवणुकीकरता सरकारकडे पाहण्याची प्रवृत्ती निर्माण झाली आहे. आंदोलनवादी उपायांच्या साहाय्याने सरकारकडे दडपणे आणली जातात व सरकारला खर्च करायला भाग पाडले जाते. हळूहळू असे अनेक खर्च सरकारच्या अंगवळणी पडल्यासारखे झाले आहेत. त्यामुळे केंद्र सरकारचा खर्च, राज्यसरकारांचा खर्च, जिल्हा परिषदा व नगरपरिषदा यांचे खर्च असे सर्व स्तरांवरील खर्च वाढण्याची प्रवृत्ती दिसून येते.

याप्रमाणे अशी अनेक कारणे सरकारी खर्चात सतत वृद्धी का होते हे दाखविण्यासाठी लक्षात घेतली जातात. सरकारी व्ययात वृद्धी होणे हे वाईट नाही; पण ही वाढ अपेक्षित परिणाम साधत असेल तरच इष्ट समजली पाहिजे. देशातील उत्पादनाच्या प्रमाणात वाढ, संपत्तीच्या वितरणात सुधारणा, आर्थिक स्थैर्य, भावी पिढ्यांच्या सुखसोयींची उपलब्धता इत्यादी उद्दिष्टे या व्ययामुळे व त्यातील वाढीमुळे साध्य होत असतील तर त्या वाढीचे स्वागतच केले पाहिजे.

११) आर्थिक मंदीची आरिष्टे दूर करणे : सार्वजनिक कल्याणाच्या दृष्टिकोनातून आर्थिक मंदीवर मार्ग काढण्यासाठी सरकारला आर्थिक क्षेत्रांत हस्तक्षेप करावा

लागतो. १९३०च्या जागतिक महामंदीच्या काळात निरनिराळ्या देशांतील सरकारांना प्रचंड खर्च करावा लागला. आर्थिक मंदीच्या काळात निराशाजनक वातावरण पसरलेले असते. मंदीतून देशाला बाहेर काढण्यासाठी व्यापार व औद्योगिक क्षेत्रांत मोठ्या प्रमाणात खर्च करावा लागतो. शेती, सार्वजनिक उपक्रमांत गुंतवणूक वाढवावी लागते. सतत निर्माण होणाऱ्या आर्थिक मंदीच्या संकटावर उपाययोजना करण्यासाठी सार्वजनिक खर्च वाढत आहे.

१२) **सामाजिक सुरक्षिततेवरील खर्च :** जगातील इतर देशांप्रमाणे भारतानेसुद्धा सामाजिक सुरक्षा योजनांवर भर दिला आहे. लोकांना बेकारी, अपघात, अपंगत्व, आजार, वार्धक्य, अचानक मृत्यू इत्यादी संकटांना आणि आपत्तींना तोंड द्यावे लागते; त्यासाठी सरकारला लोकांना मदत करावी लागते. सामाजिक सुरक्षा योजनेद्वारे लोकांना आर्थिक साहाय्य, आरोग्य, विमा, निवृत्तीवेतन, बेकारी भत्ता इ. मार्गांनी मदत द्यावी लागते. त्यामुळे भारतातील सार्वजनिक खर्च वाढत आहे.

१३) **शासकीय कर्ज सेवांवरील वाढ :** सरकारला विकास योजनांवरील खर्च भागविण्यासाठी देशात व परदेशात मोठ्या प्रमाणावर कर्ज उभारावे लागते. भारत सरकारचे कर्ज १९५०-५१मध्ये रु. २८६० कोटी होते. ते मार्च २०१६ पर्यंत ६८,९४,९९१ कोटींपर्यंत वाढले. सार्वजनिक खर्चात व्याजावरील खर्चाचे प्रमाण वाढले. भारतातील कर्ज सेवांवरील खर्च वाढल्याने सार्वजनिक खर्च वेगाने वाढत आहे. १९८५-८६मध्ये सार्वजनिक कर्जांवरील व्याज रुपये ७५०० कोटी होते ते २०१५-१६मध्ये रुपये ४,५६,१४५ कोटींपर्यंत वाढले. २०२०-२१ मध्ये भारताचे कर्ज रुपये १४७ लाख कोटी होते.

१४) **आर्थिक स्थैर्य टिकविणे :** जगातील बहुतेक देशांनी आर्थिक आणि वित्तीय धोरण आखून ते टिकवून ठेवण्याची जबाबदारी स्वीकारलेली आहे; भारतानेसुद्धा तसे धोरण स्वीकारले. गरिबांना अर्थसाहाय्य, रोजगार व उत्पन्नपातळीत वाढ घडवून आणणे, संपत्ती व उत्पन्नातील विषमता कमी करणे इत्यादी दृष्टिकोनातून सरकारला वित्तीय धोरणाची अंमलबजावणी करावी लागते. त्यामुळे देशांत आर्थिक स्थैर्य टिकविण्यासाठी विविध धोरणांच्या अंमलबजावणीसाठी मोठ्या प्रमाणावर खर्च करावा लागतो; त्यामुळे भारताच्या सार्वजनिक खर्चात मोठ्या प्रमाणावर वाढ झाली आहे.

१५) **खासगी क्षेत्रांत उत्पादन वाढीला उत्तेजन :** खासगी क्षेत्रांत मोठ्या प्रमाणात उत्पादन करावे तसेच १०० टक्के निर्यात वस्तूंचे उत्पादन करावे यासाठी

सरकार निर्यातदारांना मोठ्या सोयी-सुविधा देत आहे. अनुदानाबरोबरच उत्पादन कर तसेच आयात जकातीत सवलती देत आहे; तसेच नवीन उद्योग स्थापनेसाठी तसेच स्थापित उद्योगांच्या विकासासाठी छोटे-मोठे शेतकरी व उद्योजकांना सर्वप्रकारचे आर्थिक, तांत्रिक साहाय्य करीत आहे. त्यामुळे सरकारचा खर्च वाढत आहे.

१६) सरकारच्या कार्यक्षेत्रात वाढ : सरकारच्या कार्यात सतत वाढ होत आहे. विशेषत: समाज कल्याणाच्या कार्यात जलद वाढ होताना दिसून येते. उदा. देशातील गरीब जनतेस शिक्षण, औषधोपचार, सार्वजनिक बागबगिचे, क्रीडांगणे इत्यादी मोफत अथवा सवलतीच्या दराने पुरविली जातात. तसेच सार्वजनिक कामावरचा खर्चही वाढत आहे. उदा. रेल्वे, रस्ते, पूल, पाटबंधारे योजना इत्यादी बाबतीत वाढ होत आहे. शिवाय बेरोजगारी कमी करण्यासाठी आणि दारिद्र्य निर्मूलनासाठी अनेक प्रकल्प राबविले जात आहेत. त्यामुळे सरकारी खर्चात जलद गतीने वाढ होत आहे.

१७) शेतीविकास : भारतासारख्या विकसनशील देशांत आर्थिक विकास जलद गतीने घडवून आणण्यासाठी शेतीविकास हा महत्त्वाची भूमिका पार पाडतो. शेती क्षेत्राच्या इतर क्षेत्रांशी निकटचा संबंध आहे याची सरकारला जाणीव झालेली आहे. शेतीचा विकास होताच बिगरशेती क्षेत्रास विकासाची चालना मिळते. त्यामुळे अर्थव्यवस्थेचा विकास साधणे सुलभ जाते म्हणून सरकार शेती क्षेत्रातवर वाढत्या स्वरूपाचा खर्च करीत आहेत असे दिसून येते.

१८) केंद्राचा सामान्य सेवांवरील खर्च : केंद्र सरकार राज्यांसाठी करत असलेला खर्च, करांची वसुली करण्यासाठी केला जाणारा खर्च; निवृत्ती वेतनावरील खर्च इत्यादींसाठी मोठ्या प्रमाणात केंद्र सरकारचा खर्च वाढत आहे. वेतनवाढ व महागाई भत्ते सतत वाढत असल्याने केंद्र सरकारच्या खर्चात सतत वाढ होत आहे.

१९) आंतरराष्ट्रीय संघटना व संस्था : देशातील सरकारला आंतरराष्ट्रीय संघटना व संस्थांच्या संमेलनात सहभाग घ्यावा लागतो. तसेच शिष्टमंडळेसुद्धा पाठवावी लागतात त्यासाठी सरकारला मोठ्या प्रमाणात खर्च करावा लागतो जसे आंतरराष्ट्रीय नाणेनिधी, जागतिक व्यापार संघटना, युनो, जागतिक बँक, जी-२०, सार्क, एशियन विकास बँक इत्यादी अशा अनेक वित्तीय व व्यापारी समुदायांची वर्गणी देशाला भरावी लागते. या सर्व कारणांसाठी सरकारला खर्च करावा लागतो.

२०) **विकसनशील देशांना मदत** : आर्थिक विकासासाठी, नैसर्गिक आपत्ती निवारणासाठी विकसित देश विकसनशील देशांना मदत करत असतात. जसे सवलतीच्या व्याज दराने कर्ज देणे, बिन व्याजाने कर्ज देणे, विकास योजनांसाठी अनुदान देणे इत्यादींमुळे सरकारी खर्चात वाढ होते. भारतसुद्धा विकसनशील देशांना कर्ज, मदत, अनुदान देत असल्याने भारताच्या खर्चात वाढ होत आहे.

२१) **आकस्मिक संकटे** : नैसर्गिक संकटांबरोबरच काही देश शेजारील देशांत दहशतवाद माजविण्याचा प्रयत्न करतात जसे पाकिस्तान भारतात दहशतवाद निर्माण करून अशांतता निर्माण करण्याचा प्रयत्न करतो त्यामुळे भारताच्या खर्चात वाढ होत आहे.

२२) **सामूहिक गरजांची पूर्तता** : सरकारला सामूहिक पातळीवर काही गरजा पूर्ण कराव्या लागतात. त्यामुळे लोकांची गैरसोय दूर होते. जसे शहरी भागात बस सेवा ; वीज, पाणीपुरवठा इत्यादींसाठी सरकारला खर्च करावा लागतो. त्यामुळे सरकारी खर्चात वाढ होते.

२३) **अनुदान, सवलत, मदतीचा भार** : राजकीय फायद्यासाठी राजकारणी व्यापारी, उद्योजक, शेतकरी यांना अनेक सवलती देतात. उदा. स्वस्त वीज, पाणीपुरवठा, कमी व्याज दराने कर्ज, विविध अनुदाने, सवलती इत्यादी या सवलती व मदतीचा काही भार सरकारला उचलावा लागतो त्यामुळे सरकारी खर्चात वाढ होते.

३.५ सार्वजनिक खर्चाचा वॅगनरचा नियम/सिद्धान्त (Wagner's Law of Public Expenditure)

आर्थिक सुधारणांचा कार्यक्रम राबविला जात असताना, विशेषत: गेल्या काही वर्षांमध्ये सरकारी खर्चाबाबत पुन्हा याची सार्वत्रिक चर्चा होत आहे. विशेषकरून खाजगीकरणाच्या आणि जागतिकीकरणाच्या कार्यक्रमांत सरकारला आपल्या खर्चाबाबत काही ठाम भूमिका घेता येईल का ? याचे उत्तर बहुतांशी होकारार्थी आहे. शिक्षण-आरोग्य-घरबांधणी - पायाभूत सेवा व कितीतरी बाबी आजही अशा आहेत की, ज्यावर मोठा खर्च करीत राहणे समर्थनीय ठरते. त्यामुळे सार्वजनिक खर्च करत राहणे हे आजच्या आर्थिक संरचनेच्या काळातही सर्वत्र समर्थनीय ठरते आहे.

वाढता सरकारी खर्च ही केवळ योगायोगाने घडून आलेली किंवा कोणत्या आर्थिक संकटातून निर्माण झालेली घटना नव्हे. त्याला असलेली तात्त्विक आणि सैद्धान्तिक बैठक यापूर्वी अनेक अर्थशास्त्रज्ञांनी मांडली. यात ॲडॉल्फ वॅगनर (१८३५–१९१७) हा जर्मन अर्थशास्त्रज्ञ आघाडीवर होता.

ऑडॉल्फ वॅगनर यांनी अर्थव्यवस्थेतील अभिवृद्धी आणि सरकारी कारभारातील उपक्रमांतील वाढ यांचा सरळसरळ आणि स्पष्ट सहसंबंध दाखविला. किंबहुना या दोन्हीमध्ये सरकारी व्यवहारांमधील वाढ अधिक जलद असते असेही त्याने मांडले. एकूण आर्थिक व्यवहारांमध्ये सार्वजनिक क्षेत्राचा सापेक्षतेने वाढता सहभाग म्हणजे वाढते प्रमाण असणार आहे, असे त्याला अभिप्रेत होते.

या घडामोडीमागील कारणेही त्याने स्पष्ट केली आहेत. उदा. त्याच्यामते सार्वजनिक खर्च वाढण्यामागील प्रमुख कारण म्हणजे कायदा–सुव्यवस्था, युद्ध यांवर होणारा खर्च. सततची युद्धसदृश परिस्थिती, देशातील सततची अस्थिरता व गुन्हेगारी यामुळे या बाबींवरील खर्च विस्तारत जातो. या कामासाठी नवे आधुनिक व खर्चिक तंत्रज्ञान वापरावे लागते. खर्च विस्तारत जाण्यामागील दुसरे घटक म्हणजे, सरकारपुढील वाढत्या सामाजिक जबाबदाऱ्या यामागे आरोग्य, शिक्षण, साक्षरता प्रसार, गरीब व अपंगांच्या कल्याणकारी योजना, जेष्ठ नागरिकांच्या कल्याणाचे प्रकल्प यांची व्यवस्था अशा गोष्टी आहेत. इतर बाबी तिसऱ्या प्रकारात मोडतात.

वॅगनरच्या मते, जगातील ज्या ज्या देशातील सरकार विकास साधण्याचा प्रयत्न करत असतात. अशा विकसनशील देशातील सरकारच्या कार्यात वाढ होते. सरकारी कार्याचे प्रमाण वाढत असल्याने सार्वजनिक खर्चही वाढतो. वॅगनरने आर्थिक विकास, राष्ट्रीय उत्पन्न, सरकारी खर्च यातील संबंध स्पष्ट केले.

वॅगनरचा नियम : वॅगनरच्या नियम असे मानतो की, कोणत्याही देशासाठी उत्पन्नाची वाढ होत असताना सार्वजनिक खर्च सातत्याने वाढतो. त्याच्या नियमाच्या अंदाजानुसार औद्योगिक अर्थव्यवस्थेच्या विकासासह एकूण राष्ट्रीय उत्पन्नातील खर्चाचा वाटा वाढेल.

आधुनिक औद्योगिक समजाच्या निर्मितीमुळे सामाजिक प्रगतीसाठी राजकीय दबाव वाढेल. आणि उद्योगाद्वारे सामाजिक विचार करण्यासाठी खर्च वाढेल.

वॅगनरच्या नियमानुसार अर्थव्यवस्थेच्या व्यापक घटनेत सर्वसाधारण उत्पन्नाची पातळी वाढत असताना सतत वाढणाऱ्या सामाजिक सेवेसाठी लोकसंख्या असलेल्या मतदानामुळे कल्याणकारी राज्य मुक्त भांडवल बाजारातून विकसित होते. यामध्ये काही अस्पष्टता असली तरी, वॅगनरच्या विधानाचे स्पष्टीकरण रिचर्ड मुसग्रावे यांनी खालीलप्रमाणे केले आहे.

पुरोगामी देश औद्योगिकदृष्ट्या विकसित होत असताना राष्ट्रीय अर्थव्यवस्थेत सार्वजनिक क्षेत्राचा वाटा सतत वाढत जातो. राज्याला खर्चाची वाढ तीन मुख्य कारणांमुळे होते, ही कारणे वॅगनर यांनी ओळखली होती. ती म्हणजे (खर्चवाढीची

कारणे) i) राज्यातील सामाजिक आंतरक्रिया ii) प्रशासकीय व संरक्षणात्मक कृती iii) कल्याणाकारी कार्ये. खाली दिल्याप्रमाणे वॅगनरचे मूळ विचार पुढीलप्रमाणे आहेत–

१) सामाजिक राजकीय म्हणजेच राज्याची सामाजिक कार्ये कालांतराने विस्तारतात. सेवानिवृत्ती भत्ता, विमा, नैसर्गिक आपत्ती, पर्यावरण संरक्षण कार्यक्रम इत्यादींसाठी केला जाणारा खर्च यांचा सार्वजनिक खर्चात समावेश होतो.

२) **आर्थिक :** विज्ञान आणि तंत्रज्ञानात जसा विकास होतो. त्या प्रमाणात देशातील वैज्ञानिक आणि तांत्रिक बदल होतात. अशा बदलांसाठी सार्वजनिक खर्च करावा लागतो व गुंतवणुकीच्या योजना हाती घ्याव्या लागतात.

३) **भूतकाळातील खर्च :** राज्य आपत्कालीन परिस्थितीवर नियंत्रण ठेवण्यासाठी सरकारी खर्चाचा अवलंब करते. त्यामुळे कर्ज आणि त्यावरील व्याजात वाढ होते; म्हणजे कर्ज सेवेच्या खर्चात वाढ होते. वॅगनरचा नियम आकृतीच्या साहाय्याने स्पष्ट करता येतो.

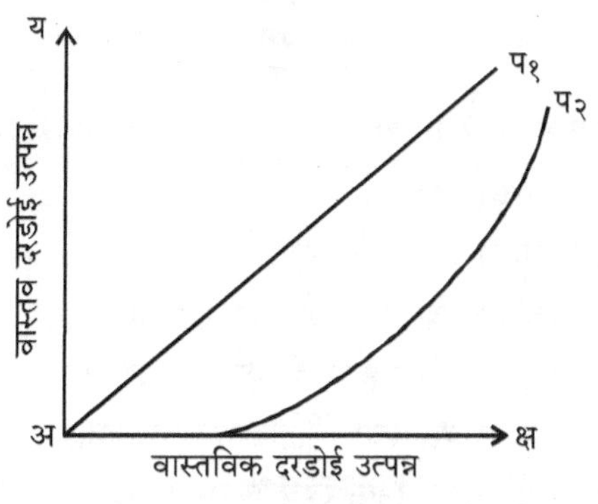

आकृती ३.१

वॅगनरच्या नियमानुसार आर्थिक विकास होत जातो, तसतशा प्रमाणात सरकारच्या सार्वजनिक खर्चात वाढ होत जाते. सामाजिक विकासाच्या सुरवातीच्या काळात जी आर्थिक वाढ आणि वृद्धी होत जाते त्या प्रमाणात वास्तव दरडोई उत्पन्नात वाढ होते. वरील आकृतीत 'अक्ष' अक्षावर 'वास्तविक दरडोई उत्पन्न' आणि 'अय' अक्षावर 'वास्तव दरडोई उत्पन्न' दर्शविले आहे. 'प१' हा वक्र सार्वजनिक वस्तूंचे उत्पादन दर्शवितो. वास्तविक दरडोई उत्पादनात होणारी वाढ ही वास्तव दरडोई उत्पन्नात वाढ घडवून आणते. जसजसे वास्तव दरडोई उत्पादन वाढते. त्या प्रमाणात सार्वजनिक खर्चाचे प्रमाणसुद्धा वाढते. सरकारी खर्च वाढल्यामुळे वास्तविक दरडोई उत्पादनात वाढ होते.

वॅगनरने मांडलेले विचार अनुभवाधिष्ठ होते औद्योगिक अर्थव्यवस्था हा त्याचा अभ्यासाचा विषय होता. त्याच्यामते, सरकार जर आर्थिकदृष्ट्या कमकुवत असेल तर त्याचा परिणाम सामाजिक कार्यावर होतो अल्पकाळात त्याचे दृश्य परिणाम दिसून येतात व भावी पिढ्यांवर त्याचा मोठा प्रभाव पडतो.

वॅगनरच्या सिद्धान्तावर काही मर्यादा दिसून येतात.

१) सरकारी कार्यात वाढ करणारे कोणते घटक जबाबदार असतात त्याचे सैद्धांतिकदृष्ट्या वॅगनरने विश्लेषण केलेले नाही.

२) सार्वजनिक खर्च वाढताना राज्याची रचना व पद्धती कितपत जबाबदार आहे याचेही विश्लेषण केलेले नाही.

३) वॅगनरने अमेरिका, इंग्लंड, जर्मनी, जपान, फ्रान्स इत्यादी औद्योगिक देशांचा विचार केला, मात्र अविकसित अशा आफ्रिका व आशियातील देशांचा विचार केलेला नाही.

प्रश्न

प्र. १ एका वाक्यात उत्तरे लिहा.

१) सार्वजनिक खर्चाचा अर्थ सांगा.

२) सार्वजनिक खर्चाची दोन तत्त्वे सांगा.

३) सार्वजनिक खर्चाच्या वर्गीकरणाचे दोन मुद्दे सांगा.

४) सार्वजनिक खर्चाची दोन महत्त्वाची कारणे कोणती.

५) सार्वजनिक खर्चाचा वॅगनरचा सिद्धांत काय सांगतो.

६) २०२०-२१ मध्ये सार्वजनिक खर्च किती झाला.

प्र. २ टिपा लिहा.

१) सार्वजनिक खर्च.

२) सार्वजनिक खर्चाची तत्त्वे.

३) सार्वजनिक खर्चाचे वर्गीकरण.

४) सार्वजनिक खर्चवाढीची कारणे.

५) वॅगनरचा नियम.

प्र. ३ थोडक्यात उत्तरे लिहा.

१) सार्वजनिक खर्च म्हणजे काय?

२) सार्वजनिक खर्चाची तत्त्वे सांगा.

३) सार्वजनिक खर्चाची तीन वर्गीकरणे सांगा.

४) सार्वजनिक खर्चाची चार कारणे सांगा.

५) वॅगनरचा नियम थोडक्यात सांगा.

प्र. ४ सविस्तर उत्तरे लिहा.

१) सार्वजनिक खर्चाची तत्त्वे स्पष्ट करा.

२) सार्वजनिक खर्चाचे वर्गीकरणाचे विवेचन करा.

३) सार्वजनिक खर्च वाढीची कारणे सांगा.

४) सार्वजनिक खर्चाचा वॅगनरचा नियम स्पष्ट करा.

<table>
<tr><td>प्रकरण
४</td><td>

सार्वजनिक कर्ज
(Public Debt)

</td></tr>
</table>

४.१ प्रास्ताविक (Introduction)

४.२ सार्वजनिक कर्जाचा अर्थ, स्रोत आणि महत्त्व (Meaning, Sources and Importance of Public Debt)

४.३ सार्वजनिक कर्ज परतफेडीच्या पद्धती (Methods of Repayment of Public Debt)

४.४ सार्वजनिक कर्जाचा भार (Burden of Public Debt)

४.५ वित्तीय दायित्व आणि अर्थसंकल्प व्यवस्थापन कायदा २००३ – मुख्यमुद्दे (The Fiscal Responsibility and Budget Management Act 2003 Highlights)

४.१ प्रास्ताविक (Introduction)

सरकार आपली आर्थिक गरज पूर्ण करण्यासाठी कर्ज घेते, अशा कर्जास 'सार्वजनिक कर्ज' म्हटले जाते. सरकार वेगवेगळ्या मार्गाने उत्पन्न मिळवत असते आणि ते सार्वजनिक कार्यासाठी वापरले जाते. सरकार हे या सार्वजनिक पैशांचा विश्वस्त असल्याने काटकसरीने पैसा खर्च करून लोकांना महत्तम लाभ देण्याची जबाबदारी सरकारची असते. सरकारने आपल्या उपन्नानुसारच आपला खर्च भागविला पाहिजे हे प्राचीन काळापासूनचे तत्त्व आहे. व्यक्तीने उत्पन्नापेक्षा अधिक खर्च केला तर व्यक्ती कर्जबाजारी होतात. व्यक्तीने अनुत्पादक कार्यासाठी तो खर्च केला तर व्यक्तीच्या कर्जबाजारीपणात वाढ होते. तसेच कर्जाची परतफेड न केल्यास भारतातील व महाराष्ट्रातील अनेक शेतकऱ्यांनी आत्महत्या केल्या आहेत. सरकारने खर्च आणि उत्पन्नाचे संतुलन साधणे महत्त्वाचे आहे. नुसतेच कर्ज घेऊन खर्च करू नये. कर्ज हे प्रतिष्ठेचे नसते. सामाजिक विकास व देशाचा आर्थिक विकास करताना आपले उत्पन्न विचारात घेऊन खर्च करावा असे सनातनवादी अर्थशास्त्रज्ञांचे मत होते.

सार्वजनिक कर्ज म्हणजे सरकारने सार्वजनिक कामासाठी घेतलेले कर्ज. केंद्र सरकार, राज्य सरकारे, महानगरपालिका, स्थानिक स्वराज्य संस्था इत्यादींना कर्ज घ्यावे लागते. त्यालाच 'सार्वजनिक कर्ज' म्हणतात. आजची सरकारे वेगवेगळ्या पद्धतीने कर्ज घेतात. सार्वजनिक कर्ज हे आधुनिक सरकारच्या उत्पन्नाचे साधन मानले जाते; कर्ज घेणे हे तसे पूर्वीपासून चालत आले आहे. सरकारचा खर्च भागविण्यासाठी उपाय म्हणून कर्ज घेतले जात असे, परंतु प्राचीन काळी अर्थशास्त्रज्ञांना कर्ज घेणे आवडत नसे. प्रो. बॉस्टेबल यांच्या मते, सरकारांची तुलना व्यक्तीशी केल्यास ज्या प्रकारे एखादी व्यक्ती कर्जाच्या साहाय्याने कायमस्वरूपी आपले व्यवहार करू शकत नाही; तसेच एखादे सरकारसुद्धा कर्जावर कायमस्वरूपी अवलंबून राहू शकत नाही. असेच मत ॲडम स्मिथ यांचेसुद्धा होते. स्मिथ यांनी सरकारी कर्जाला विरोधच केला. सरकारी कर्जामुळे अनावश्यक खर्च आणि युद्ध खर्च यांसारख्या व्यर्थ खर्चांना उत्तेजन मिळते आणि देशाची आर्थिक स्थिती विस्कळीत होते. परंतु सध्या अर्थशास्त्रज्ञ असे मत व्यक्त करीत नाहीत.

आज कर्ज हे कर, शुल्क, दंड, मूल्य, नफा इत्यादी मार्गांसारखाच एक उत्पन्नाचा मार्ग म्हणून समजले जाते. सरकारी कर्ज उत्पादक मानले जाते पण हे उत्पन्न कायम स्वरूपाचे नसते ते परत करावयाचे असते.

आधुनिक काळात जगातील बहुतेक देश 'कल्याणकारी राज्ये' म्हणून ओळखण्यात येतात. भारतानेसुद्धा कल्याणकारी राज्याची संकल्पना स्वीकारली, त्यामुळे उत्पन्नाच्या वाढीपेक्षा खर्चात फार जलद वाढ होत आहे. त्यामुळे तुटीच्या अंदाजपत्रकाचे सतत साहाय्य घेणे भाग पडते. अंदाजपत्रकातील तूट भरून काढण्यासाठी प्रचलित करात वाढ करून अथवा नवीन कर लादून उत्पन्नात वाढ करणे किंवा देशांतर्गत अथवा परकीय राष्ट्राकडून कर्ज घेणे हे दोन पर्याय उपलब्ध असतात. करांच्या माध्यमातून पैसा उभा करण्यास मर्यादा येतात; कारण करांचे प्रमाण जास्त वाढल्यास त्याचा अर्थव्यवस्थेवर अनिष्ट परिणाम होतो. तसेच लोकांकडून प्रतिकारही वाढत जातो; म्हणून सरकारला कर्ज उभारणे हा एकमेव पर्याय अत्यंत सोईचा ठरतो. त्याचा मोठ्या प्रमाणावर अवलंब केला जातो.

४.२ सार्वजनिक कर्जाचा अर्थ, स्रोत आणि महत्त्व (Meaning, Sources and Importance of Public Debt.)

सार्वजनिक अथवा सरकारी कर्जाचा अर्थ (Meaning of Public Debt)

सरकारने देशांतर्गत अथवा परकीय देशांकडून घेतलेले कर्ज म्हणजे 'सार्वजनिक कर्ज' होय. सरकार आपल्या देशातील बँका, खासगी व्यक्ती आणि संस्था, वित्तीय

संस्था, मोठे उद्योग इत्यादींकडून कर्ज घेत असते. तसेच परकीय सरकार, परकीय संस्था व नागरिक, आंतरराष्ट्रीय स्तरावरील बँका, आंतरराष्ट्रीय नाणे निधी, जागतिक बँक यांच्याकडूनसुद्धा सरकार कर्ज घेते. या सर्वांचा समावेश सार्वजनिक कर्जात होतो. अलीकडच्या काळात 'सार्वजनिक कर्ज' सरकारच्या उत्पन्नाचे एक साधन बनले आहे. परंतु त्याची सव्याज परतफेड करावी लागते.

केंद्र सरकार, राज्य सरकार, स्थानिक स्वराज्य संस्था यांसारख्या सार्वजनिक यंत्रणांनी घेतलेल्या सर्व प्रकारच्या कर्जांचा समावेश सार्वजनिक कर्जात केला जातो.

सार्वजनिक कर्जाची सुरुवात १७व्या शतकात झाली. त्यानंतर सार्वजनिक कर्जात मोठ्या प्रमाणात वाढ होत गेली. त्याआधी राजे दुष्काळ, रोगराई, पूर इत्यादी नैसर्गिक आपत्तींच्या काळात स्वत:जवळील संपत्तीचा उपयोग करीत असत. वेळप्रसंगी लोकांवर करही लावला जात असे. राजे लोकांनी नंतर बँकांकडून आणि औद्योगिक संस्थांकडून कर्ज घेण्यास सुरुवात केली. जिनिव्हा आणि व्हेनिसमधील सरकारांनी बँकांकडून कर्ज घेण्याची प्रथा प्रथम सुरू केली.

पहिल्या महायुद्धानंतर सार्वजनिक खर्चाचा विचार करण्यात येऊ लागला. मंदीच्या काळात सरकारने सार्वजनिक खर्च वाढविला पाहिजे या विचारातून तुटीच्या अंदाजपत्रकाची कल्पना पुढे आली. वाढता खर्च भागविण्यासाठी सार्वजनिक कर्जाचा विचार करणे भाग पडले. आज जगातील सर्वच देश आपला खर्च भागविण्यासाठी तसेच विकास कामे करणे यासाठी वेगवेगळ्या मार्गांनी कर्ज उभारणी करतात.

सार्वजनिक कर्जाची व्याख्या

१) प्रा. टेलर यांच्या मते, 'सरकारी कर्ज म्हणजे सरकारी तिजोरीने मूळ मुद्दल व त्यावरील व्याज देण्याबाबत दिलेले वचन होय. सरकारी कर्ज हे बहुधा कर्ज रोखे किंवा राजकोषपत्र अथवा ट्रेजरी बिल्सच्या साहाय्याने अल्प मुदतीसाठी उभे केले जाते. हे कर्ज रोखे आणि राजकोषपत्रे ही धारकांना सरकारने दिलेली वचनपत्रे होत. या वचनपत्रात सरकार ठरावीक दराने नियमित व्याज देण्याचे किंवा मुदतीअखेरीस मुद्दलाबरोबर संपूर्ण व्याज देऊन परतफेड करण्याचे वचन देते.'

२) प्रा. फिंडले शिरास यांच्या मते, 'केंद्र सरकार स्वदेशातून किंवा परकीय देशांकडून जे कर्ज घेते ते सार्वजनिक कर्ज होय.'

३) प्रा. मेहता यांच्या मते, 'सार्वजनिक कर्ज ही एक आधुनिक घटना आहे आणि ती लोकशाही सरकारच्या उदयामुळे अस्तित्वात आली आहे.'

४) प्रा. डाल्टन यांच्या मते, 'सार्वजनिक सत्तेच्या उत्पन्नाचे एक साधन म्हणजे सार्वजनिक कर्ज होय.'

थोडक्यात, सरकारद्वारे उभारल्या जाणाऱ्या कर्जांना 'सार्वजनिक कर्ज' म्हणतात. भारतीय केंद्र सरकार आणि घटकराज्य सरकारांना कर्ज उभारण्याचे वैधानिक अधिकार भारतीय राज्यघटनेने दिले आहेत.

सरकारला जेव्हा कर्जाची गरज भासते तेव्हा नाणेबाजारात आणि भांडवल बाजारात हुंड्या, ऋणपत्रे, कर्जरोखे इत्यादी तारणावर अथवा विक्री करून सरकार कर्ज उभारते, त्यासाठी देशाची मध्यवर्ती बँक सरकारला मदत करते.

सार्वजनिक कर्जाचे स्रोत (Sources of Public Debt.)

जेव्हा सरकार देशातील व्यक्ती, वित्तीय आणि अन्य संस्था यांच्याकडून कर्ज उभारते तेव्हा त्या कर्जाला 'अंतर्गत कर्ज' असे म्हणतात. याउलट, जेव्हा सरकार परकीय नागरिकांकडून परकीय वित्तीय संस्थांकडून व आंतरराष्ट्रीय वित्तीय संस्थांकडून आणि परकीय सरकारकडून कर्ज उभारते तेव्हा त्याला 'बाह्य कर्ज' असे म्हणतात. देशातील सरकार दोन मार्गाने कर्ज उभारते. ते पुढीलप्रमाणे आहेत. –

१) अंतर्गत कर्ज उभारणीचे मार्ग

अ) **अल्पबचती किंवा देशातील नागरिक :** देशातील लोक जी बचत करतात त्या बचतीतून सरकारला अंतर्गत कर्ज उपलब्ध होते. सरकार बचत योजनेतूनही कर्ज उभारते. उदा. पोस्टातील बचत खाती, राष्ट्रीय बचत प्रमाणपत्रे, भविष्य निर्वाह निधी इत्यादींद्वारे अंतर्गत कर्जे उभी केली जातात. तसेच सरकार कर्जरोख्यांची विक्री करते. सरकारी रोख्यांच्या खरेदी–विक्रीकरता लोक येत असल्याने त्यांचे हस्तांतरण होऊ शकते; अशा रीतीने सरकार देशातील लोकांकडून विविध मार्गाने कर्ज उभारते.

ब) **बाजार कर्ज :** हे कर्ज मुख्यत: व्यक्ती आणि संस्थांकडून उभारले जाते. उदा. व्यापारी बँका, आयुर्विमा महामंडळ, युनिट ट्रस्ट ऑफ इंडिया इत्यादी. सार्वजनिक कर्जातील फारच थोडा हिस्सा हा या व्यक्तींकडून उभारला जातो आणि बहुतेक कर्ज हे संस्थांकडूनच उभारले जाते; एकूण सार्वजनिक कर्जात बाजार कर्जाचा हिस्सा वाढतच आहे.

क) **वित्तीय संस्थांकडून उभारलेली मुदत कर्जे :** या मार्गाने उभारण्यात येणारे कर्ज गेल्या काही वर्षांत सातत्याने वाढत आहे. यात अल्प, मध्यम व दीर्घ मुदतीच्या कर्जांचा समावेश होतो. विमा कंपन्या, विश्वस्त संस्था या सरकारी कर्जरोख्यांची खरेदी करतात.

ड) **मध्यवर्ती बँकांकडून घेण्यात येणारी कर्जे :** तुटीच्या अर्थभरण्यासाठी विविध मार्गांनी वित्त पुरवठा उभारला जातो; त्यांपैकी एक महत्त्वाचा मार्ग म्हणजे मध्यवर्ती बँकेकडून घेतले जाणारे कर्ज होय.

सरकारी खर्चाची बिले मध्यवर्ती बँकेकडून पाठविली जातात. ज्यांना सरकारने पैसे द्यावयाचे असतात. त्यांच्या नावे इतर बँकात खाती उघडली जातात. त्या बँकांकडे स्वत:चे पैसे व इतर ठेवी असतात. तसेच मध्यवर्ती बँकेकडे इतर बँकांच्या ठेवा असतात. ज्या बँकांमध्ये खाते उघडले असेल तेथे सरकारच्या वतीने पतनिर्मितीच्याद्वारे खातेदारांना पैसे देतात. या मार्गानिसुद्धा अंतर्गत कर्ज उभारणी करता येते.

इ) **बँकेतर वित्तीय संस्था :** विमाकंपन्या, संघटित बचत बँका, विश्वस्त संस्था या संस्था सरकारी कर्जरोख्यांची खरेदी करतात. सरकारची आर्थिक पात्रता, विश्वसनीयता, पैसे परत मिळण्याची खात्री यामुळे सरकारी रोख्यात गुंतवणूक केली जाते. या मार्गाने अंतर्गत कर्ज उभारणी केली जाते.

ई) **व्यापारी बँका :** व्यापारी बँका पतनिर्मितीच्या प्रक्रियेतून सरकारी कर्ज रोख्यांची खरेदी करतात. त्यामुळे सरकारला कर्ज उपलब्ध होते तसेच व्यापारी बँकांकडून पैसे उसने घेणे इत्यादी प्रकारे कर्ज घेतले जाते.

उ) **कर्ज उभारणी :** राखीव निधी व ठेवींच्या स्वरूपातील कर्ज उभारणी.

२) बाह्य कर्ज उभारणीचे मार्ग

सरकारने देशाबाहेरून कर्ज उभारणी केल्यास त्यास परकीय कर्ज किंवा बाह्य कर्ज असे म्हणतात; ते पुढील मार्गाने उभारता येते –

अ) **परकीय नागरिक :** परकीय नागरिकांकडून विविध प्रकारे सरकार बाह्य कर्ज घेते. सरकारी रोख्यांची विक्री परकीय नागरिकांना केली जाते त्यातून बाह्य कर्जाची उभारणी केली जाते.

ब) **परकीय सरकार आणि परकीय वित्तीय संस्था :** परकीय सरकारकडून कर्ज मिळविले जाते; तसेच परकीय वित्तीय संस्थांकडूनसुद्धा कर्ज मिळविले जाते. हे कर्ज तंत्रज्ञान अथवा परकीय चलन अथवा वस्तूंच्या स्वरूपात प्राप्त केले जाते.

क) **आंतरराष्ट्रीय वित्तीय संस्था :** जागतिक बँक, आंतरराष्ट्रीय नाणेनिधी, आशियायी विकास बँक, आंतरराष्ट्रीय वित्तीय महामंडळ इत्यादींद्वारे सरकार बाह्य कर्ज मिळविते. या कर्जाचा उपयोग आर्थिक विकासाच्या कार्यक्रमासाठी केला जातो.

बाह्य कर्ज हे युद्ध खर्च, युद्धसाहित्य, आधुनिक तंत्रज्ञान, विकास कार्यक्रम व प्रकल्प, व्यवहारातील देणी-घेणी इत्यादींसाठी घेतले जाते.

भारताला देशांतर्गत कर्जाप्रमाणे बाह्य कर्जावरसुद्धा अवलंबून राहावे लागते. विविध प्रकल्पांसाठी यंत्रसामग्री, त्यांचे सुटे भाग, तांत्रिक ज्ञान व कौशल्य उपलब्ध करून देण्याच्या दृष्टीने भारताला परकीय कर्जावर अवलंबून राहावे लागते; कारण भारताला आपला निर्यात व्यापार वाढवून वरील विकासोन्मुख साधनसामग्री खरेदी करण्यासाठी आवश्यक असलेले परकीय चलन मिळविणे दुरापास्त झाले. भारताने केलेल्या एकूण आयातीची किंमत देशाने केलेल्या निर्यात वस्तूंच्या किंमतीपेक्षा नेहमी आधिक्य राहिले. त्यामुळे विकासासाठी आवश्यक असलेले परकीय चलन परकीय कर्जाद्वारे मिळवावे लागले. वेळोवेळी काढलेले हे परकीय कर्ज कराराप्रमाणे चलनात फेडावे लागते.

३) देशांतर्गत कर्ज व बाह्य कर्ज यातील फरक किंवा भेद

देशांतर्गत कर्ज आणि बाह्य कर्ज यातील फरक पुढीलप्रमाणे सांगता येतो-

अ) देशांतर्गत कर्ज हे वर्तुळाकार प्रवाहासारखे असते; कारण समाजातील एका गटाकडून पैसा कर्जरूपाने सरकारकडून घेतला जातो व दुसऱ्या गटासाठी तो खर्च केला जातो. त्यामुळे एकूण राष्ट्रीय उत्पन्नात फरक पडत नाही. तसेच दोन्ही कर्ज उभारणीची उद्दिष्टे वेगवेगळी असतात. मात्र, बाह्य कर्जाचा राष्ट्रीय उत्पन्नावर परिणाम होतो. बाह्य कर्जाचा योग्य वापर केल्यास राष्ट्रीय उत्पन्नात वाढ घडून येते.

ब) बाह्य कर्जात एखादा देश जेव्हा दुसऱ्या देशाकडून कर्ज उभारतो तेव्हा त्या कर्जाचे व्याज दिले जात असताना 'ऋणको' देशातील संपत्ती 'धनको' देशाकडे पाठविली जाते. व्याज दर जेवढा जास्त असेल तेवढा ऋणको देशांवर कर्जाचा जास्त भार पडतो.

देशांतर्गत कर्जाबाबत मात्र ही समस्या निर्माण होत नाही; कारण व्याज देताना व कर्जफेड करताना देशातील संपत्ती देशातच राहते.

क) देशांतर्गत कर्ज उभारणी व अशा कर्जाची परतफेड याचे देशातील एकूण उत्पादनावर परिणाम होत नाही. परंतु उत्पादनावर अप्रत्यक्ष परिणाम मात्र होऊ शकतात. व्याजाचा बोजा वाढत जातो.

ड) अंतर्गत कर्जाचे फारसे दुष्परिणाम नसतात; मात्र, बाह्य कर्ज घेताना अनेक अटी लादल्या जातात. त्याचे दुष्परिणाम कर्ज घेणाऱ्या देशाला भोगावे लागतात.

काही वेळा राजकीय स्वातंत्र्य धोक्यात येऊ शकते; तसे अंतर्गत कर्जाबाबत घडत नाही.

इ) अंतर्गत आणि बाह्य दोन्ही कर्जे उत्पादक व अनुत्पादक स्वरूपाची असू शकतात. उत्पादक कर्जामुळे उत्पादन व संपत्तीत वाढ होते. परतफेड करणे सोयीचे जाते. मात्र, अनुत्पादक कारणासाठी घेतलेल्या कर्जामुळे उत्पादनात भर पडत नाही. हे कर्ज परतफेड करताना अडचणीचे होते.

सार्वजनिक कर्जाचे महत्त्व (Importance of Public Debt.)

सार्वजनिक कर्जाचे महत्त्व व त्याचे उद्देश पुढीलप्रमाणे स्पष्ट करता येतात–

१) **विकासासाठी खर्च :** सरकार विविध क्षेत्रांच्या विकासासाठी खर्च करते जसे शेती व शेतीशी संलग्न क्षेत्र, उद्योग क्षेत्र, सेवा क्षेत्र, वाहतूक दळणवळण इत्यादी. परंतु हा खर्च अपुरा पडतो व अशा वेळी सार्वजनिक कर्जे घ्यावी लागतात.

२) **सार्वजनिक क्षेत्रावरील खर्च :** मोठे व अवजड उद्योग तसेच पायाभूत सुविधांसाठी मोठ्या प्रमाणात गुंतवणूक करावी लागते व त्यासाठी कर्जे घेतली जातात.

३) **संरक्षण खर्च :** देशाच्या सीमेवर आतंकवाद असेल, शीत युद्ध सुरू झाले असेल अशा वेळी सरकारचा खर्च वाढतो. त्यामुळे सार्वजनिक कर्ज काढण्याशिवाय पर्याय रहात नाही.

४) **आर्थिक स्थैर्य :** व्यापारचक्राच्या काळात जसे मंदीच्या काळात उत्पन्न, रोजगार व मागणीत वाढ करण्यासाठी कर्ज घेऊन खर्च केला जातो; तर तेजीच्या काळात चलनवाढ नियंत्रणात ठेवण्यासाठी लोकांकडून कर्जे घेतली जातात. त्यामुळे आर्थिक स्थैर्य प्राप्त होण्याला मदत होते.

५) **सामाजिक सेवा :** जसे सामाजिक सुरक्षिततेचा वाढता खर्च, जलसिंचन, शिक्षण, आरोग्य इत्यादी गरजा भागविण्यासाठी कर्जे घेतली जातात.

६) **आंतरराष्ट्रीय संबंध :** धनकोदेश आणि ऋणकोदेशात सार्वजनिक कर्जाद्वारे सहकार्य, सद्भावना निर्माण होते.

७) **प्रशासकीय खर्च :** शासकीय अधिकाऱ्यांचे पगार, भत्ते, निवृत्तीवेतन इत्यादी महसुली उत्पन्नातून भागविणे सरकारला शक्य होत नाही त्यामुळे सार्वजनिक कर्जे घेतली जातात.

४.३ सार्वजनिक कर्ज परतफेडीच्या पद्धती (Methods of Repayment of Public Debt.)

सरकारने घेतलेली कर्जे परत करावी लागतात ; जर कर्जाचे प्रमाण सतत वाढत राहिल्यास लोकांच्या मनात अविश्वासाचे वातावरण निर्माण होण्याची शक्यता असते. तसेच वाढत्या कर्जामुळे वाढत्या कर आकारणीचा बोजा लोकांना सहन करावा लागतो. त्यामुळे शासकीय कर्ज वेळच्यावेळी परतफेड करणे योग्य असते. तसेच सार्वजनिक कर्जाची परतफेड व्याजासहित करावी लागते. त्याचा सामाजिक, आर्थिक, राजकीय व नैतिक परिणाम अर्थव्यवस्थेवर होतो. सार्वजनिक कर्ज अनुत्पादक कार्यासाठी वापरले तर असे कर्ज लवकरात लवकर फेडणे देशाच्या हिताच्यादृष्टीने चांगले असते.

सरकार सार्वजनिक कर्जाची परतफेड पुढील पद्धतीने करते –

१) **कर्ज नाकारणे किंवा बुडविणे :** कर्जावरील व्याज देण्यास आणि कर्जाची रक्कम परत करण्यास नकार देऊन कर्जफेडीचा प्रश्न सोडविता येतो. मात्र, कोणतेही सरकार कर्जाच्या परतफेडीला नकार देऊ शकत नाही. जर बाह्य कर्जाच्या परतफेडीस नकार दिल्यास आंतरराष्ट्रीय पातळीवर कर्ज घेणाऱ्या देशाची पत नाहीशी होते व त्यातून कलह वाढण्याची शक्यता असते. तरीपण अंतर्गत आणि बाह्यकर्ज नाकारल्याची काही उदाहरणे आहेत. सन १९१७च्या क्रांतीनंतर रशियात अधिकारावर आलेल्या साम्यवादी सरकारने पूर्वीच्या झार राजाच्या कारकिर्दींत उभारलेली देशांतर्गत कर्जे फेडण्यास नकार दिला. तसेच इंडोनेशिया स्वतंत्र झाल्यावर पूर्वीच्या वसाहतवादी सत्ताधिकाऱ्यांनी हॉलंडमध्ये उभारलेल्या कर्जाची परतफेड करण्याचे इंडोनेशिया सरकारने नाकारले होते. मात्र, अशी उदाहरणे फारच कमी आढळतात. जर सरकारला पुन्हा कर्ज घ्यायचे नसेल तर कर्ज नाकारणे क्षम्य ठरेल. तसेच कर्ज नाकारल्यामुळे निर्माण होणाऱ्या अंतर्गत असंतोषाला अथवा दुसऱ्या देशाशी होणाऱ्या युद्धाला तोंड देण्याची सरकारची तयारी असेल तर कर्ज नाकारण्याला काही हरकत नाही.

२) **कर्ज परिवर्तन :** सरकारने उभारलेल्या जुन्या कर्जाचे नवीन कर्जात रूपांतर करून त्याद्वारे कर्जफेड करता येणे शक्य असते. कर्जफेडीच्यावेळी सरकारजवळ आवश्यक तेवढी वित्तीय साधनसामुग्री नसेल तर कर्जफेडीसाठी परिवर्तनाचा मार्ग अवलंबिला जातो. या प्रकारात सरकार पूर्वीच्या कर्जाची परतफेड करत नाही, फक्त जुन्या कर्जाचे रूपांतर नवीन कर्जात करते. त्याचप्रमाणे जुन्या कर्जाच्या परिवर्तनाच्यावेळी जुन्या रोख्याबद्दल देण्यात येणाऱ्या नवीन रोख्यांवर

जुन्या रोख्यांवरील व्याजदरापेक्षा अधिक व्याजदर देऊन रोखे धारकांना हे नवीन रोखे घेण्यास भाग पाडते. अशा रीतीने कर्जाचे परिवर्तन करताना जुन्या कर्जाचे रूपांतर नवीन कर्जात केले जाते. म्हणजेच प्रत्यक्ष कर्जाची परतफेड होत नाही.

३) **कर्ज खरेदी :** खुल्या बाजारात विक्री केलेल्या कर्ज रोख्यांची सरकारने खरेदी करणे हा कर्जफेडीचा एक प्रकार आहे. मात्र, या पद्धतीत कमालीची अनियमितता असते. पूर्वीच्या काळी या पद्धतीचा अवलंब केला जात असे; कारण ही पद्धत सरळ आणि सोपी आहे. कर्जाची हळूहळू परतफेड करता येत असे; मात्र, अलीकडच्या काळात सरकारचे अंदाजपत्रक तुटीचे असल्याने या पद्धतीचा फारसा उपयोग होत नाही.

४) **कर्जफेड निधी :** या पद्धतीनुसार कर्जफेडीसाठी स्वतंत्र असा निधी निर्माण केला जातो. दर वर्षी कर उत्पन्नातून विशिष्ट रक्कम त्या निधीत जमा केली जाते. त्यामुळे कर्जाचा कालावधी पूर्ण होताच कर्जफेडीसाठी आवश्यक रक्कम त्या निधीतून उपलब्ध होते. तसेच नवीन कर्ज घेऊन कर्ज फेडनिधी निर्माण केला जातो, परंतु या प्रकारामुळे जुन्या कर्जाचे रूपांतर नव्या कर्जात होते. खऱ्या अर्थाने कर्जफेड निधी निर्माण करावयाचा असेल तर तो अंदाजपत्रकीय आधिक्यातून आणि नवे कर्ज न घेता होणे आवश्यक आहे. कर्जफेड निधीचा प्रथम उपयोग इंग्लंडमध्ये केला गेला. सध्या या पद्धतीचा सर्वच देशात उपयोग केला जातो.

५) **भांडवल कर :** सार्वजनिक कर्ज फेडण्यासाठी भांडवलावर अगर संपत्तीवर कर आकारला जातो. युद्धकाळात फार मोठ्या प्रमाणात कर्ज काढले जाते. ते युद्धासारख्या अनुत्पादक कार्यासाठी वापरले जाते. या कर्जाचा बोजा तीव्रतेने जाणवतो. हे कर्ज फेडण्यासाठी भांडवलावर कर आकारला जातो. युद्धकाळात भाववाढीत अतिरेकी परिस्थिती निर्माण होत असल्याने उद्योगपती आणि व्यापारी मोठ्या प्रमाणात नफा मिळवून संपत्ती संचय करीत असतात. या संपत्तीपैकी काही भाग भांडवलावरील कराच्या मार्गाने काढून घेऊन त्याद्वारे फेडता येणे शक्य असते.

६) **परकीय कर्ज फेडण्यासाठी परकीय चलनाचे साठे वापरणे :** बाह्य कर्ज फेडण्यासाठी देशाच्या निर्यातीतून मिळणाऱ्या परकीय चलनांपैकी काही भाग काढून ठेवून परकीय कर्ज फेडले जाते.

७) **वार्षिक वृत्ती किंवा वर्षासने :** कर्ज देणारे लोक यांना दरवर्षी निश्चित रक्कम देण्याची योजना ठरवून कर्जफेड केली जाते. यामध्ये वार्षिक हप्ते तयार केले जातात. त्यामध्ये मुद्दल आणि व्याजाचा समावेश केला जातो. दरवर्षी ठरावीक रकमेचा हप्ता दिला जातो म्हणून त्यास 'वार्षिक वृत्ती' किंवा 'वर्षासने' म्हणतात; कर्जफेडीची ही चांगली पद्धत आहे. प्रत्येक वर्षी कर्जाचा बोजा कमी कमी होत जातो.

८) **व्याजाचे दर कमी करणे :** जास्त व्याजदराने सार्वजनिक कर्जाची परतफेड करणे सरकारला शक्य नसते. तेव्हा सरकार या पद्धतीचा अवलंब करते. सरकार सक्तीने व्याजाचा दर कमी करते. या प्रकारात सरकार उघडपणे वचनभंग करते म्हणून सरकारची विश्वासार्हता कमी होते. पुन्हा सरकारला कर्ज काढणे अवघड होऊन बसते. त्यामुळे अविश्वासाचे आणि अनिश्चिततेचे वातावरण निर्माण होते.

या पद्धतीत कर्जाची परतफेड होत नाही तर फक्त कर्जाचे स्वरूप बदलते जर व्याजाचा दर जास्त असताना सरकारने कर्ज घेतले असेल. परंतु आता व्याजाचा दर कमी झाला त्यामुळे कर्जाचा भार कमी करण्यासाठी सरकार अशा कर्जाचे रूपांतर कमी व्याजाचा दर असलेल्या कर्जात करते. कर्जाचे परिवर्तन हे जेव्हा घेतलेले कर्ज परत करण्याची वेळ येते तेव्हा तसेच सरकारने केलेली विनंती ऋणदात्याला मान्य असेल तर कर्जाची मुदत संपण्यापूर्वीही परिवर्तन अथवा व्याजाचे दर कमी करता येतात. व्याजाचे दर कमी करण्यासाठी मुख्यत: सरकारची पत कशी आहे यावर अवलंबून असते. तसेच सरकारची पत, सरकारचा कर्जफेडीचा नियमितपणा, कार्यक्षमता आणि कर्जफेडीची योग्य व चांगली व्यवस्था इत्यादी गोष्टींवर अवलंबून असते. जर सरकारची पत चांगली असेल तर व्याजाचे दर कमी करण्यात सरकार यशस्वी होते. तसेच कर्ज परत करण्याच्यावेळी व्याज दर कमी असेल तरच ते यशस्वी होते.

९) **अंदाजपत्रकातील शिल्लक रक्कम वापरणे :** सरकारचे अंदाजपत्रक शिलकीचे असेल तर त्याचा उपयोग कर्जफेडीसाठी केला जातो. पूर्वीच्या काळी या पद्धतीचा उपयोग होत होता. अलीकडच्या काळात अंदाजपत्रकात तूट असल्यामुळे त्याचा उपयोग कर्जफेडीसाठी होत नाही. आधुनिक काळात या पद्धतीचे केवळ तात्त्विक महत्त्व उरले आहे.

१०) **करांचे प्रमाण वाढविणे :** लवकर कर्जाची परतफेड करता येण्यासाठी करांचे दर वाढवून, मोठ्या प्रमाणावर उत्पन्न मिळवून कर्जफेड करता येते. या

पद्धतीच्या वापरामुळे उत्पादन, राहणीमान, रोजगार, आर्थिक स्थैर्य इत्यादींवर अनिष्ट परिणाम होण्याची शक्यता असते. बाह्य कर्जातून लवकर मुक्त होण्यासाठी अशा मार्गांचा अवलंब केला जातो.

११) चलन विस्तार : कधी कधी सरकार जाणूनबुजून चलन विस्तार करते त्यामुळे पैशांची खरेदी शक्ती कमी होते. त्यामुळे कर्जदात्यांना व्याजासहित रक्कम परत मिळत असली तरी तिचे प्रत्यक्षात मूल्य बरेच कमी झालेले असते; त्यामुळे कर्जदात्यांचे आर्थिक नुकसान होते.

१२) तुटीचा अर्थभरणा : तुटीच्या अर्थभरणाचा उपयोग अंतर्गत कर्जाची परतफेड करण्यासाठी होतो. नवीन नोटा छापून सरकार कर्जाची परतफेड करू शकते. परंतु त्यामुळे चलनवाढ होऊन पैशांची किंमत कमी होते व कर्जदारांच्या लाभांचे प्रमाण कमी होते. तसेच चलनवाढीचे दुष्परिणामही अर्थव्यवस्थेत दिसून येतात.

१३) व्याजदरात सक्तीने घट : जेव्हा व्याजाचा दर अधिक असतो तेव्हा सार्वजनिक कर्जाची परतफेड करणे अवघड होते. तेव्हा सरकार या पद्धतीचा आधार घेते. या पद्धतीत सरकार कर्मचाऱ्यांना व्याजाचा दर घटविण्याची सक्ती करते. परंतु यामुळे सरकार वचनाचा भंग करत असते त्यामुळे हे धोरण योग्य नाही कल्याणकारी देशाचे सरकार अशा पद्धतीने वागत नाही.

१४) उच्च उत्पन्नावर अधिक कर : सरकार कर्जफेडीसाठी आवश्यक असणारा पैसा गोळा करण्यासाठी उच्च उत्पन्नावर अधिक प्रमाणात तीव्र कर आकारते. जसजसे उत्पन्न वाढत जाते, तसतसा कराचा दरसुद्धा तीव्र होत जातो. त्यामुळे समाजातील श्रीमंत वर्गातील पैसा गोळा केला जातो. परंतु या पद्धतीचा उपयोग काळजीपूर्वकच करणे आवश्यक आहे, अन्यथा त्याचा परिणाम बचतीवर व गुंतवणुकीवर होऊन व्यवसाय व उद्योगांवर त्याचा प्रतिकूल परिणाम होतो. ब्रिटिश कालखंडात भारताने मुख्यत: युद्ध खर्च भागविण्यासाठी कर्ज उभारले. नंतरच्या काळात ब्रिटिशांनी आपल्या धोरणात बदल केला, तसेच भारताच्या सरकारने सिंचन प्रकल्प, रेल्वे प्रकल्प इत्यादी उत्पादक कारणांसाठी देशांतर्गत व परकीय कर्ज उभारले.

१९३९मध्ये एकूण सार्वजनिक कर्ज रुपये १२०० कोटींचे होते. भारत सरकारने दुसऱ्या महायुद्धाच्या काळात युद्धाचा खर्च भागविण्यासाठी सार्वजनिक कर्ज उभारले. १९४५–४६मध्ये भारताचे सार्वजनिक कर्ज रुपये २३०८.३९ कोटींपर्यंत वाढले. स्वातंत्र्यानंतर पहिल्या पंचवार्षिक योजना काळात देशांतर्गत मार्गाने रुपये

५२० कोटींचे कर्ज उभारले. दुसऱ्या योजनेत भांडवल बाजारातून व अल्प बचतमार्गाने १८०० कोटी रुपयांचे कर्ज उभारले. तिसऱ्या योजनेतसुद्धा बाजारातून आणि अल्प बचत मार्गाने १८०० कोटी रुपये उभारले. चौथ्या योजनेत ११६० कोटी रुपये उभारले.

पाचव्या योजना काळात अंतर्गत मार्गाने २०२० कोटी रुपये उभारले.

१९८० पासून केंद्र आणि घटक राज्यांच्या अंदाजपत्रकात महसुली अंदाजपत्रकात तूट दिसून येऊ लागली. ही तूट सार्वजनिक कर्जाद्वारे भरून काढली जात आहे.

सध्या सरकार चालू खर्चासाठीसुद्धा कर्ज काढताना दिसून येते. जलद आर्थिक विकासासाठी सरकारला कर्ज उभारावे लागत आहे.

भारताचे बाह्य कर्ज मार्च २०२१ अखेर ५७० बिलीयन डॉलर्स एवढे होते. रिझर्व्ह बँकेच्या आकडेवारीवरून मार्च २०२१ अखेर एकूण GDP च्या २१.१ टक्के होते ते मागील वर्षी २०.६ टक्के होते. (पुढील तक्ता क्र. ४.१ पहा.)

४.४ सार्वजनिक कर्जाचा भार (Burden of Public Debt)

सार्वजनिक कर्जाचे अर्थव्यवस्थेवर होणारे परिणाम मुख्यत: उत्पन्न आणि खर्चावर दिसून येतात. सार्वजनिक कर्जाचे भार म्हणजेच सार्वजनिक कर्जाचे विविध परिणाम होय. सार्वजनिक कर्जाच्या भाराचे विश्लेषण पुढीलप्रमाणे आहे –

१) सार्वजनिक कर्ज व उपभोग : देशांतर्गत कर्ज काढण्यासाठी सरकार आपले कर्ज रोखे विक्रीस काढते जर सरकारकडून मोठ्या प्रमाणात कर्ज उभारण्यात आल्यास जनतेच्या क्रयशक्तीत / खरेदी शक्तीत घट होते. कारण लोकांचा उपभोगावर वापरण्यात येणारा पैसा सरकारकडे कर्जाद्वारे जातो. परिणामी, लोकांचे उपभोगाचे प्रमाण कमी होते.

सरकार तेजीच्या काळात भाववाढीस आळा घालण्यासाठी कर्जाची उभारणी करते. सरकारने परकीय कर्जाचा उपयोग देशात दुर्मीळ असणाऱ्या उपभोग्य वस्तूंच्या आयातीसाठी केल्यास त्याचा उपभोगावर अनुकूल परिणाम होतो आणि उपभोगात वाढ होते; तसेच अशा वस्तूंच्या भाववाढीवरही नियंत्रण येते.

धरणे, कॅनॉल इत्यादी सार्वजनिक कामांवर खर्च केला म्हणजेच सार्वजनिक खर्चाचा उपयोग उत्पादक कार्यासाठी केला तर त्यामुळे रोजगाराची पातळी, उत्पादन, उत्पन्न व उपभोगात वाढ होते. जेव्हा भविष्यात सरकार घेतलेले कर्ज परतफेड करते तेव्हा कर्जरोखे धारकांचे उत्पन्न वाढते. वाढलेल्या उत्पन्नाचा उपयोग गुंतवणुकीसाठी केला जाईल की उपभोगासाठी ते व्यक्तीच्या उपभोग प्रवृत्तीवर अवलंबून असते.

२) खासगी गुंतवणुक : सरकारी कर्जात मोठी वाढ झाल्यास खासगी क्षेत्रांस गुंतवणुकीच्या निधीत तुटवडा निर्माण होतो. कारण, नाणे बाजारात उपलब्ध

असणारा निधी मर्यादित असल्याने सरकारी कर्जामुळे खासगी क्षेत्रास उपलब्ध होणारा निधी कमी पडतो. त्याचा गुंतवणुकीवर विपरीत परिणाम होतो.

सार्वजनिक खर्चाचा प्रभाव आर्थिक क्रिया व रोजगारावर पडून खासगी क्षेत्राच्या विस्ताराला आणि विकासाला चालना मिळते. कर्जाची रक्कम जेव्हा सरकार खर्च करते त्यामुळे लोकांच्या खरेदीशक्तीत वाढ होते. त्यामुळे आर्थिक व्यवहारांचे प्रमाण वाढून उद्योगांच्या वस्तुंना मागणी निर्माण होऊन उद्योगधंदे वाढीस लागतात. अमेरिकेत आर्थिक मंदीच्या काळात एक लक्षाहून अधिक इमारती, रस्ते, शाळा, बगिचे, क्रीडांगणे, ग्रंथालये निर्माण करून मंदीचे प्रमाण कमी केले होते. थोडक्यात, खासगी क्षेत्रावर अनुकूल परिणाम होतो.

३) उत्पन्न वाटप : सार्वजनिक कर्जाचा देशातील उत्पन्नाच्या वाटपावर परिणाम होतो. समजा, श्रीमंत लोकांचा सरकारी कर्जाच्या उभारणीत मोठा वाटा असेल आणि हे कर्ज गरीब लोकांच्या सामाजिक सोयी पुरविण्यावर खर्च होणार असेल तर देशाच्या उत्पन्नातील वाटपातील विषमता कमी होईल. परंतु कर्जाचा बोजा गरीब लोकांवर पडला तर देशातील उत्पन्न वाटपाच्या विषमतेत भर पडेल. गरीब लोकांनी अल्प प्रमाणात कर्जाचा वाटा उचलला असेल तर त्याच्या बदल्यात त्यांना व्याजाच्या रूपाने अधिक उत्पन्न मिळेल आणि त्या प्रमाणात उत्पन्न वाटपातील विषमता कमी होईल.

४) उत्पादन : सरकार देशांतर्गत आणि बाह्य कर्जाची उभारणी करते व ते कर्ज विविध प्रकारच्या उत्पादक कार्यासाठी वापरतात. उदा. लोखंड आणि पोलाद निर्मिती, रेल्वे, रस्ते बांधणी, बहुउद्देशीय जल प्रकल्प इत्यादी हे प्रकल्प पूर्ण झाल्यावर देशाच्या उत्पादन क्षमतेचा पाया मजबूत करण्यास मदत करतात, त्यामुळे उत्पादनात लक्षणीय वाढ होते.

सार्वजनिक कर्जाचा महत्त्वाचा परिणाम म्हणजे या कर्जाद्वारे जनतेच्या बँकेतील निष्क्रिय ठेवींचे क्रियाशील भांडवलात परिवर्तन घडून आणले होते. या कर्जाची जेव्हा परतफेड केली जाते, तेव्हा पैशांची खर्चाकडून बचतीकडे बदली केली जाते; अशा रीतीने सार्वजनिक कर्ज हे देशांत भांडवल निर्मितीचे महत्त्वाचे कार्य पार पडते आणि अर्थव्यवस्थेची उत्पादन क्षमता मजबूत करते.

५) सार्वजनिक कर्जाचे विभाजन : सार्वजनिक कर्जाचा अर्थव्यवस्थेतील उत्पन्न आणि संपत्तीच्या विभाजनावर परिणाम होतो; जर सरकार श्रीमंत वर्गाकडून कर्ज घेऊन त्याचा उपयोग गरीब वर्गाच्या हितासाठी करते तेव्हा संपत्तीच्या वितरणातील विषमता कमी होण्याला मदत होते. परंतु कर्जाचा बोजा गरीब लोकांवर पडल्यास

उत्पन्न वितरणाच्या विषमतेत भर पडेल. गरीब जनतेने अल्प प्रमाणात कर्जाचा वाटा उचलला असेल तर त्याच्या बदल्यात त्यांना व्याजाच्या रूपाने अधिक उत्पन्न मिळेल व त्या प्रमाणात उत्पन्न विभाजनातील विषमता कमी होईल.

जर रोखेधारक आणि करदाते म्हणून समाजातील तेच लोक असतील तर संपत्तीच्या पुनर्वाटपाचा प्रश्नच उद्भवत नाही, म्हणजेच पुनर्वाटप घडत नाही. परंतु रोखेधारक आणि करदाते हे वेगळे लोक समूह असतील तर मात्र समाजात उत्पन्नाचे पुनर्वाटप घडून येईल.

६) उत्पन्न व रोजगार पातळी : सार्वजनिक कर्ज उत्पन्न व रोजगार निर्मितीच्या संदर्भात विशेष महत्त्वाचे आहे. सार्वजनिक कर्ज उभारणी करून तो पैसा शेती, उद्योगधंदे, वाहतूक आणि दळणवळणाच्या सोयी, पाटबंधारे, धरणे, पाणलोट क्षेत्र विकास, बहुउद्देशीय प्रकल्प इत्यादींसाठी खर्च केला जातो. अशा प्रकल्पातील गुंतवणुकीत वाढ झाल्यामुळे गुणक परिणामांद्वारे अर्थव्यवस्थेत अनेक पटीने उत्पन्नाची निर्मिती होते. त्यामुळे देशातील उत्पन्नाची पातळी व रोजगारात मोठी वाढ होते.

७) बाह्य कर्ज व अर्थव्यवस्था : बाह्य अथवा दुसऱ्या देशापासून घेतलेल्या कर्जाचा उपयोग भांडवली वस्तू, आधुनिक तंत्रज्ञान इत्यादी आयात करण्यासाठी होतो. त्यामुळे अर्थव्यवस्थेच्या उत्पादन क्षमतेत वाढ होते आणि जलदगतीने आर्थिक विकास साधण्यास मदत होते.

८) पतनियंत्रण : मध्यवर्ती बँक पतनियंत्रणासाठी तेजीच्या काळात काही उपाययोजना करते त्यासाठी सार्वजनिक कर्ज साहाय्यक ठरते. सर्वसाधारणपणे मध्यवर्ती बँक सरकारी खर्चाचा मोठा वाटा उचलतात. कायद्याच्या तरतुदीनुसार व्यापारी बँकांनी आपल्या गुंतवणूक निधीचा काही भाग सरकारी कर्ज रोख्यात गुंतवणे बंधनकारक असते. जेव्हा या बँका सरकारला कर्ज देतात तेव्हा सरकार त्यांना सरकारी कर्जरोखे देते. हे कर्जरोखे सुलभ रोकड स्वरूपाची मालमत्ता असते. जेव्हा मध्यवर्ती बँक अर्थव्यवस्थेत पतनियंत्रणाचे उपाय योजते व त्यासाठी बँकदर आणि खुल्या बाजारातील व्यवहारांचा अवलंब करते तेव्हा व्यापारी बँका आपली कर्ज देण्याची क्षमता वाढविण्यासाठी सरकारी कर्जरोखे गहाण टाकून कर्ज उभारणी करतात व त्या पैशांचा उपयोग पतनिर्मिती करण्यासाठी केला जातो; त्यामुळे अर्थव्यवस्थेत पतनिर्मितीत वाढ होते.

९) उत्पादन खर्च : सरकार आपल्या कर्जाचा उपयोग लहान उद्योगांना महाग असणाऱ्या कच्च्या मालाचा स्वस्त दराने पुरवठा करण्यासाठी करते व इतर उद्योगांना सवलतीच्या दराने हा कच्चा माल पुरविते. त्यामुळे उत्पादक क्रियांना

चालना मिळते आणि देशात महाग वस्तू स्वस्त दरात उपलब्ध केली जाते, याचा जनतेस मोठा लाभ होतो.

थोडक्यात म्हणजे, सार्वजनिक कर्ज हे उत्पादनास चालना देण्यासाठी वापरले तर त्याचे अर्थव्यवस्थेवर अनुकूल परिणाम दिसून येतात. याउलट, हे कर्ज अनुत्पादक कार्यासाठी वापरल्यास त्याचा व त्याच्या व्याजाचा मोठा बोजा जनतेवर पडतो व बोजा जनतेस सहन करणे भाग पडते. म्हणून जनतेच्या कल्याणासाठीचे कार्य करण्यासाठी कर्ज उत्पादनासाठी वापरण्याचा प्रयत्न करणे हितकारक ठरते.

१०) बचत व कार्यशक्ती : सार्वजनिक कर्जाची परतफेड करताना सरकारला जे कर आकारावे लागतात त्याचा परिणाम करदात्यांच्या बचत व कार्यशक्तीवर येतो. अशा करामुळे जर करदात्यांच्या बचत आणि कार्यशक्तीवर परिणाम होत असेल तर त्यामुळे त्याचा परिणाम उत्पादनावर होतो. उत्पादनाला अडथळे निर्माण होतात आणि जर हे कर्ज अनुत्पादक कार्यासाठी घेतले असेल, तर ते परत करण्यासाठी कर आकारणी करावी लागते. याउलट, कर्ज हे उत्पादक कार्यासाठी घेतले असेल तर कर आकारण्याची गरज भासणार नाही; कारण उत्पादनातूनच लाभ मिळून त्यातून कर्जाची परस्पर कर्ज फेड होईल.

सरकारने उत्पादक कार्यासाठी कर्जाचा उपयोग केला तर त्याचा उपयोग गरीब लोकांच्या उत्पन्नात वाढ होईल व बचत करण्याच्या शक्तीतसुद्धा वाढ होईल. आणि जर कर्ज परतफेडीच्या उद्देशाने सरकारने खर्चात कपात केली तर ज्यांना अनुदान मिळते अशा लोकांचे उत्पन्न घटेल. आणि त्यांची कार्य व बचतीची शक्ती कमी होईल. त्यामुळे त्याचा उत्पादनावर प्रतिकूल परिणाम होईल.

११) बचत व कार्य करण्याची इच्छा : सार्वजनिक कर्जामुळे गुंतवणुकीला चालना मिळते. त्यामुळे लोकांची बचत करण्याची इच्छा बळावते. परंतु जेव्हा सरकार कर्ज परतफेडीसाठी जादा कर आकारते तेव्हा त्याचा प्रतिकूल परिणाम करदात्याच्या कार्यावर व बचतीवर होतो. तसेच शासकीय कर्जरोखे जे लोक विकत घेतात, त्यांना त्या रोख्यांपासून व्याज मिळत असते त्यामुळे त्यांची बचत व कार्य करण्याची इच्छा कमी होते.

१२) उत्पादन साधनांचे स्थलांतर : सरकार खासगी भांडवलदार ज्याठिकाणी पैसा लावत नाहीत तेथे कर्जाचा उपयोग करते. त्यामुळे व्यक्तीच्या उत्पादन शक्तीत वाढ होते व उत्पादनाला ते अनुकूल ठरते. परंतु जर कर्जाचा उपयोग अनुत्पादक कार्यासाठी केला तर त्याचा प्रतिकूल परिणाम उत्पादन साधनांवर होतो.

जसे, युद्ध कर्जामुळे उत्पादन साधनांचे स्थलांतर युद्ध सामग्री निर्मितीकडे होते. त्यामुळे एकूण संपत्तीच्या उत्पादनावर त्याचा प्रतिकूल परिणाम होतो.

१३) विदेशी कर्जाचा अर्थव्यवस्थेवरील परिणाम : विदेशी कर्जाचा उपयोग विशेषत: भांडवली वस्तू व आधुनिक तंत्रज्ञान इत्यादींच्या आयातीसाठी होतो. त्यामुळे अर्थ-व्यवस्थेच्या उत्पादन क्षमतेत वाढ होते व जलद आर्थिक विकास साधण्याला मदत होते.

बाह्य कर्ज : बाह्य कर्जे ही परकीय सरकारकडून अथवा परदेशातील धनकोंकडून घेतली जातात. परकीय कर्जांमुळेसुद्धा संपत्तीची हस्तांतरणे होतात. परंतु ती देशातल्या देशात होत नाहीत.

१) प्रत्यक्ष चलनजन्य रक्कम : जेव्हा देशातील सरकार परदेशातून कर्जं घेते तेव्हा धनकोदेशाकडून ऋणकोदेशाकडे पैशांचे हस्तांतरण होत असते. परंतु जेव्हा हे कर्ज परत केले जाते, तेव्हा परकीय देशाकडे पैशांचे हस्तांतरण होत असते. बाह्य कर्जाचा प्रत्यक्ष चलनजन्य परिणाम म्हणजे ऋणको देशाने धनको देशाला मुद्दल व व्याज मिळून दिलेली रक्कम होय.

२) प्रत्यक्ष वास्तव भार : प्रत्यक्ष वास्तव भार म्हणजे ऋणको देशाच्या आर्थिक कल्याणात झालेली घट होय. जरी तो चलनजन्य परिणाम असला तरी प्रत्यक्ष वास्तव परिणाम काढणे शक्य होते. बाह्य कर्जाची परतफेड करताना गरीब अथवा श्रीमंत यातील कोणाला जास्त रक्कम द्यावी लागते, त्यावर प्रत्यक्ष वास्तव भार अवलंबून असतो. बाह्य कर्जाची परतफेड करताना सरकार कर बसविते. त्या कर्जाचा भार श्रीमंतांवरच असेल तर प्रत्यक्ष वास्तव परिणाम कमी असतो. याउलट, जर करांचा भार गरिबांवर अधिक असेल तर प्रत्यक्ष वास्तव भार जास्त असतो.

३) अप्रत्यक्ष वास्तव भार : अप्रत्यक्ष वास्तव भार म्हणजे बाह्य कर्जामुळे उत्पादनाला झालेला अटकाव होय. कर्ज परत करण्यासाठी लादलेल्या करामुळे ऋणको देशातील लोकांच्या कार्य व बचत करण्याच्या शक्तीवर व इच्छांवर प्रतिकूल परिणाम होत असेल तर त्यामुळे अप्रत्यक्ष वास्तव परिणाम निर्माण होतो. तसेच कर्ज परत केल्यामुळे ऋणको देशाच्या सरकारचा आर्थिक खर्च कमी होऊन उत्पादनाला उत्तेजन मिळाले नाही तर ते घटू लागते व अप्रत्यक्ष वास्तव परिणाम निर्माण होईल.

किंमत पातळी व कर्ज – कर्जाच्या परिणामांचा आणि किंमतीच्या पातळीचा संबंध महत्त्वाचा असतो. जर किंमत पातळी खाली आली तर चलनाची किंमत वाढते. याउलट, किंमत पातळी वाढल्यास चलनाची किंमत कमी होते. तेव्हा जर किंमत पातळी खाली आल्यास कर्जाचा वास्तव परिणाम वाढतो. याउलट, जर किंमत

पातळी वाढली तर कर्जाचा वास्तव परिणाम कमी होतो.

बाह्य कर्जाचा प्रत्यक्ष वास्तव परिणाम किमतीच्या पातळीवर अवलंबून असतो. हा प्रत्यक्ष वास्तव परिणाम किमतीची पातळी घसरल्यास वाढतो आणि किमतीची पातळी वाढल्यास कमी होतो.

तक्ता ४.१

केंद्र सरकारच्या कर्जाची सद्यस्थिती

(लाख कोटी रु.)

	२०१४ -१५	२०१५ -१६	२०१६ -१७	२०१७ -१८	२०१८ -१९	२०१९ -२०
अ) सार्व. कर्ज (अ१ + अ२)	५१.०५	५७.११	६१.५०	६८.८४	७५.८८	८६.०५
अ१) अंतर्गत कर्ज (ए + ऐ)	४७.३८	५३.०५	५७.४२	६४.०१	७०.७५	८०.२०
ए) बाजार सुरक्षितता रोखे (Securities)	४३.०९	४७.२८	५०.४९	५५.१०	५९.६०	६५.६०
ऐ) बाजारेतर सुरक्षितता रोखे (Securities)	४.२९	५.७७	६.९३	८.९१	११.०६	१४.६०
अ२) बाह्य कर्ज	३.६६	४.०७	४.०८	४.८३	५.१३	५.८५
ब) सार्वजनिक खाते – इतर देयता	७.६२	८.१६	८.५७	९.१५	९.९६	९.८९
क) अधिक अंदाजपत्रकीय स्रोत	0.00	0.00	0.09	0.२४	0.८८	१.१०
ड) एकूण देयता (अ+ब+क)	५८.६६	६५.२७	७०.१६	७८.२३	८६.७२	९७.०५

(स्रोत – आर्थिक सर्वेक्षण २०२०-२१)

तक्ता ४.१ नुसार केंद्र सरकारची एकूण देयता ही मार्च २०२० मध्ये ९७.०५ लाख कोटी होती. त्यापैकी ८८.६७ टक्के सार्वजनिक कर्ज आणि १० टक्के सार्वजनिक

खात्यातील देयता होती. त्यामध्ये राष्ट्रीय अत्यबचत निधी, राज्य भविष्य तिकीट निधी, राखीव निधी आणि ठेवी व इतर खात्यांचा समावेश होतो.

४.५ वित्तीय दायित्व आणि अर्थसंकल्प व्यवस्थापन कायदा २००३ – मुख्य मुद्दे अथवा मुख्य वैशिष्ट्ये (The Fiscal Responsibllity and Budget Management Act 2003 - Highlights)

देशाच्या विकासासाठी आणि जनकल्याणासाठी सरकारला खर्च करावा लागतो आणि उत्पन्न मात्र तेवढे नसते, अशा वेळी सरकारला तुटीचे अंदाजपत्रक सादर करावे लागते. सदर तूट दोन प्रकारची असते. महसुली जमेपेक्षा महसुली खर्च जितक्या रकमेने जास्त असेल त्या फरकाला 'महसुली तूट' असे म्हणतात. तर एकूण खर्च वजा (कर महसूल + दिलेल्या कर्जाची वसुली + इतर जमा) या रकमेला 'वित्तीय तूट' असे म्हणतात. अंदाजपत्रकात तूट आली तर ती भरून काढण्यासाठी सरकारला कोठून तरी पैसा उभा करावा लागतो. सामान्यत: त्यासाठी दोन मार्ग असतात. एक म्हणजे बाजारातून तितक्या रकमेची कर्जे घ्यायची आणि दुसरा म्हणजे मध्यवर्ती बँकेला सांगून तितके नवीन चलन बाजारात आणायचे. या दोन्ही मार्गाने अनेक विपरीत परिणाम अर्थव्यवस्थेवर होतात. व्याज दर वाढतात. चलनाची मात्रा वाढल्याने भाववाढ होते, विनिमय दर घसरतो, आर्थिक शिस्त बिघडते इत्यादी. त्यासाठी सरकारच्या कारभारातील अशी तूट किमान असावी, जी भरून काढण्यासाठी सरकारने किमान कर्जे घ्यावीत ज्यामुळे चलनाची मात्रा किमान वाढेल. या पद्धतीने सरकारने याकडे लक्ष द्यावे, जे चांगले वित्तीय धोरण मानले जाते. परंतु गेल्या काही दशकात जगभरात सर्वच सरकारे याकडे दुर्लक्ष करताना दिसतात. राजकीय लाभ मिळविण्यासाठी सरकार वारेमाप खर्च करतात. शिवाय भ्रष्टाचाराने त्या खर्चाचे लाभ अर्थव्यवस्थेस मिळत नाहीत. आणि त्यामुळे सरकारने घेतलेल्या कर्जाचा बोजा वाढतच जातो. १९८६–८७ मध्ये भारताची वित्तीय तूट एकूण देशांतर्गत उत्पादनाच्या (GDP) ८.३७ टक्के तर महसूली तूट २.४७ टक्के होती. ही काळजी करण्याची बाब होती. त्यानंतर वित्तीय तूट कमी होत गेली, परंतु महसुली तूट वाढत गेली. १९९९–२००० मध्ये अनुक्रमे ५.३६ आणि ३.४६ टक्के होती. तूट वाढल्याने राजकोषीय स्थिती चिंताजनक झाली होती. ३१.३.२००० रोजी केंद्र सरकारची एकूण देय कर्जे २००० अब्ज पातळीवर पोहोचली होती. ही कर्जाची रक्कम सरकारच्या एकूण वार्षिक जमेच्या सहापट झाली होती. त्यापेक्षा जास्त चिंतेची बाब म्हणजे प्रतिवर्षी या कर्ज रकमेत रुपये १००० अब्ज एवढी वाढ होत होती. सरकारला मिळणाऱ्या एकूण कर महासुलापैकी ५० टक्के रक्कम मुक्त कर्जावरील व्याज देण्यासाठी वापरावी लागत होती. अशा परिस्थितीत वित्तीय शिस्त आणणे अत्यावश्यक होते.

वित्तीय दायित्व आणि अर्थसंकल्प व्यवस्थापन कायदा (FRBM कायदा) : मुख्य मुद्दे

वित्तीय आणि महसुली तूट कमी करणे, स्थूल आर्थिक व्यवस्थापन परिणामकारक करणे आणि एकूणच सार्वजनिक पैशांचे व्यवस्थापन सुधारणे आवश्यक वाटते. त्यासाठी उपाय होता तो अर्थसंकल्प संतुलित करण्याचा. म्हणून तत्कालीन राष्ट्रीय लोकशाही आघाडीच्या सरकारने २००० साली Fiscal Responsibility and Budget Management Bill (FRBM) अर्थात 'वित्तीय दायित्व आणि अर्थसंकल्प व्यवस्थापन विधेयक' संसदेत सदर केले. पण या विधेयकावर संसदेत तीन वर्षे चर्चा झाली आणि २००३ साली हा कायदा पारित झाला, या कायद्याची अंमलबजावणी ५ जुलै २००४ पासून सुरू झाली.

या कायद्याची उद्दिष्टे/मुख्यमुद्दे :

१) ३१–०३–२००६ पर्यंत महसूली तूट संपविणे.

२) वित्तीय तुटीचे प्रमाण २ टक्क्यांपर्यंत कमी करणे.

३) कायदा झाल्यापासून तीन वर्षात सरकारने रिझर्व्ह बँकेकडून कर्ज घेणे बंद करणे.

४) ३१–०३–२०११ पर्यंत कर्जाचे प्रमाण सकल देशांतर्गत उत्पन्नाच्या ५० टक्क्यांपर्यंत कमी करणे.

वित्तीय शिस्त आणण्यासाठी सरकारने इच्छा दर्शवणारी बाब होती.

सदर कायद्याने वित्तीय व्यवस्थापनाचे पुढील चार निकष निश्चित केले.–

१) महसुली तुटीचे सकल देशांतर्गत उत्पन्नाशी प्रमाण.

२) वित्तीय तुटीचे सकल देशांतर्गत उत्पन्नाशी प्रमाण

३) कर महसुलाचे सकल देशांतर्गत उत्पन्नाशी प्रमाण.

४) केंद्र सरकारच्या देण्याचे (कर्जाचे) सकल देशांतर्गत उत्पन्नाशी प्रमाण. कायद्यात यासाठी काही कालबद्ध उद्दिष्ट्ये नक्की केली गेली, ती अशी –

प्रतिवर्षी किमान 0.५ टक्के या प्रमाणात महसुली तूट कमी करत ३१ मार्च २००८ पर्यंत महसुली तूट संपविणे, प्रतिवर्षी किमान 0.३ टक्के या प्रमाणात वित्तीय तूट कमी करत ती GDP च्या ३ टक्के या कमाल पातळीपर्यंत आणणे. प्रतिवर्षी GDP च्या किमान १ टक्के या प्रमाणात कर्जाची रक्कम कमी करत ती GDP च्या ६ टक्क्यांपर्यंत आणणे. १ एप्रिल २००६ पासून रिझर्व्ह बँकेने सरकारचे बाँड्स खरेदी करणे थांबविणे.

कायद्याची अंमलबजावणी

आर्थिक वर्ष २००७-०८ पर्यंत सरकारने वित्तीय तूट GDP च्या २.७ टक्क्यांपर्यंत आणि महसुली तूट GDP च्या १.१ टक्क्यांपर्यंत कमी करण्यात यश मिळविले. पण २००८च्या अमेरिकन संकटानंतर (सब प्राईम क्रायसिस) अमेरिकेत मंदी आली. अल्प काळात मंदी जगभर पसरली. भारतही त्यास अपवाद नव्हता. मंदीचा विपरीत परिणाम किमान व्हावा म्हणून सरकारने मोठ्या प्रमाणात खर्च करणे क्रमप्राप्त आहे असे अर्थतज्ज्ञांचे मत पडले. सबब वित्तीय शिस्तीपेक्षा मंदीतून मार्ग काढण्याला अग्रक्रम मिळाला. अशा रीतीने मंदीच्या पार्श्वभूमीवर तूट कमी करण्याची कायद्यात नमूद केलेली उद्दिष्ट्ये साध्य करण्यास फाटा देण्यात आला. २००८-०९ मध्ये वित्तीय तूट GDPच्या ६.२ टक्के या पातळीवर (उद्दिष्ट्य ३%) पोहोचली. २०१०-११ पर्यंत पुन्हा गाडी रुळावर आणता येईल असे वाटत असताना कायद्यातील तरतुदींची अंमलबजावणी पुढे ढकलली गेली. आश्चर्याची बाब म्हणजे महसुली तूट संपविण्याचे लक्ष्य असताना २०१०-११ च्या अर्थसंकल्पात "effective revenue dificit' ही नवीन संकल्पना आणली गेली. २०१३-१४ या वित्तीय वर्षाची वित्तीय तूट GDPच्या ४.५ टक्के तर महसुली तूट ३.२ टक्के इतकी होती. तर "effective revenue dificit'चे प्रमाण २ टक्के होते. २०१५-१६ या वर्षात सरकारने या कायद्याकडे गांभीर्याने पाहत वित्तीय तूट GDP च्या ३.९ टक्क्यांपर्यंत आणि महसुली तूट २.५ टक्क्यांपर्यंत कमी केली. २०१७-१८ या वर्षाच्या अर्थसंकल्पात या तुटीचे प्रमाण अनुक्रमे ३.२ टक्के आणि १.९ टक्के इतके कमी करण्यात आले. परंतु २०१८-१९ चा अर्थसंकल्प सादर करताना सुधारित अंदाज मात्र अनुक्रमे ३.५ टक्के आणि २.६ टक्के इतका दाखविला आहे. अर्थात, २०१८-१९ या आर्थिक वर्षासाठी वित्तीय तूट GDP च्या ३.३ टक्के आणि महसुली तूट २.२ टक्के ठेवण्याचे उद्दिष्ट्य ठेवण्यात आले आहे. याचा अर्थ गेली २/३ वर्षे सरकारने FRBM कायद्याच्या अंमलबजावणीकडे मनापासून लक्ष दिलेले दिसते व त्यासाठी प्रयत्नही केलेले वाटतात. कोविडमुळे २०२१ च्या अर्थसंकल्पात राजकोषीय तूट GDP च्या ९.५ टक्के नोंदविण्यात आली. तर २०२१-२२ या वर्षासाठी ही तूट ६.८ टक्के राहिल, असे वर्तविले.

सरकारने करायच्या गोष्टींसाठी असा कायदा होणे ही एक उत्तम बाब आहे. FRBM कायदा केल्याने अंमलबजावणीचे लक्ष्य नक्की झाले. त्यासाठी कालमर्यादा निश्चित झाली. ती पाळणे शक्य नसेल तर ती पुढे ढकलण्यासाठी संसदेची मंजुरी घेणे क्रमप्राप्त झाले. आर्थिक शिस्त येण्याची सुरुवात झाली. महसुली तूट, वित्तीय तूट आणि सरकारची कर्जे या उद्दिष्टांजवळ सरकार पोहोचल्याचे दिसते. या सकारात्मक

बाजू शिवाय काही नकारात्मक बाजूही आहेत. तुटीचे प्रमाण साध्य करण्यासाठी सरकारने भांडवली आणि विकासाच्या खर्चाला कात्री लावली तर अर्थव्यवस्थेचा विकास रेंगाळेल. तसेच जन कल्याण योजनांवरील खर्च कमी केला तर गरिबांना दिलासा मिळणार नाही. आर्थिक शिस्त की विकासाभिमुख आणि कल्याणकारी राज्य यात संभ्रम होऊ शकतो. कायद्यातील तरतुदींचे पालन न केल्यास कायद्यात दंड किंवा शिक्षेची तरतूद नाही. त्यामुळे कायद्याने कालमर्यादा जरी नक्की केलेली असली, तरी ती सतत वाढवून घेण्याची सवय सरकारांना लागलेली दिसते. सदर नकारात्मक बाजू समजावून घेतल्यावर असे म्हणावे लागेल की FRBM कायदा हा राजकोषीय शिस्तीसाठी उचललेले एक मोठे आणि परिणामकारक पाऊल आहे. राजकीय इच्छाशक्तीने त्याचा वापर केला तर देशाच्या अर्थव्यवस्थेत सकारात्मक बदल घडू शकतात.

प्रश्न

प्र. १ खालील प्रश्नांची एका वाक्यात उत्तरे लिहा.

१) सार्वजनिक कर्ज म्हणजे काय?

२) सार्वजनिक कर्जाचे दोन स्रोत सांगा.

३) सार्वजनिक कर्ज फेडीच्या पद्धती कोणत्या?

४) सार्वजनिक कर्जाचा भाराचे दोन मुद्दे सांगा.

५) FRBM कायदा २००३ चे दोन महत्त्वाचे मुद्दे सांगा.

प्र. २ टीपा लिहा.

१) सार्वजनिक कर्ज.

२) सार्वजनिक कर्जफेड पद्धत.

३) सार्वजनिक कर्जभार.

४) २००३ चा FRBM कायदा.

प्र. ३ थोडक्यात उत्तरे लिहा.

१) सार्वजनिक कर्जाचे महत्त्व सांगा.

२) सार्वजनिक कर्जाचे स्रोत थोडक्यात सांगा.

३) कर्जफेडीची महत्त्वाची पद्धत स्पष्ट करा.

४) सार्वजनिक कर्जाचा भार म्हणजे काय?

५) FRBM कायद्याच्या महत्त्वाचे दोन मुद्दे सांगा.

प्र. ४ सविस्तर उत्तरे लिहा.

१) सार्वजनिक कर्ज म्हणजे काय? सार्वजनिक स्रोत स्पष्ट करा.

२) सार्वजनिक कर्जाच्या परतफेडीच्या पद्धती स्पष्ट करा.

३) सार्वजनिक कर्जाचा भार स्पष्ट करा.

४) वित्तीय दायित्व आणि अर्थसंकल्प कायदा २००३ स्पष्ट करा.

सेमिस्टर – ६

प्रकरण	वित्तीय अथवा राजकोषीय धोरण
१	(Fiscal Policy)

१.१ प्रास्ताविक (Introduction)

१.२ वित्तीय राजकोषीय धोरणाचा अर्थ, साधने आणि उद्दिष्टे (Fiscal Policy - Meaning, Instrument and Objective)

१.३ विकसनशील देशातील राजकोषीय/वित्तीय धोरण (Fiscal Policy in Developing Countries)

१.४ वित्तीय/राजकोषीय धोरणाच्या मर्यादा

१.५ भारताचे २०११ पासूनच्या वित्तीय धोरणाचे परीक्षण/आढावा (Review of Fiscal Policy in India Since 2011)

१.१ प्रास्ताविक (Introduction)

सरकारला मिळणारा महसूल आणि सरकारकडून केला जाणारा खर्च या संबंधित धोरण म्हणजे 'राजकोषीय अथवा वित्तीय धोरण' होय. इ. स. १९३०च्या दशकात लॉर्ड केन्सच्या 'जनरल थिअरी ऑफ एम्प्लॉयमेंट इंटरेस्ट' या ग्रंथाच्या प्रकाशनानंतर देशाच्या अर्थव्यवस्थेला आर्थिक मंदीच्या परिस्थितीतून बाहेर काढण्याचे व आर्थिक व्यवहारांच्या पातळीत होणाऱ्या चढ–उतारांवर नियंत्रण ठेवण्याचे एक साधन म्हणून राजकोषीय धोरणाला महत्त्व प्राप्त झाले.

राजकोषीय धोरण हे आर्थिक विकासाचे एक महत्त्वाचे साधन आहे. विकसनशील आणि विशेषत: भारताच्या दृष्टीने आर्थिक विकास कार्यांना महत्त्वाचे स्थान असते. त्यामुळे अशा कार्यांवरील खर्चाचे प्रमाणसुद्धा अधिक असते. त्यामुळे त्याने कर रूपाने रक्कम जमा करावी लागते. कर्जे घ्यावी लागतात आणि त्या रकमेतूनच विकासाचे कार्यक्रम राबवावे लागतात. तसेच रोजगार वाढ होण्यासाठी प्रयत्न करावा लागतो. विकसित देश आणि विकसनशील देश यांच्या समोरील प्रश्नांचे स्वरूप वेगवेगळे

असते. विकसित देशात आर्थिक विकासाचा वेग वाढविणे, तेजी-मंदीच्या चक्रात अर्थव्यवस्था अडकू नये म्हणून प्रयत्नशील राहणे अशा समस्यांचा विचार करून वित्तीयधोरणे आखली जातात. विकसनशील देशांच्या अनेक अडचणी असतात; बहुजन समाजाचे कल्याण दृष्टीआड होऊ न देता आर्थिक विकास साधणे महत्त्वाचे असते.

१.२ वित्तीय/राजकोषीय धोरणाचा अर्थ, साधने आणि उद्दिष्टे (Fiscal Policy - Meaning, Instrument and Objectives)

वित्तीय अथवा राजकोषीय धोरणाचा अर्थ (Meaning of Fiscal Policy)

व्याख्या :

१) **हॅने आणि जॉन्सन यांच्या मते,** 'आर्थिक कृतीची रचना व पातळीवर परिणाम करण्यासाठी सरकारी खर्चात व कररचनेत केलेले बदल म्हणजे वित्तीय अथवा राजकोषीय धोरण होय.'

२) राष्ट्रीय उत्पन्न, उत्पादन आणि रोजगार यावर योग्य परिणाम घडवून आणणे आणि अयोग्य परिणाम टाळणे यासाठी सरकारी उत्पन्न व खर्चविषयक कार्यक्रमांचा वापर करणारे धोरण म्हणजे 'वित्तीय धोरण' होय.

३) सरकारला मिळणारा महसूल आणि सरकारकडून केला जाणारा खर्च या संबंधित धोरण म्हणजे 'राजकोषीय' अथवा 'वित्तीय धोरण' होय.

४) शासकीय कोषागारामार्फत होणाऱ्या व्यवहाराबाबतचे धोरण म्हणजे 'वित्तीय धोरण' होय.

५) Mrs. Hicks says, "Fiscal Policy is concerned with the manner in which all the different elements of public finance, while still primarily concerned with carrying out their duties (as the first duty of a tax is to raise revenues, may collectively be geared to sorrow and the aims) of the economic policy."

६) प्रा. जे. ए. मॅक्सवेल यांच्या मते, 'वित्तीय / राजकोषीय धोरण म्हणजे आर्थिक स्थैर्य मिळविण्यासाठी संतुलित घटक म्हणून सरकारी खर्च आणि सरकारी उत्पन्न यांचा वापर करणे.'

७) वित्तीय अथवा राजकोषीय धोरण म्हणजे सरकारी धोरण की जे आर्थिक, सामाजिक उद्दिष्टे पूर्ण करण्यासाठी जाणीवपूर्वक प्रयत्न करते. ही उद्दिष्टे म्हणजे जलद आर्थिक विकास, रोजगाराची उच्च पातळी गाठणे, मंदी व चलनविस्तार

कमी करणे, किंमत स्थैर्य प्रस्थापित करणे, उत्पन्न व संपत्ती यांच्यातील विषमता कमी करणे, इत्यादी.

८) कर, खर्च, कर्ज उभारणी व सार्वजनिक कर्जाचे व्यवस्थापन यांच्याशी संबंधित असलेल्या धोरणास 'राजकोषीय धोरण' म्हणतात.

वरीलप्रमाणे राजकोषीय / वित्तीय धोरणाच्या व्याख्यांवरून वित्तीय धोरणात सरकारी उत्पादन व खर्च विषयक बाबींचा समोवश अंतर्भूत असल्याचे दिसून येते, त्यातच वित्तीय धोरणाचा अर्थ स्पष्ट होतो.

वित्तीय अथवा राजकोषीय धोरणाची साधने (Instrument of Fiscal Policy)

अ) कर आणि सार्वजनिक महसूल, ब) सार्वजनिक खर्च, क) सार्वजनिक कर्ज, ड) तुटीचा अर्थभरणा.

राजकोषीय धोरणाची उद्दिष्टे. उदा. आर्थिक वृद्धी, स्थैर्य, पूर्ण रोजगार, आर्थिक न्याय इत्यादी ही उद्दिष्टे गाठण्यासाठी देशाच्या चलनविषयक धोरणाला सुसंगत धोरणे आखण्याची भूमिका राजकोषीय धोरणांची असते.

आर्थिक व्यवहारांची पातळी यावर परिणाम करण्याच्या हेतूने कर आणि खर्च यामध्ये राजकोषीय धोरणांतर्गत सरकार बदल करते. तसेच सार्वजनिक खर्चविषयक बदलही सरकार करते. याशिवाय अर्थसंकल्पातील तूट आणि शिल्लक या संदर्भातील दृष्टिकोन राजकोषीय धोरणात अंतर्भूत असतो.

देशाच्या अर्थव्यवस्थेत जेव्हा आर्थिक वृद्धीची पातळी वाढवावयाची असेल आणि पूर्ण रोजगार निर्माण करावयाचा असेल तेव्हा सरकार कर कमी करणे, नवीन कर शोधणे, सार्वजनिक खर्च वाढविणे, सार्वजनिक कर्ज, तुटीचे अंदाजपत्रक अथवा तुटीचा अर्थभरणा, इत्यादी गोष्टींचा राजकोषीय धोरणात अवलंब करते. याउलट, जेव्हा अर्थव्यवस्थेत भाववाढ अतिरेकाच्या समस्येला तोंड द्यावे लागत असेल तेव्हा वरील उपाय विरुद्ध दिशेने वापरले जातील.

थोडक्यात, आर्थिक उद्दिष्टे पूर्ण करण्यासाठी आपल्याजवळील उपाय कसे उत्तमपणे वापरता येतील यावर वित्तीय धोरणाचे यश अवलंबून असते.

वित्तीय धोरणाच्या व्याप्तीत पुढील बाबींचा समावेश होतो–

अ) विविध कर आकारणे, करांच्या वसुलीसाठी योजना आखणे.

ब) करांच्या परिणामांचा अभ्यास करणे.

क) सार्वजनिक कर्ज उभारणे व कर्ज परतफेडीचे नियम तयार करणे.

ड) सार्वजनिक खर्च आणि त्यांच्या परिणामांचा अभ्यास करणे.

इ) परकीय देशांना दिलेली मदत.

ई) विविध क्षेत्रांच्या विकासासाठी मदत ठरविणे.

उ) सार्वजनिक क्षेत्रातील उद्योगातील गुंतवणूक ठरवणे व त्याचा अभ्यास करणे.

ए) अंदाजपत्रक तयार करणे व त्याच्या परिणामांचा अभ्यास करणे.

ऐ) तुटीचा अर्थभरणा इत्यादी.

वित्तीय अथवा राजकोषीय धोरणाची भूमिका (Role of Fiscal Policy)

गेल्या काही वर्षांत राजकोषीय धोरणाची भूमिका बदलत चालली आहे. ती पुढीलप्रमाणे सांगता येते-

१) राजकोषीय धोरण म्हणजे कर, खर्च आणि कर्ज यांच्या कार्यक्रमात हेतूपुरस्सर केलेल्या बदलांचे एकत्रीकरण होय. हे एकत्रीकरण सामान्यत: निर्माण होणाऱ्या तेजीच्या व मंदीच्या प्रवृत्तीचा प्रतिकार करण्यास अतिशय योग्य असते.

२) केंद्र सरकारच्या राजकोषीय धोरणांची सांगड राज्य सरकारांच्या व स्थानिक सरकारांच्या राजकोषीय नीतीशी घातली पाहिजे.

३) राजकोषीय व अराजकोषीय धोरणांचा एकमेकांशी विरोध निर्माण न होता त्या परस्परपूरक व्हायला हव्यात.

४) तेजीच्या वा मंदीच्या प्रवृत्तीत एकतर किमती वृद्धी व लाभ यांच्या परस्पर संबंधात विसंगती निर्माण झाल्यामुळे किंवा गुंतवणूक, उपभोग यांच्या परस्पर संबंधात विसंगती निर्माण झाल्यामुळे उद्भवतात. केवळ तेजी-मंदीचा प्रतिकार करण्यासाठी जी राजकोषीय नीती उपयोगात आणली जाते, ती मूलभूत विसंगती दूर करण्यास असमर्थ ठरते. तेव्हा राजकोषीय व इतर धोरणांचा उपयोग या विसंगती तेजी-मंदी निर्माण करण्याच्या पूर्वीच नष्ट करण्यासाठी केला पाहिजे.

५) जर मूलभूत विसंगती वेळीच दूर न केल्यामुळे तेजी-मंदीची परिस्थिती उद्भवली तर राजकोषीय नीतीचा उपयोग तेवढ्या काळाकरिता का होईना केला पाहिजे; त्यानंतर मात्र मूलभूत उपाय योजले पाहिजेत.

६) जेव्हा देशातील लोकांना राजकोषीय धोरणाचे तत्त्व समजते व या नीतीवर विश्वास ठेवून जेव्हा ते योग्य परिणामांची अपेक्षा करतात, तेव्हाच राजकोषीय नीती यशस्वी होते.

७) राजकोषीय धोरणांचा उपयोग काही दीर्घकालीन उद्दिष्टे पूर्ण करण्यासाठी केला पाहिजे. ही दीर्घकालीन उद्दिष्टे पुढीलप्रमाणे आहेत- देशातील राहणीमान वाढविणे, देशातील उत्पादनाचे प्रमाण वाढविणे, देशाचे योग्य ते संरक्षण करणे, देशाचा सर्वांगीण विकास घडवून आणणे. यांपैकी कोणत्या उद्दिष्टांना अग्रक्रम द्यायचा हे अर्थातच सभोवतालच्या परिस्थितीवर अवलंबून राहील.

वित्तीय अथवा राजकोषीय धोरणाची उद्दिष्टे (Objectives of Fiscal Policy)

सनातनवादी अर्थशास्त्रज्ञांचा निर्हस्तक्षेपाच्या विचारप्रणालीवर विश्वास होता. त्यांच्या मते, राजकोषीय धोरणाचे उद्दिष्ट सरकारने आवश्यक तेवढा महसूल गोळा करावा व तो आवश्यक कार्यासाठीच खर्च करावा म्हणजेच शासनाने अर्थव्यवस्थेत अधिक हस्तक्षेप न करता मर्यादितच कामे करावीत. उदा. देशाचे संरक्षण, कायदा व सुव्यवस्था राखणे व काही सार्वजनिक कामे करावी इत्यादी. परंतु १९२९-३०च्या महामंदीनंतर जे. एम. केन्स यांनी १९३६मध्ये सर्वसामान्य सिद्धान्त (General Theory) हा ग्रंथ लिहून त्यात सार्वजनिक आयव्ययासंबंधी विश्लेषण करताना असे स्पष्ट केले की, 'राजकोषीय धोरण तटस्थ असून उपयोगाचे नाही तर अनेक आर्थिक व सामाजिक उद्दिष्टे पूर्ण करण्यासाठी हे धोरण प्रभावी साधन बनले पाहिजे.' थोडक्यात, आर्थिक विकास साधण्यासाठी अनेक उद्दिष्टे पुढे ठेवावी लागतात.

त्यातील काही उद्दिष्टे पुढीलप्रमाणे –

१) **आर्थिक स्थैर्य निर्माण करणे :** तेजी-मंदीचे चक्र टाळून उत्पादन, उत्पन्न आणि रोजगारपातळी यामध्ये आर्थिक स्थैर्य निर्माण करणे. आर्थिक अस्थैर्य, भाववाढ इत्यादी. टाळण्यासाठी प्रयत्न करणे. किमती, उत्पादन, उत्पन्न आणि रोजगार या संदर्भात आर्थिक स्थैर्य राखण्यासाठी योग्य रोजगार पातळीस प्रभावी मागणी निर्माण करावी लागते व त्यासाठी उच्च रोजगार पातळीसाठी राजकोषीय उपाय योजावे लागतात; तेच उपाय या उद्दिष्टांबाबतसुद्धा करावे लागतात.

२) **आर्थिक वृद्धी :** दीर्घकालीन आर्थिक वृद्धीसाठी उपलब्ध साधनसामग्रीची जास्तीतजास्त बचत करून, देशाच्या भांडवली साठ्यात वाढ करून, ज्ञानाचा वापर करून विविध क्षेत्रांत राजकोषीय धोरणांद्वारे आर्थिक विकासाचा वेग वाढविता येतो. आर्थिक वृद्धीकरण हे एक महत्त्वाचे राजकोषीय धोरणाचे उद्दिष्ट आहे.

३) **पूर्ण रोजगार निर्माण करणे :** रोजगारपातळी ही प्रभावी मागणीवर अवलंबून असते. प्रभावी मागणी ही लोकांचा उपभोग खर्च व भांडवली वस्तू आणि गुंतवणूक यांच्या खर्चावर अवलंबून असते. त्यामुळे सार्वजनिक आणि खासगी या दोन्ही क्षेत्रांत गुंतवणूक करून रोजगार पातळी वाढविता येते.

राजकोषीय धोरणांद्वारे योग्य रोजगारपातळी गाठण्यासाठी प्रभावी मागणी वाढविता येते. त्यासाठी कर कमी करणे, सार्वजनिक क्षेत्राचा विस्तार करणे, तुटीचा अर्थभरणा, अप्रत्यक्ष कर कमी करणे, सामाजिक सुरक्षितता योजनांवर

खर्च करणे, नुकसान भरपाई खर्चाचे धोरण इत्यादी उपाय करणे आवश्यक ठरते.

४) सामाजिक न्याय : सामाजिक न्यायासाठी राजकोषीय धोरण महत्त्वाचे मानले जाते. प्रत्यक्ष कर आणि अप्रत्यक्ष कररचना योग्य प्रकारे राबवून सामाजिक न्याय प्राप्त करू शकते. त्यासाठी चैनीच्या व सुखोपभोगाच्या वस्तूंवर उच्चदराने कर आकारून उपभोग्य वस्तूंना करात सूट देऊन तसेच मागासलेल्या प्रदेशांचा व जनतेचा विकास करून, करविषयक व खर्चविषयक धोरणातून उपाय योजून, सामाजिक सुरक्षिततेचे उपाय करून इत्यादींद्वारे सामाजिक न्याय देण्याचे राजकोषीय धोरणाचे उद्दिष्ट असते.

वरील उद्दिष्टांशिवाय भारतासह विकसनशील देशांबाबत राजकोषीय धोरणाची उद्दिष्टे पुढीलप्रमाणे सांगता येतात –

१) बचत, गुंतवणूक व भांडवल निर्मितीचा वेग वाढविणे : प्रत्यक्ष व सुप्त उपभोगात कपात करून बचतीचा दर वाढविणे महत्त्वाचे असते; कारण आर्थिक विकासाचा वेग वाढविण्यासाठी भांडवल निर्मिती करणे आवश्यक ठरते.

२) गुंतवणुकीचा ओघ वाढविणे : गुंतवणुकीचा ओघ अनुत्पादक कार्याकडून सामाजिकदृष्ट्या उपयुक्त कार्याकडे वळविणे.

३) प्रेरक व पूरक अशी भूमिका : आर्थिक विकासाच्या प्रक्रियेला प्रेरक व पूरक अशी भूमिका स्वीकारणे.

४) विषमता कमी करणे : श्रीमंत वर्गावर अधिक कर बसवणे; उदा. उत्पन्नकर, संपत्तीकर, खर्चकर, मालमत्ताकर, नफाकर. इत्यादी तसेच चैनीच्या वस्तुंवर अप्रत्यक्ष कर अधिक बसविणे तर लोकांच्या आवश्यक उपभोग्य वस्तूंना करातून सूट देणे अथवा कमी कर आकारणे. तसेच गरज पडल्यास गरिबांसाठी उपभोग्य वस्तूंना आर्थिक मदत करणे; अशा रीतीने आर्थिक विषमता कमी होण्यास मदत होते.

५) राहणीमान उंचावणे : लोकांचे राहणीमान उंचावण्यासाठी विशेषत: गरीब लोकांसाठी कमी भावात घरे देणे, रोजगार हमी योजना राबविणे, स्वस्तात वैद्यकीय सुविधा; मोफत शिक्षण, पिकांसाठी व पशुंसाठी विमा योजना राबविणे इत्यादींद्वारे राहणीमानात वाढ करणे. तसेच जीवनावश्यक वस्तू स्वस्तात उपलब्ध करून देणे आवश्यक ठरते.

वरीलप्रमाणे अनेक उद्दिष्टे साध्य करण्यासाठी राजकोषीय धोरणांचा अवलंब केला जातो. राजकोषीय धोरणांची प्रमुख साधने म्हणजे – (१) कर आकारणी

(विविध मार्गाने महसुली उत्पन्न मिळविणे), (२) सार्वजनिक कर्जाची उभारणी, (३) तुटीचा अर्थभरणा, (४) भेदजन्य दरांचे धोरण (दरांची आकारणी).

सरकारला आपला खर्च भागविण्यासाठी पुढील मार्गांनी उत्पन्न मिळते –

(१) विविध प्रकारचे कर, (२) करेतर मार्ग, (अ) निरनिराळ्या प्रकारचे शुल्क (फी); दंड, (ब) कर्ज उभारणी, (क) सरकारी उद्योगांचा नफा, (ड) तुटीचा अर्थभरणा इत्यादी या सर्व मार्गांपैकी कर हे शासनाच्या उत्पन्नाचे प्रमुख साधन आहे. कररूपाने शासन फार मोठा महसूल गोळा करते. कर आकारणीमुळे उत्पादन, विभाजन इत्यादी आर्थिक बाबींवर दूरगामी परिणाम घडून येतात.

१.३ विकसनशील देशातील राजकोषीय धोरण (Fiscal Policy in Developing Countries)

विकसनशील देशात आर्थिक विकास घडवून आणण्यासाठी राजकोषीय धोरण महत्त्वपूर्ण ठरते. त्यासाठी सरकारला महत्त्वपूर्ण भूमिका पार पाडावी लागते. विकसनशील अर्थव्यवस्थेत पुढील बाबींच्या विकासासाठी राजकोषीय धोरण महत्त्वाचे ठरते –

१) विकसनशील देशात बेरोजगार, दारिद्र्य इत्यादींसारख्या समस्या असल्याने त्या सोडविण्यासाठी आर्थिक विकास घडवून आणणे महत्त्वाचे असते. राजकोषीय धोरण आर्थिक विकासासाठी महत्त्वाचे ठरते. विविध प्रकारची कर आकारणी करून उत्पन्न मिळविले जाते. ज्या क्षेत्रात गुंतवणूक होत नाही अशा ठिकाणी सरकार गुंतवणूक करते जसे दळणवळण व्यवस्था, ऊर्जा विकास, अवजड उद्योग इत्यादी. परिणामी, देशाच्या अर्थव्यवस्थेचा विकास वेगाने वाढतो.

२) अर्थव्यवस्थेतील उत्पन्न वाढविण्यासाठी राजकोषीय धोरण उपयोगाचे ठरते. विकसनशील देशात उत्पन्न व संपत्तीचे विषम वाटप झालेले दिसून येते. त्यासाठी राजकोषीय धोरणाद्वारे करांच्या रूपाने श्रीमंतांकडून जास्तीतजास्त कर गोळा केला जातो व त्या जमा झालेल्या पैशांतून गरिबांसाठी कल्याणकारी योजना राबविल्या जातात. त्यामुळे उत्पन्नातील विषमता कमी होण्याला मदत होते.

३) विकसनशील देशात बेकारीचे प्रमाण मोठे असते. ग्रामीण भागात लोकसंख्येचे प्रमाण मोठे असते तर भांडवल गुंतवणूक कमी असते. त्यासाठी श्रमप्रधान तंत्राचा जास्तीतजास्त उपयोग करून रोजगार वाढविण्याचा प्रयत्न केला जातो. तसेच योग्य ती गुंतवणूक करण्याचा प्रयत्न केला जातो, त्या मागे रोजगार संधीत वाढ होणे, हा उद्देश असतो.

४) राजकोषीय धोरणात खासगी व सार्वजनिक क्षेत्रात गुंतवणूक वाढ करणे हा

उद्देश असतो. सरकार सार्वजनिक क्षेत्रात गुंतवणूक वाढविण्याचा प्रयत्न करून खासगी क्षेत्रातील गुंतवणुकीला प्रेरणा देते; उपभोग कमी करून गुंतवणुकीत वाढ करण्याचा सरकारचा प्रयत्न असतो. तसेच बचतीला प्रोत्साहन दिले जाते. अशा प्रकारे विकसनशील देशात सरकारचे धोरण असते.

५) विकसनशील देशात भांडवलाची टंचाई असते, आर्थिक विकासासाठी सरकार राजकोषीय धोरणाचा अवलंब करते. कर आकारणीच्या साहाय्याने वित्तीय साधनसामग्री उभारण्याचा प्रयत्न केला जातो. विकसनशील देशात वेतनाची पातळी अल्प असते. उत्पन्नात विषमता असते त्यामुळे त्याचा परिणाम भांडवल निर्मितीवर होतो. त्यासाठी सरकार भांडवल निर्मितीवर भर देते.

६) विकसनशील देशात आर्थिक विकासासाठी मोठ्या प्रमाणावर गुंतवणूक केली जाते त्यामुळे खर्चाचे प्रमाण वाढते व चलनवाढ निर्माण होते; त्यासाठी राजकोषीय धोरण महत्त्वपूर्ण ठरते. किंमत स्थैर्य निर्माण करण्याचा प्रयत्न राजकोषीय धोरणाद्वारे केला जातो. करांचे प्रमाण वाढवून पैशांत घट करण्याचा प्रयत्न केला जातो. अशा प्रकारे चलन वाढीला आळा घालण्याचा प्रयत्न केला जातो.

१.४ वित्तीय/राजकोषीय धोरणाच्या मर्यादा (Limitations of Fiscal Policy)

राजकोषीय धोरणाच्या मर्यादा पुढीलप्रमाणे सांगता येतात –

१) कराबाबत समाजात नेहमीच विरोध होतो. कर चुकविण्यासाठी अनेक मार्गांचा अवलंब केला जातो, त्यामुळे राजकोषीय धोरणास मर्यादा येतात.

२) राजकोषीय धोरणाचा भारतासारख्या लोकशाही देशात फारसा प्रभाव पडत नाही. राजकोषीय धोरण अधिक चांगला परिणाम घडवून आणू शकत नाही.

३) राजकोषीय धोरणाची उद्दिष्टे परस्पर विसंगत दिसून येतात. उदा.पूर्ण रोजगार आणि किंमत स्थैर्य या दोन उद्दिष्टांत परस्पर संघर्ष दिसून येतो. परिणामी, राजकोषीय धोरण कोणत्याच उद्दिष्टांची पूर्तता करू शकत नाही.

४) राजकोषीय धोरण (एखादे) अंमलात आले तर यशाचे मोजमाप व्यवहारात करणे अवघड असते.

५) राजकोषीय धोरणाचा समाजातील काही लोकांवर विपरीत परिणाम होतो. चलनविस्तार रोखण्यासाठी राजकोषीय धोरणात प्रत्यक्ष करांमध्ये वाढ केल्यास त्याला श्रीमंत लोक विरोध करतात व राजकीय दबाव आणण्याचा प्रयत्न करतात. राजकोषीय धोरण परस्पर विरोधी दृष्टिकोनातून अंमलात आणले गेले तर त्याचा फारसा प्रभाव पडत नाही.

६) भविष्य काळातील अंदाज अचूक असतील तरच राजकोषीय धोरण परिणामकारक ठरते. परंतु, असे अचूक अंदाज बांधणे व्यवहारात अशक्यच कठीण आहे. भावी काळातील बदल आधी समजत नाहीत, त्यामुळे राजकोषीय धोरण ऐनवेळी अंमलात आणणे कठीण असते. राजकोषीय धोरणांचे अनुकूल परिणाम होण्यास खूप अवधी लागतो.

१.५ भारताचे २०११ पासूनच्या वित्तीय धोरणाचे परीक्षण अथवा आढावा (Review of Fiscal Policy in India Since 2011)

२०१७ मध्ये केंद्र सरकारने देशात एकच कर आकारणी वस्तू व सेवाकर (जीएसटी) धोरण लागू केले. त्या आगोदर राजकोषीय / वित्तीय धोरणात मुख्यत: महसूल - रचना, अथवा कर आकारणी, सार्वजनिक खर्च, तुटीचा अर्थभरणा, सार्वजनिक कर्ज या बाबींचा समावेश होतो. या साधनांद्वारे राजकोषीय धोरणाची उद्दिष्टे गाठण्याचा प्रयत्न केला जातो. उदा. आर्थिक स्थैर्य, पूर्ण रोजगार, आर्थिक विकासाचा उच्च दर गाठणे, सामाजिक-आर्थिक विकास इत्यादी भारताच्या राजकोषीय धोरणाचा पुढीलप्रमाणे आढावा घेता येतो-

महसूल अथवा कर रचना : राजकोषीय धोरणाचा हा महत्त्वाचा भाग आहे. करविषयक धोरण उदार स्वरूपाचे असेल तर लोकांजवळ प्रत्यक्ष पैसा उपलब्ध होतो. प्रत्यक्ष कर पद्धतीने उत्पन्नाचा काही भाग घेतला जातो; तर काही कर अप्रत्यक्ष स्वरूपाचे असतात. प्रत्यक्ष आणि अप्रत्यक्ष करांचे प्रमाण काय असावे, याचा विचार करविषयक धोरणात असतो. करांचे दूरगामी कसे परिणाम होतात हे लक्षात घेऊन करविषयक धोरण सरकार आखते. यामुळे शासनाला उत्पन्नाचा स्रोत निर्माण होतो. भारतात प्रत्यक्ष आणि अप्रत्यक्ष कर आकारला जातो. या करांमुळे सरकारला निश्चित स्वरूपाचे उत्पन्न मिळते. या करांमध्ये दिल्या जाणाऱ्या सवलतींमुळे उद्योजकांना प्रोत्साहन मिळते तसेच योग्य अशा गुंतवणुकीमध्ये वाढ करता येते. देशातील मागासलेल्या भागांना प्रगती करण्यास संधी निर्माण होते. कर आकारणी धोरणामुळे उत्पन्नातील विषमता आणि प्रादेशिक असमतोलावर उपाययोजना करता येतात. तसेच आर्थिक आणि इतर उत्पादन साधने खासगी मालकीकडून सरकारकडे हस्तांतरित करता येतात. त्याचप्रमाणे सार्वजनिक क्षेत्रात गुंतवणूक करून आर्थिक विकासाला गती देता येते. भारतात त्या दृष्टीने प्रयत्न झाले. गेल्या काही वर्षांत भारताने कररचनेत सुधारणा घडवून आणल्या. नव्या आर्थिक धोरणाबरोबर या सुधारणांचे श्रेय कर सुधारणा समितीस जाते. ही समिती १९९१ साली स्थापन झाली. त्याचे अध्यक्ष डॉ. राजा जे. चेल्लय्या हे होते. त्यांनी समितीचा पहिला अहवाल फेब्रुवारी १९९२मध्ये तर अंतिम

अहवाल जानेवारी १९९३मध्ये सादर केला. कर महसूल अधिक कार्यक्षम आणि लाभ पद्धतीने जमा केला जावा हे मुख्य उद्दिष्ट डोळ्यांसमोर ठेवले. समितीने प्रत्यक्ष व अप्रत्यक्ष करात काही महत्त्वाचे बदल सूचविले.

डॉ. चेलय्या समितीने कररचनेत काही बदल केलेले आहेत. त्यांपैकी काही महत्त्वाचे बदल पुढीलप्रमाणे आहेत –

१) महसूल लवचिकतेत सुधारणा : भारतीय कररचनेची पुनर्रचना घडवून आणण्याचे मुख्य उद्दिष्ट म्हणजे कर महसुलाची लवचिकता वाढविणे हे होय. एखाद्या देशाचे स्थूल राष्ट्रीय उत्पादन वाढू लागते. त्याबरोबर सरकारचा कर महसूल वाढीस लागतो. कररचनेत अंगभूत लवचिकता असेल तर सरकारला फार प्रयत्न न करता देशाच्या आर्थिक वाढीबरोबर कर महसूल वाढत जातो. त्यालाच कर महसुलातील 'अंतर्गत लवचिकता' म्हणतात. परंतु भारतीय कररचनेत अशी लवचिकता कमी होती त्यामुळे राष्ट्रीय उत्पन्न वाढीच्या मानाने कर महसूल वाढत नव्हता. यासाठी समितीने दोन उपाय सुचविले ते म्हणजे – (१) करांचे दर कमी करणे. (२) कर आकारणीचा पाया रुंदावणे; म्हणजेच जास्तीतजास्त लोकांना करांच्या कक्षेत आणणे. जुन्या कर रचनेत उलट परिस्थिती होती ती म्हणजे कर दर जास्त होते व करांचा पाया अरुंद होता. नव्या धोरणांमुळे छोटे दुकानदार, व्यावसायिक, अल्प उत्पन्न असणाऱ्या व्यक्तीला कर-कक्षेत आणण्यात आले. १९९४-९५च्या अंदाजपत्रकानुसार टेलिफोनची बिले, आयुर्विमा खेरीजचे इतर विमा योजना इत्यादींवर सेवाकर आकारण्यात आला. प्रत्यक्ष करांचे दरही कमी करण्यात आले. अप्रत्यक्ष करांच्या बाबतीतही मोठ्या प्रमाणात कमी केलेले दर खूपच परिणामकारक ठरलेले आहेत. उदा. आयात शुल्क, उत्पादन शुल्क इत्यादींमध्ये झालेली घट हे बदल भूतकालीन कररचनेशी तुलना करता खूपच धाडसाचे होते.

प्रत्यक्ष करांचे दर कमी केल्यामुळे उत्पादन वाढीस प्रोत्साहन मिळेल अशी आशा केली. अप्रत्यक्ष करांचे दर कमी केल्याने किमती कमी होतील व त्याचा परिणाम म्हणून विक्री वाढेल व आयातीतील अडथळे दूर होतील अशी अपेक्षा केली. नव्या कर आकारणीमुळे कर बुडवेपणास आळा बसेल व एकंदरीतच करांचा पाया विस्तारेल व स्थूल राष्ट्रीय उत्पन्न वाढीबरोबरच कर महसूल वाढेल अशी अपेक्षा केली.

२) विकासास प्रोत्साहन : नव्या करविषयक धोरणात आर्थिक वाढीस महत्त्व दिले आहे.

अ) टिकाऊ, उपभोग्य वस्तू तसेच इलेक्ट्रॉनिक वस्तूंच्या उद्योग क्षेत्रातील मंदी कमी करण्यासाठी उत्पादन शुल्क मोठ्या प्रमाणात कमी करण्यात आले.

उदा. टिव्ही., फ्रिज इत्यादी उत्पादनांकडे श्रीमंतांची उत्पादने म्हणून कर आकारण्याचे साधन म्हणून पाहिले जात असे. परंतु नव्या कर धोरणात हा दृष्टिकोन बदलला.

ब) मागासलेल्या भागात नवा कारखाना उभा केला तर पहिली पाच वर्षे करामध्ये सूट देण्यात येईल; म्हणजेच कर आकारणी केली जाणार नाही. ऊर्जा क्षेत्रासाठीसुद्धा ही सवलत देण्यात आली. तसेच,

क) अर्थव्यवस्थेचा विकास होण्यासाठी प्रकल्प, कच्चा माल, भांडवली वस्तूंच्या आयातीवरील शुल्क कमी करण्यात आले. भारतीय अर्थव्यवस्था खुली करून ती अधिक बाजाराभिमुख करण्यासाठी सरकारने नवे आर्थिक धोरण स्वीकारले. या धोरणास पाठिंबा देण्यासाठी वरील करविषयक सुधारणा करण्यात आल्या. आर्थिक विकासाच्या दृष्टीने त्याचे परिणाम होतात; ते म्हणजे – (१) देशात व देशाबाहेर स्पर्धा वाढीस लागेल. (२) देशात प्रत्यक्ष गुंतवणुकीत वाढ होईल. (३) भारतात उपलब्ध असणाऱ्या श्रमशक्तीचा व नैसर्गिक साधनसामग्रीचा जास्तीतजास्त वापर केला जाईल अशी गुंतवणूक होईल.

सरकारचे नवे करधोरण अनेक बाबतीत चांगले आहे. करांचे दर पूर्वीसारखे जास्त राहिलेले नाहीत; त्यामुळे लोकांना अधिक काम करण्यास, अधिक उत्पन्न मिळविण्यास, अधिक खर्च करण्यास प्रोत्साहन मिळाले आहे. टिकाऊ, उपभोग्य वस्तूंवरील उत्पादन शुल्क कमी केल्यामुळे किंमत कमी होऊन अशा वस्तूंच्या मागणीत वाढ झाली. निर्यातीस प्रोत्साहन, वस्तू व सेवांच्या पुरवठ्यातील वाढ व आर्थिक वाढीस उत्तेजन मिळाले, असे फायदे अथवा जमेच्या बाजू आहेत. मात्र, कर – धोरणात पुढील त्रुटी अथवा दोष राहून गेलेले दिसतात-

१) कर महसुलात त्रुटी : १९९१ नंतर झालेल्या कर सुधारणात मुख्यत: करांचे दर कमी करून कर महसूल वाढविण्यावर भर देण्यात आला; पण सध्या ही वाढ मुख्यत: देशाच्या आर्थिक विकासावर अवलंबून आहे. म्हणजे, कर महसूल वाढविण्यापेक्षा इतर उद्दिष्टांवरच भर दिलेला दिसून येतो.

२) कर जमा करण्यात त्रुटी : करांचे दर कमी केले, परंतु उत्पन्न अथवा महसूल वाढविण्यावर परिणामकारक उपाय सुचविले नाहीत. उदा. प्राप्तीकर जमा करण्याबाबतच्या त्रुटी. सध्या प्राप्तीकर भरणाऱ्यांची संख्या अतिशय कमी आहे. १९९०मध्ये एकूण चालू महसुली उत्पन्नाच्या १५.४ टक्के उत्पन्न प्राप्तीकर, नफ्यावरील कर व भांडवली नफा कराच्या उत्पन्नातून जमा झाले. हेच प्रमाण अमेरिकेत ५१.६ टक्के, कॅनडात ५३.७ टक्के, जपानमध्ये ७१.२ टक्के तर इंग्लंडमध्ये ४०.३ टक्के होते.

यावरून भारतात एकूण महसूल प्राप्तीकर व संलग्न कराचा हिस्सा अतिशय कमी आहे, हे स्पष्ट होते. त्यासाठी अनेक अप्रत्यक्ष कर रद्द करून त्याऐवजी एकच अप्रत्यक्ष कर 'व्हॅट' लावण्याचे योजले. १९९१ नंतर भारतात कर सुधारणा झाल्या तरी त्यात त्रुटी दिसून येतात. १ जुलै २०१७ पासून वस्तू व सेवाकर (GST) लागू करण्यात आला.

३) भाववाढ आटोक्यात नाही : भाववाढीवर नियंत्रण ठेवणे हेसुद्धा कर आकारणीचे उद्दिष्ट असते. नव्या करधोरणात भाववाढीकडे पूर्णपणे दुर्लक्ष झालेले आहे. प्रत्यक्ष कररचनेवर व विशेषत: प्राप्ती करावर भाववाढीचे विपरीत परिणाम होताना दिसून येतात. कर आकारणीसाठी उत्पन्नाचे केलेले टप्पे, करात दिल्या जाणाऱ्या सवलती या बाबी भाववाढीमुळे निष्प्रभ होतात.

थोडक्यात, भारतीय लोकांचे दरडोई उत्पन्न कमी असल्याने प्राप्तीकरदात्यांची संख्या कमी आहे. त्यामुळे प्राप्तीकर, संपत्तीकर, नफ्यावरील कर इत्यादी प्रत्यक्ष करांच्या स्वरूपात पुरेशा प्रमाणात सरकारला उत्पन्न मिळत नाही. वाढत्या लोकसंख्येच्या सामाजिक गरजा भागविण्यासाठी व कल्याणकारी योजना राबविण्यासाठी मोठ्या प्रमाणात खर्च करावा लागतो. त्यामुळे उत्पन्न मिळविण्याच्या दृष्टीने प्रत्यक्ष करापेक्षा अप्रत्यक्ष करांना अधिक महत्त्व द्यावे लागते. देशाचा जलद आर्थिक विकास करण्यासाठी लागणारा पैसा जमा करण्यासाठी जास्तीतजास्त लोकांना करकक्षेत आणण्यासाठी प्रत्यक्ष व अप्रत्यक्ष करांना सारखेच महत्त्व दिले जाते. मात्र, प्रत्यक्ष करापेक्षा अप्रत्यक्ष करांना कररचनेत अधिक महत्त्वाचे स्थान देण्यात आले.

४) सार्वजनिक खर्च : राजकोषीय धोरणाचे हे एक महत्त्वाचे साधन आहे. सध्या या साधनाला अधिक महत्त्व दिले जाते. राज्यांची सरकारे आधुनिक काळात वार्षिक राष्ट्रीय उत्पन्नांपैकी जवळ जवळ १/४ उत्पन्न खर्च करीत असतात. सार्वजनिक खर्च दोन कारणांसाठी केला जातो–

अ) सार्वजनिक कल्याणकारी योजना कार्यवाहीत आणणे. उदा. रस्ते, पूल, विद्युत पुरवठा, धरणे, कालवे, आरोग्य, शिक्षण, अन्यायव्यवस्था, अंतर्गत सुरक्षा, अत्यावश्यक सेवा, दूरध्वनी, दूरसंचार, टपाल व तार इत्यादी अशा रीतीने हे क्षेत्र खूपच व्यापक आहे; त्यावरचा खर्चसुद्धा मोठा असतो.

ब) शासकीय प्रशासन चालविण्यासाठी शासकीय ऑफिस व त्यावरील कर्मचारी यावरील खर्च, पगार, वेतन, भत्ते, सानुग्रह अनुदान इत्यादीविषयक धोरण ठरवून त्याप्रमाणे प्रत्येक वर्षी अंदाजपत्रकात तरतूद केली जाते.

१९८७–८८ पासून एकूण सार्वजनिक खर्चाचे दोन गटांत वर्गीकरण करण्यात येते– १) योजना खर्च, २) योजनेतर खर्च.

जमा केलेला महसूल (उत्पन्न) निरनिराळ्या क्षेत्रांत योग्य वाटप केल्यास त्या क्षेत्रातील वाढ होऊन आर्थिक विकास होण्यास मदत होते. आर्थिक विकासाचे उद्दिष्ट गाठण्यासाठी खर्चाची गुणवत्ता वाढवावी लागते; म्हणजेच खर्चामुळे सामाजिक व्ययासह राजकोषीय असमतोलात सुधारणा झाली पाहिजे. तसेच योजनेतर खर्चापेक्षा योजना खर्च वाढवून खर्चाची काटकसर करता आली पाहिजे. त्यामुळे विकासेतर खर्च कमी होऊन विकास खर्चात वाढ होते. परिणामी, विकासाला चालना मिळते.

योजना खर्च : पंचवार्षिक योजना काळातील नव्याने प्रस्तावित केलेल्या विकासाच्या योजना किंवा प्रकल्पांवर उदा. शेती, उद्योग, ऊर्जा, दळणवळण, वाहतूक, ग्रामीण विकास, शिक्षण, आरोग्य इत्यादींवर केलेला भांडवली व महसुली खर्च म्हणजे 'योजना खर्च' होय. हा खर्च उत्पादन क्षेत्रांची उत्पादकता वाढविणारी गुंतवणूकच असते.

योजनेतर खर्च : हासुद्धा महसुली व भांडवली असतो. महसुली योजनेतर खर्चात व्याज, निवृत्तीवेतन, अनुदाने, संरक्षण, वित्तआयोगाकडून राज्याला दिला जाणारा कर महसुलातील हिस्सा, टांकसाळ, अगोदरच्या पंचवार्षिक योजनाकाळात अपूर्ण राहिलेल्या योजना किंवा प्रकल्पावरील चालू पंचवार्षिक योजनेत केलेला खर्च आणि योजनाकाळात पूर्ण झालेल्या योजना प्रकल्पांच्या परिकक्षांवरील खर्च यांचा समावेश होतो. भांडवली खात्यावरील योजनेतर खर्चात प्रामुख्याने केंद्र सरकारने राज्य आणि केंद्रशासित प्रदेशांना व इतर देशांना दिलेली कर्जे यांचा समावेश असतो. थोडक्यात, योजना खर्च, उत्पादनक्षमता वाढविणारा अथवा मालमत्ता निर्माण करणारा असतो; तर योजनेतर खर्च फक्त वाढलेल्या उत्पादनक्षमतेची किंवा निर्माण केलेल्या मालमत्तेची परिरक्षा करणाराच असतो किंवा सरकारचा दैनंदिन आर्थिक व्यवहार अखंडपणे चालू राहण्यासाठी असतो. योजनेतर खर्चात मोठ्या प्रमाणावर वाढ म्हणजे आर्थिक संकट ओढवून घेणेच असते. म्हणून, योजना खर्च जास्त करणे फायदेशीर असल्यामुळे त्यात सातत्याने वाढ कशी होईल यासाठी प्रयत्न केला जाणे आवश्यक असते. १९९१ पासूनचा विचार करता भारत सरकारला योजना खर्चापेक्षा योजनेतर खर्चच जास्त करावा लागला आहे. त्यामुळे खर्चाची गुणवत्ता किती ढासळलेली आहे हे दिसून येते. १९९१-९२मध्ये योजनेतर खर्च एकूण खर्चाच्या ७२ टक्के होता. तो १९९८-९९मध्ये ७६ टक्क्यांपर्यंत वाढला मात्र २००३-०४मध्ये कमी होऊन ७४ टक्के झाला. कमी न होणारा हा योजनेतर खर्च वाढण्यास केंद्र सरकारच्या महसुली शिलकीतील प्रचंड घसरण बऱ्याच प्रमाणात जबाबदार आहे, असेच म्हणावे लागते. चालू खात्यावरील जमा केलेल्या स्वतःच्या महसुलापेक्षा त्याच खात्यावरील योजनेतर

खर्च कमी केला गेल्यास महसुली शिल्लक निर्माण होते. ही शिल्लक नेहमी लाभदायक असते; कारण तिचा उपयोग योजना खर्च किंवा उत्पादनक्षमता वाढविणाऱ्या योजनांमध्ये गुंतवणूक करण्यासाठी सहजपणे करता येऊ शकतो. परंतु चालू खात्यावरील महसुलापेक्षा त्याच खात्यावरील योजनेतर खर्च जास्त केल्यास महसुली शिलकीत घट होऊन मोठ्या प्रमाणावर तूटही निर्माण होऊ शकते. असे होणे म्हणजे स्वत:च्या महसुली मिळकतीपेक्षा जास्तीचा खर्च करणे होय. नेमके हेच केंद्र सरकारच्या महसुली शिलकीच्या संदर्भात गेल्या काही वर्षांपासून घडत आहे. १९९१-९२ यावर्षी केंद्र सरकारने चालू खात्यावरील स्वत:च्या महसुली मिळकतीपेक्षा जास्तीचे रुपये ६०९२ कोटी योजनेतर बाबींवर खर्च केले. १९९८-९९मध्ये रुपये ३६४९२ कोटी २०००-०१मध्ये रुपये ४६५३१ कोटी आणि २००१-०२मध्ये रुपये ५५७९२ कोटी रुपये एवढे अधिक खर्च केले. २००२-०३मध्ये मात्र थोडे कमी म्हणजे रुपये ४९,८७७ कोटी रुपये खर्च केले. या तेरा वर्षांत हा खर्च साठेआठ पटींपेक्षा अधिक वाढलेला आहे. हा खर्च व्याज, संरक्षण, अर्थसाहाय्य, प्रशासन, राज्यांना दिली जाणारी अनुदाने, इत्यादींवरील अनुत्पादक खर्च भागविण्यासाठीच केला आहे. या तेरा वर्षांत केंद्र सरकारने व्याजापोटी दरवर्षी एकूण खर्चाच्या सरासरी २८ टक्के संरक्षणावर, १४.६ टक्के अर्थसाहाय्यासाठी ८.६ टक्के खर्च केला. एकूण खर्चाच्या ५१ टक्के खर्च तर या तीन बाबींवर झालेला आहे. उत्पादनाची क्षमता वाढविणारी गुंतवणूकच कमी झाली आहे, हे स्पष्ट होते. १९९१-९२ यावर्षी एकूण खर्चाच्या फक्त २८ टक्के खर्च उत्पादन क्षमता वाढविण्यासाठी केला. १९९३-९४ यावर्षीपर्यंत हा ३०.८ टक्क्यांपर्यंत वाढला. परंतु नंतरच्या काळात तो ३० टक्क्यांपर्यंत कधीच वाढला नाही. १९९१ ते २००३ या काळात हा खर्च एकूण खर्चाच्या सरासरी फक्त २७ टक्केच झाला. यामुळे शेती, ग्रामीण विकास, शिक्षण, आरोग्य यांसारख्या मूलभूत सोयी उपलब्ध करण्यासाठी होणाऱ्या खर्चावर दुर्दैवाने बराच मोठा फटका बसला आहे. आजही शेती व्यवसायावर अवलंबून असणारी बरीच लोकसंख्या ग्रामीण भागात राहात आहे. अशा वेळी ग्रामीण विकासाबरोबरच शेती व संलग्न सेवा, जलसिंचनांच्या सोयी उपलब्ध करण्यासाठी जास्त खर्च करण्याची आवश्यकता असताना १९९१ ते २००३ पर्यंत भारत सरकारने सरासरी अनुक्रमे २.५ टक्के आणि १.२ टक्के एवढाच खर्च केला. एवढेच नव्हे तर शिक्षण आणि आरोग्य यांसारख्या मूलभूत आणि अत्यावश्यक सोयी उपलब्ध करून देण्याची सरकारची जबाबदारी असूनही अनुक्रमे सरासरी फक्त १.३ टक्के आणि १.२ टक्के एवढा कमी खर्च केला; म्हणजेच हे परिपक्व राजकोषीय धोरण व्यवस्थापनाचे लक्षण नाही, हेच म्हणावे लागते.

तक्ता क्र. १.१

केंद्रसरकारचे उत्पन्न आणि खर्चाच्या प्रवृत्ती व त्याचे GDP शी प्रमाण (%)

	२०१० -११	२०११ -१२	२०१२ -१३	२०१६ -१७ प्रत्यक्ष	२०१७ -१८ अंदाजपत्रक
१) महसुली उत्पन्न	१०.१	८.३	८.७	९.१	९.0
२) एकूण कर महसूल	१०.२	९.९	१०.२	९.१	९.0
३) भांडवली उत्पन्न	५.२	६.१	५.३	४.0	३.७
४) कर्जव्यतिरिक्त उत्पन्न	१०.६	८.८	९.१	९.५	९.५
५) एकूण उत्पन्न	१५.४	१४.५	१३.९	१३.00	१२.७
६) एकूण खर्च	१५.४	१४.५	१३.९	१३.00	१२.७
अ) महसूल खर्च	१३.४	१२.७	१२.३	११.२	१०.९
ब) भांडवली खर्च	२.0	१.८	१.६	१.९	१.८
अ) बिगर योजना खर्च	१०.५	९.९	९.९	NA	NA
ब) योजना खर्च	४.९	४.६	४.१	NA	NA

(Source - Economic Survey 2014-15, Volume II - P.25, Economic Survey 2017-18, Volume I, Page A 60)

कर्जव्यतिरिक्त उत्पन्न : २०१३-१४च्या तुलनेत २०१४-१५मध्ये १८.६ टक्क्याने कर्जव्यतिरिक्तचे उत्पन्न वाढले आहे. महसुली उत्पन्नात २०१४-१५मध्ये रुपये ११.९० लाख कोटींचे होते त्यात निव्वळ करापासून उत्पन्न रुपये ९.७७ लाख कोटींचे व कराव्यतिरिक्तचे उत्पन्न रुपये २.१२ लाख कोटींचे होते.

कर महसूल : वित्तीय सुधारणा आणि अंदाजपत्रक व्यवस्थापन कायदा २००३ नुसार २००४-०५ ते २००७-०८ या काळात एकूणच वित्तीय सुधारणा झाली. विशेषत: कराच्या उत्पन्नात वाढ झाली.

तक्ता १.२

केंद्र सरकारच्या वित्तीय वाढीचा दर (%)

बाबी	२०१५ –१६	२०१६ –१७	२०१७ –१८	२०१८ –१९	२०१९ –२० प्रत्यक्ष	२०२० –२१ अंदाजपत्रकीय
१) महसुली उत्पन्न	८.५	१५.०	४.४	८.२	८.३	२०.१
२) एकूण कर महसूल	१६.९	१७.९	११.८	८.४	–३.४	२०.६
३) निव्वळ कर महसूल	४.४	१६.७	१२.८	६.०	२.९	२०.७
४) करेतर महसूल	२७.०	८.६	–२९.४	२२.३	३८.४	१८.०
५) कर्जेतर भांडवली उत्पन्न	२२.३	३.८	७७.०	–२.९	–३९.२	२२७.८
६) एकूण कर्जेतर उत्पन्न	९.१	१४.४	७.७	७.४	५.१	२८.३
७) एकूण खर्च	७.६	१०.३	८.४	८.१	१६.०	१३.२
८) महसुली खर्च	४.८	९.९	११.१	६.८	१७.०	११.९
९) भांडवली खर्च	२८.६	१२.५	–७.५	१६.९	९.४	२२.४

तक्ता १.२ वरून असे दिसून येते की, केंद्र सरकारचा महसुली उत्पन्न वित्तीय वाढीचा दर २०१५-१६ मध्ये ८.५ टक्के होता. २०१६-१७ मध्ये १५ टक्के झाला. नंतर स्थिर दिसून येतो. महसुली खर्च याच वर्षात ४.८ टक्क्यांवरून ९.९ टक्के वाढला. व पुढेही वाढत आहे. तीच स्थिती एकूण खर्चाची आहे.

तक्ता क्र. १.३

कर महसूल (लाख कोटी रुपये)

	एकूण कर महसूल	कॉर्पोरेशन कर (निगम कर)	उत्पन्न कर	कस्टम ड्युटी (जकाती)	केंद्रीय अतिरिक्त शुल्क	सेवा कर
२०१०–११	७.९३	२.९९	१.३९	१.३६	१.३८	0.७१
२०११–१२	८.८९	३.२३	१.६४	१.४९	१.४५	0.९८
२०१२–१३	१0.३६	३.५६	१.९७	१.६५	१.७६	१.३३
२०१३–१४ (सुधारित)	११.३९	३.९५	२.३८	१.७२	१.६९	१.५५
२०१४–१५ अंदाजपत्रकीय	१३.६५	४.५१	२.७८	२.0२	२.0६	२.१६

(Source - Economic Survey 2014-15, Volume II - p. 26)

एकूण कर महसुलात ११.६५ लाख कोटी रुपयांपर्यंत वाढ झाली. ती २०११–१२ मध्ये ७.९३ लाख कोटी होती; तर उत्पन्न करात २.७८ लाख कोटींपर्यंत वाढ झाली आणि सेवा करातही लक्षणीय वाढ झाल्याचे दिसून येते; २०१०–११मध्ये सेवा कर 0.७१ लाख कोटी रुपये होता तो २०१४–१५मध्ये २.१६ लाख कोटी रुपयांपर्यंत वाढला.

२०१५–१६च्या अंदाजपत्रकात प्रत्यक्ष कर वसुली १४.४९ लाख कोटी होईल असे स्पष्ट केले. 1 एप्रिल २०१६ पासून राज्यांमध्ये प्रत्यक्ष कर प्रणाली अंतर्गत वस्तू सेवा कर लागू केला जाणार आहे, स्पर्धात्मक प्रत्यक्ष कर प्रणाली लागू करणार जी स्थिर आणि विवेचनकारी असेल.

चार वर्षांत कार्पोरेट करांचे सर्वसाधारण दर ३0 टक्क्यांवरून २५ टक्क्यांपर्यंत कमी केले जातील.

मालावरील सीमा शुल्क कमी करण्यात आले आहे. सेवा करात सरसकट २ टक्के वाढ करून तो १२.३६ टक्क्यांवरून १४ टक्के केला आहे. त्यामुळे काही प्रमाणात महागाई वाढण्यास प्रोत्साहन मिळेल कारण त्याचा सरळ परिणाम ग्राहकांच्या

पैशांवर होणार आहे.

२८ फेब्रुवारी २०१५ रोजी अर्थमंत्री श्री. अरुण जेटली यांनी २०१५-१६ चा अर्थसंकल्प सादर करताना देशाचा विकास घडवून आणण्यासाठी राज्यांच्या विकासाला महत्त्व देण्यात आले. त्यासाठी त्यांनी 'टिम इंडिया' तयार करण्यावर भर दिला. विविध योजना आणि विकास कार्यावर खर्च करण्यासाठी ४,६५,२७७ कोटी रुपयांची तरतूद केली आहे.

तक्ता क्र. १.४

केंद्र सरकारचे उत्पन्न (लाख कोटी रुपये) (एप्रिल ते नोव्हेंबर)

	२०१५-१६	२०१६-१७	२०१७-१८
एकूण स्थूल कर महसूल	७.६८	९.३३	१०.८७
निव्वळ कर महसूल (केंद्र)	४.६५	६.२१	६.९९
करेतर महसूल	१.७३	१.७५	१.०५
महसुली उत्पन्न	६.३८	७.९६	८.०५
कर्जेतर भांडवली उत्पन्न	0.२१	0.३३	0.६२
कर्जेतर उत्पन्न	६.५९	८.२९	८.६७

(संदर्भ - आर्थिक सर्व्हे सन २०१७-१८ भाग - १, पान २९)

केंद्र सरकारच्या एकूण कर महसुलात वाढ होताना दिसून येते जसे सन २०१५-१६ मध्ये ७.६८ लाख कोटी रुपयांवरून २०१७-१८मध्ये १०.८७ लाख कोटी रुपयांपर्यंत वाढला; तर करेतर महसुलात घट होत आहे, जसे तो सन २०१५-१६मध्ये १.७३ लाख कोटींवरून २०१७-१८मध्ये १.०५ लाख कोटी रुपयांपर्यंत कमी झाला. कर्जेतर उत्पन्नात वाढ होताना दिसून येते जसे, सन २०१५-१६मध्ये ६.५९ लाख कोटींवरून २०१७-१८मध्ये ८.६७ लाख कोटी रुपयांपर्यंत वाढले.

३) सार्वजनिक कर्ज : राजकोषीय धोरणात सार्वजनिक कर्जाला महत्त्व दिले जाते. सार्वजनिक कर्ज उभारण्याचे धोरण कौशल्याने वापरावे लागते. सार्वजनिक कर्जाचा उपयोग सार्वजनिक विभागात वाढ करणे, विहिरी खोदण्यासाठी आर्थिक मदत करणे, लहान पाणी पुरवठा करणाऱ्या योजनांना साहाय्य करणे इत्यादींसाठी सार्वजनिक कर्जाचा उपयोग होतो. केंद्र सरकारची भांडवली जमा उभारलेल्या कर्जापिक्षा फारच कमी म्हणजे १९९१ ते २००३-०४ या वर्षात दरवर्षी सरासरी फक्त ६.६ टक्केच

होती. त्यामुळेच सरकारने अंतर्गत आणि बाह्य कर्ज उभारणीवर भर दिला. अंतर्गत कर्जे पुढील मार्गाने काढली–

१) वित्तीय बाजारातील कर्ज १९९१-९२मध्ये ७.१ टक्के, ९२-९३ यावर्षी एकूण महसुलाच्या फारच कमी म्हणजे ३.४ टक्के एवढेच होते. १९९८-९९ यावर्षी २४ टक्क्यांपर्यंत वाढ झाली. नंतर २००२-०३ पर्यंत अल्पशी घट झाली असली तरी २२.५ टक्क्यांपेक्षा कमी झाली नाही. मात्र, हे प्रमाण २००३-०४मध्ये १८.७ टक्क्यांपर्यंत घसरले.

२) अल्पबचत म्हणजेच केंद्र सरकार पोस्ट खात्यातील अल्पबचत, आवर्ती ठेवी, राष्ट्रीय बचत प्रमाणपत्र इत्यादी मार्गाने जमा झालेल्या रकमेतून तसेच भविष्यनिर्वाह निधीतून ही उचल घेत असते. १९९१-९२ यावर्षी घेतलेली उचल ६.४ टक्क्यांवरून १९९७-९८ यावर्षी १०.५ टक्क्यांपर्यंत वाढली. २००१-०२मध्ये तर २.४ टक्क्यांपर्यंत घटली. नंतरच्या काळात तर वरील बचतीतून काहीच मिळाले नाही.

२००२-०३ पासून या निधीमधील संपूर्ण निव्वळ रक्कम राज्याच्या कर्ज रोख्यात गुंतविली असल्यामुळे केंद्र सरकारला अल्पबचत निधीतून एकही पैसा मिळाला नाही.

३) विशेष ठेवी म्हणजे बिगर सरकारी भविष्यनिर्वाह निधी, राज्यकामगार विमा महामंडळ, आयुर्विमा महामंडळ इत्यादींकडील अतिरिक्त निधी यातूनही केंद्र सरकार उचल करीत असते. १९९१ ते २००३-०४ या काळात ही उचल जवळजवळ ६ टक्क्यांने कमी झाली आहे.

४) विदेशी कर्ज तर अंतर्गत कर्जाच्या तुलनेने अतिशय कमी उचलले आहे. १९९१-९२ यावर्षी ५.२ टक्के काढलेले कर्ज २००१-०२मध्ये तर फक्त १.५ टक्के एवढेच घेतले गेले.

५) इतर कर्जात रेल्वे, राखीव निधी, कर्ज रोखे इ. नाणेनिधी, १९९१-९२ यावर्षी ती १..८ टक्के बँक, आंतरराष्ट्रीय विकास संघटना यांच्याकडूनही केंद्राने कर्जे घेतली. १९९१-९२ यावर्षी ती १.८ टक्के होती; ती २००३-०४ मध्ये ९.३ टक्के झाली.

एकूणच केंद्र सरकारने वरील सर्व मार्गांनी १९९१-९२ यावर्षी एकूण महसुलाच्या २८.८ टक्के कर्जे उभी केली. त्यात ९६-९७मध्ये ३०.६ टक्के, ९७-९८मध्ये ३५.५ टक्के तर २००१-०२मध्ये ३९.२ टक्क्यांपर्यंत वाढ झाली. नंतर २००२-०३मध्ये ३४.८ टक्के आणि २००३-०४मध्ये २६.८ टक्क्यांपर्यंत कमी झाली. यावरून असे स्पष्ट होते की, केंद्र सरकार विकासाचे उद्दिष्ट गाठण्यासाठी महसुलासाठी परावलंबी आहे. १९९१ ते २००३-०४ या काळात केंद्र सरकारला सरासरी ३३.७ टक्के कर्जे

काढावी लागली आणि दरवर्षी सरासरी ६६.३ टक्केच महसूल गोळा करण्याची कुवत होती.

थकबाकीत वाढ : भारत सरकारने कर्जे काढली मात्र या कर्जाची थकबाकी वाढत गेली. म्हणजेच कर्जाचा योग्य उपयोग केला गेला नाही. म्हणूनच वाढीव थकबाकीमुळे कर्जाचा डोंगर उभा राहिला आहे. आर्थिक अरिष्टाला हे कारण मिळते. गेल्या १९९१ ते २००३-०४ पर्यंत थकबाकी जवळजवळ पाच पटीने वाढली. एकूण थकबाकीमध्ये परकीय कर्जाच्या थकबाकीचे प्रमाण कमीच आहे. परंतु अंतर्गत कर्जाची थकबाकी १९९१-९२ यावर्षी ४८.७ टक्यांवरून १९९९-२००० पर्यंत, तर ६९.९ टक्यांपर्यंत वाढली; नंतर ती कमी होऊन २००३-०४मध्ये ६५.७ टक्के झाली. परंतु या काळात बऱ्याच मोठ्या प्रमाणात म्हणजे १९ टक्यांनी थकबाकीत वाढ झाल्याचे स्पष्ट होते. इतर कर्जाच्या थकबाकीत १९९१-९२मध्ये ४०.९ टक्यांवरून ९७-९८मध्ये ४२.९ टक्यांपर्यंत वाढून ती २००३-०४मध्ये ३१.६ टक्के झाली. यावरून असे दिसून येते की, परकीय कर्जांच्या थकबाकीपेक्षा अंतर्गत कर्जाच्या थकबाकीचे प्रमाण अधिक आहे. देशाच्या राष्ट्रीय उत्पन्नाच्या एकूण कर्ज थकबाकी ५७.५ टक्के होती; ती २००२-०३मध्ये ६३.१ टक्यांपर्यंत झाली.

भारत हा न पेलवेल एवढ्या कर्जांच्या ओझ्याखाली असूनसुद्धा केंद्र सरकार सार्वजनिक क्षेत्रातील उद्योग उपक्रमांना अर्थसंकल्प बाह्य उचललेल्या कर्जांची हमी घेतच आहे. या हमीची रक्कम २००२मध्ये ९५,८५९ कोटींपर्यंत गेली, जी राष्ट्रीय उत्पन्नाच्या ४.२ टक्के आहे. कर्जाच्या थकबाकीचे प्रमाण ही चिंतेची बाब आहे.

मार्च २०१३मध्ये भारतावरील कर्ज मार्च २०१४ पर्यंत ४४०.६ अब्ज डॉलर्स एवढे झाले, ही वाढ ३१.२ अब्ज डॉलर्सची आहे.

मार्च २०१४ मधील परकीय कर्ज जी. डी. पी.च्या २३.३ टक्के होते, एकूण परकीय कर्जांपैकी ८९.२ अब्ज डॉलर्स अल्पकालीन कर्ज होते तर ३५१.४ अब्ज डॉलर्स दीर्घकालीन कर्ज होते.

सप्टेंबर २०१७च्या अखेर भारतावरील परकीय कर्ज ४७१.९ अब्ज डॉलर्स एवढे होते. ते जी.डी.पी.च्या २०.२ टक्के होते. सन २०१५-१६ या आर्थिक वर्षात याचे प्रमाण जी.डी.पी.च्या २३.५ टक्के (४८५ अब्ज डॉलर) एवढे होते.

एकूण परकीय कर्जांपैकी सरकारी कर्जाचे प्रमाण मार्च २०१४ अखेर १८.५ टक्के होते तर बिगर सरकारी कर्जांचे प्रमाण मार्च २०१४ अखेर ८१.५ टक्के होते.

भारताच्या रिझर्व्ह बँकेच्या माहितीवरून मार्च २०२१मध्ये बाह्य/परकीय कर्ज ५७० बिलीयन डॉलर्स होते ते २०२० च्या मार्च महिन्यापेक्षा ११.५ बिलीयन डॉलर्सने जास्त होते. बाह्यकर्ज मार्च २०२१ मध्ये भारताचे GDP च्या २१.१ टक्के होते.

विकसनशील देशांपैकी २०१२मध्ये भारत तिसरा सर्वांत मोठा कर्जबाजारी देश होता.

४) तुटीचा अर्थभरणा : तुटीच्या अर्थभरण्यामुळे शासनाला खरेदी शक्तीचा लाभ होतो. सरकार जादा पैसा उभा करण्यासाठी तुटीचा अर्थभरणा करते. म्हणजेच उत्पन्न व खर्च यामधील तफावत दूर करण्यासाठी.

देशाच्या आर्थिक विकासासाठी आवश्यक ती वित्तीय साधनसामग्री कर; सार्वजनिक कर्जे इत्यादी मार्गांनी पुरेशा प्रमाणात उपलब्ध न झाल्यास तुटीच्या अर्थभरण्याचा मार्ग अवलंबिला जातो. तुटीच्या अर्थभरण्याने उत्पादन व रोजगारात वाढ घडवून आणण्याचा प्रयत्न केला जातो. विशेषत: आर्थिक मंदीच्या काळात तुटीचा अर्थभरणा अर्थव्यवस्थेला पुनरुज्जीवन देणारा ठरतो. मात्र, तुटीचा अर्थभरणा केल्याने आर्थिक विकासासाठी आवश्यक असणारी वास्तव सामग्री नव्याने निर्माण होत नाही.

भारतात विकास योजनांचा व विकासेतर अवाढव्य खर्च महसुलाच्या नेहमीच्या मार्गांनी भागविण्यासाठी सतत तुटीच्या अर्थभरण्याचा अवलंब केलेला दिसून येतो. त्यामुळे भाववाढीचा धोका, उपभोगात सक्तीची घरे, साठेबाजी, आवश्यक गुंतवणूक, पतनिर्मितीत अवास्तव वाढ, सरकारकडून पैशांची अनावश्यक उधळपट्टी इत्यादींची शक्यता असते. त्यासाठी वस्तू व सेवांचे उत्पादन जलदगतीने वाढविणे हाच तुटीच्या अर्थभरण्याचे दोष टाळण्याचा मार्ग आहे.

भारतात महसुली, राजकोषीय आणि प्राथमिक तूट १९९१ ते २०१४-१५ पर्यंत सतत वाढल्याचे दिसून येते. सन २०१५-१६मध्ये राजकोषीय तूट आणि प्राथमिक तुटीच्या तुलनेत महसुली तूट थोडी कमी झाली. सन २०१६-१७ ते २०१८-१९मध्ये महसुली तूट ३,१६,३८१ कोटी रुपयांवरून ४,१६,०३४ कोटी रुपयांपर्यंत वाढली.

राजकोषीय तूट याच काळात ५,३५,६१८ कोटींवरून ६,२४,२७६ कोटींपर्यंत वाढली तर प्राथमिक तूट ५४९०४ कोटींवरून ४८४८१ कोटींपर्यंत कमी झाली. सरकारने स्वत:च्या मिळकतीच्या मर्यादित महसुली खर्च केला असता तर राजकोषीय तूट भरून काढण्यासाठी उभारलेल्या कर्जाचा उपयोग उत्पादन वाढविणारी गुंतवणूक करून आर्थिक विकासाला वेग देता आला असता; पण महसुली जमेपेक्षा महसुली खर्चात सतत वाढ होऊन महसुली तूट वाढल्याने राजकोषीय तुटीतही प्रचंड वाढ झाली. परिणामी, मोठ्या प्रमाणावर कर्जे काढावी लागली. एवढी मोठी कर्जे उभारून शेवटी अनुत्पादक बाबींवर जास्त आणि उत्पादकता वाढविणाऱ्या बाबींवर कमी खर्च

केला गेला. राजकोषीय तूट भरून काढण्यासाठी काढलेल्या कर्जाचा उपयोग सातत्याने जास्त प्रमाणात अनुत्पादक खर्च भागविण्यासाठी केल्यामुळे भांडवल गुंतवणुकीकडे दुर्लक्ष झाले आणि न पेलवेल एवढे कर्जाचे ओझे वाढले.

त्यासाठी महसुली जमेत वाढ झाली पाहिजे. त्यामुळे महसुली तूट कमी होईल. परिणामी, राजकोषीय तुटीतही घट होऊन डोंगराएवढ्या उभ्या केलेल्या कर्जाचे ओझे कमी होईल.

तक्ता १.५
राज्याला निधी वर्ग करणे (लाख कोटी)

बाबी/तपशील	२०१५ –१६	२०१६ –१७	२०१७ –१८	२०१८ –१९	२०१९ –२० बदल झाले	२०२० –२१ अंदाज पत्रकीय
१) राज्यांचा कराचा हिस्सा	५.०६	६.०८	६.७३	७.६१	६.५६	७.८४
२) वित्त आयोग निधी	0.८५	0.९६	0.९२	९.९४	१.२४	१.५०
३) CSS आणि इतर वर्ग केलेले	२.३९	२.७७	३.१६	३.३२	३.८०	४.०९
४) एकूण राज्यांना वर्ग केलेला निधी	८.२९	९.८१	१०.८१	११.८७	११.६०	१३.४३

संदर्भ – आर्थिक सर्वेक्षण २०२०–२१

तक्ता १.५ प्रमाणे २०१५–१६ मध्ये वित्त आयोगाचा निधी 0.८५ लाख कोटी होता तो २०२०–२१ पर्यंत १.५० लाख कोटी रुपयांनी वाढला, तर एकूण राज्यांना वर्ग केलेला निधी वाढताना दिसून येतो. तसेच राज्यांना करांचा हिस्सा वाढताना दिसून येतो.

प्रश्न

प्र. १ एका वाक्यात उत्तरे लिहा.

१) वित्तीय धोरणाचा अर्थ सांगा.

२) वित्तीय धोरणाची दोन साधने सांगा.

वित्तीय अथवा राजकोषीय धोरण / १२१

३) वित्तीय धोरणाची दोन उद्दिष्टे सांगा.

४) वित्तीय धोरणाच्या दोन मर्यादा सांगा.

५) २०१५-१६ मध्ये राज्यांचा करांचा हिस्सा किती होता.

६) २०१८-१९ मध्ये वित्त आयोगाचा निधी किती होता.

७) 2020-21 मध्ये राज्यांना किती निधी वर्ग केला.

प्र. २ टिपा लिहा.

१) वित्तीय धोरण.

२) वित्तीय धोरणाची साधने.

३) विकसनशील देशातील वित्तीय धोरण.

४) राजकोषीय धोरणाच्या मर्यादा.

५) २०११ पासूनचे वित्तीय धोरण.

प्र. ३ थोडक्यात उत्तरे लिहा.

१) वित्तीय धोरण म्हणजे काय?

२) वित्तीय धोरणाची साधने थोडक्यात सांगा.

३) वित्तीय धोरणाच्या महत्त्वाच्या मर्यादा सांगा.

४) वित्तीय धोरणाचे परिक्षणाचे दोन मुद्दे सांगा.

प्र. ४ सविस्तर उत्तरे लिहा.

१) वित्तीय धोरणाचा अर्थ सांगून उद्दिष्टे स्पष्ट करा.

२) विकसनशील देशातील वित्तीय धोरण स्पष्ट करा.

३) वित्तीय धोरणाच्या मर्यादा स्पष्ट करा.

४) २०११ पासूनचे वित्तीय धोरणाचा आढावा घ्या.

<table>
<tr><td>प्रकरण
२</td><td>अर्थसंकल्प
(Budget)</td></tr>
</table>

२.१ प्रास्ताविक (Introduction)

आधुनिक अर्थव्यवस्थेत अर्थसंकल्प हा परवलीचा शब्द झालेला आहे. म्हणजेच अर्थसंकल्पाशिवाय वैयक्तिक सार्वजनिक तसेच देशांतर्गत व आंतरराष्ट्रीय आणि एकूणच जागतिक स्तरावर आर्थिक आणि सर्वांगीण विकास साध्य करणे शक्य नाही. प्रत्येक व्यक्ती आणि संघटनेला अंदाज पत्रक/अर्थसंकल्प आखावा लागतो व त्यानुसार आपले खर्च व उत्पन्नाचे नियोजन करावे लागते. सामान्यपणे अंदाजपत्रक तयार करणे म्हणजे आगामी एका वर्षाच्या काळात उपलब्ध असलेली उत्पन्नाची साधने त्यापासून मिळणारे उत्पन्न, त्यासाठी करावा लागणारा खर्च आणि त्यापासून होणारा नफा फायदा किंवा विकास, इत्यादींचे जाणीवपूर्वक आगाऊ केलेले नियोजन किंवा आखलेला आराखडा होय.

जागतिक स्तरावरील प्रत्येक अर्थव्यवस्थेत किंवा देशात आर्थिक आणि सर्वांनी विकास साधण्याच्या दृष्टीने अर्थसंकल्प या संकल्पनेला अनन्यसाधारण महत्त्व प्राप्त झालेले दिसून येते. अर्थसंकल्प हा अर्थव्यवस्थेचा आगामी विशिष्ट कालखंडातील

आरसा (Blueprint) असतो त्या आराखड्याच्या (Design) आधारे; इच्छित विकास दर साध्य करता येतो.

'बजेट' म्हणजेच अर्थसंकल्प हा शब्द सर्वप्रथम १७३३ मध्ये इंग्लंड मध्ये वापरण्यात आला. भारताची सत्ता जेव्हा ईस्ट इंडिया कंपनीकडून ब्रिटिश पार्लमेंट कडे गेली, तेव्हा भारतात अर्थसंकल्पाची सुरुवात झाली. तत्कालीन वित्त सदस्य जेम्स विल्सन यांनी ७ एप्रिल १८६० रोजी पहिला अर्थसंकल्प मांडला तर स्वतंत्र भारताचा पहिला अर्थसंकल्प आर. के. शण्मुखम शेट्टी यांनी २६ नोव्हेंबर १९४७ ला सादर केला आणि भारतीय गणराज्यासाठीचा पहिला अर्थसंकल्प जॉन मथाई यांनी १९५० साली सादर केला. भारतात दरवर्षी फेब्रुवारी महिन्यात केंद्रीय अर्थसंकल्प लोकसभेत सादर केला जातो. १ एप्रिल ते आगामी वर्षातील ३१ मार्च या कालावधीत किती महसूल जमा होईल व वर्षभरात किती खर्च करावा लागेल; याचा आगाऊ आराखडा अर्थसंकल्पात मांडला जातो.

२.२ अर्थसंकल्प : अर्थ, व्याख्या, स्वरूप आणि उद्दिष्टे (Meaning, Concept, Nature and Obectives of Budget)

२.२.१ अर्थसंकल्पाचा अर्थ (Meaning of Budget)

अर्थसंकल्पासाठी इंग्रजीत Budget हा शब्द वापरला जातो. 'Budget' हा शब्द फ्रेंच भाषेतील 'Bougette' म्हणजे 'पर्स, कातडी पिशवी किंवा लहान पिशवी' या शब्दांपासून आलेला आहे.

लोकशाही देशात सरकारला आपल्या जमा-खर्चाचा आराखडा कायदेमंडळापुढे ठेवून त्यास कायदेमंडळाची मंजुरी मिळवावी लागते. या आराखड्यालाच 'अर्थसंकल्प' म्हणतात. अर्थसंकल्प वार्षिक असतो.

'अर्थसंकल्प म्हणजे आगामी एका वर्षाच्या कालखंडात राबविले जाणारे आर्थिक धोरण होय.'

मर्यादित साधनसामग्रीचा कार्यक्षम वापर करून विकास दर उंचावण्याचे कसब अर्थसंकल्पात साधावे लागते. त्यानुसार शासनाला खर्च आणि उत्पादनाच्या कार्यक्रमांची आखणी करावी लागते. सरकारला आपल्या जमा-खर्चाचा आराखडा कायदेमंडळापुढे ठेवून त्यास कायदेमंडळाची मंजुरी मिळवावी लागते, या आराखड्याला अर्थसंकल्प म्हणतात. सरकारच्या अर्थ खात्याकडून इतर खात्यांच्या सल्ल्याने तो आराखडा तयार केला जातो व अर्थमंत्र्यांकडून प्रतिवर्षी ठराविक वेळी तो सादर केला जातो.

२.२.२ अर्थसंकल्पाची व्याख्या (Definition of Budget)

प्रा. बॉस्टेबल यांच्या मते, 'अर्थसंकल्प किंवा अंदाजपत्रक हे विशिष्ट काळातील उत्पन्न व खर्चाची किंवा वित्तीय समायोजनाची माहिती देणारे पत्रक असून ते मान्यतेसाठी संविधानाकडे किंवा संसदेकडे सादर केले जाते.'

भारतीय घटनेनुसार, 'अर्थसंकल्प म्हणजे वित्तीय वर्षाच्या संदर्भात भारत सरकार किंवा राज्य सरकारच्या उत्पन्न व प्राप्ती चा अंदाज मांडणारे वार्षिक वित्तीय विवरणपत्र होय.'

Budget is the annual financial statement of the estimated receipt and expenditure of the Government of India or the State Government in respect of a financial year.

डिमॉक यांच्यामते, 'अर्थसंकल्प किंवा अंदाजपत्रक म्हणजे विशिष्ट कालखंडात सरकारला करावा लागणारा खर्च आणि सरकारचे मिळणारे उत्पन्न यांचा समतोल अंदाज होय.'

जे. एल. हॅन्सन यांच्या मते, 'शासनाच्या खर्चाचा आणि महसुलाचा आगामी एका वर्षाचा अंदाज म्हणजेच अंदाजपत्रक होय.'

सी. एल. किंग यांच्या मते, 'अंदाजपत्रक म्हणजे ज्याद्वारे खर्च आणि उत्पन्न या दोन्हीत समतोल प्रस्थापित केला जातो अशी वित्तीय योजना होय.'

'वित्तीय वर्षातील सरकारचे अंदाज खर्च व उत्पन्न यांची सर्व माहिती व त्याचबरोबर गतवर्षाच्या आर्थिक परिस्थितीचा आढावा, नवीन कर योजना व भांडवली खर्च भागविण्याची व्यवस्था अर्थसंकल्प होय.'

'येणाऱ्या आर्थिक वर्षातील शासकीय जमाखर्चाच्या आराखड्यास अर्थसंकल्प असे म्हणतात.'

थोडक्यात, अर्थसंकल्प ही सरकारला निर्णय घेण्याच्या बाबतीत मदत करणारी वित्तीय योजना आहे.

२.२.३ अर्थसंकल्पाचे स्वरूप (Nature of budget)

भारतीय राज्यघटनेत 'अर्थसंकल्प' हा शब्द वापरलेला नसून 'वार्षिकी वित्तीय विवरण पत्रक' (Annual Financial Statement) हा शब्द वापरलेला आहे. घटनेच्या ११२ व्या कलमानुसार केंद्र सरकारचा, तर १०२ व्या कलमानुसार राज्य सरकारचा अर्थसंकल्प मांडला जातो. 'अर्थसंकल्प' हा वित्तीय मंत्रालयांतर्गत कार्य करणाऱ्या आर्थिक कामकाज (Department of Economic Affairs) विभागाद्वारे तयार करून संसदेच्या दोन्ही सभागृहांत समोर मांडण्याला जातो. भारतात दरवर्षी फेब्रुवारीमध्ये

संसदेचे अर्थसंकल्पीय अधिवेशन होते. भारतात अर्थसंकल्प हा 'महसुली अर्थसंकल्प' आणि 'भांडवली अर्थसंकल्प' या दोन विभागात मांडला जातो. महसुली अर्थसंकल्पात महसुली किंवा चालू खात्यावरील जमा व खर्च, तर भांडवली अर्थसंकल्पात भांडवली खात्यावरील जमा व खर्च समाविष्ट केला जातो.

अर्थसंकल्पात सरकारी जमाखर्चाचे तीन वर्षांचे आकडे दिलेले असतात.

१) पूर्ण झालेल्या शेवटच्या वित्तीय वर्षाचा महसूल किंवा उत्पन्न आणि खर्च.

२) चालू वर्षासाठीच्या उत्पन्न आणि खर्चाचा अंदाज.

३) पुढील आर्थिक वर्षासाठीचा अपेक्षित उत्पन्नाचा व खर्चाचा अंदाज.

पुढील मुद्द्यांच्या आधारे अर्थसंकल्पचे स्वरूप स्पष्ट करता येते.

१) **सरकारच्या उत्पन्न व खर्चाचे माहिती पत्रक :** अर्थसंकल्पात आर्थिक वर्षातील महसूल किंवा उत्पन्न आणि खर्चासंबंधी अंदाज मांडलेला असतो. येणाऱ्या आगामी आर्थिक वर्षातील महसूल म्हणजेच उत्पन्न व खर्चाचे तपशीलवार अंदाज अर्थसंकल्पात मांडलेले असतात.

२) **एक वर्षाचा कालावधी :** अर्थसंकल्पात विशिष्ट कालखंड म्हणजेच एक वर्षाचा कालावधी निश्चित करून त्या आर्थिक वर्षातील उत्पन्न आणि खर्चासंबंधी अंदाज मांडलेले असतात. सामान्यता अर्थसंकल्प एका आर्थिक वर्षाच्या कालावधीसाठी सादर केलेला असतो.

३) **आर्थिक साधन :** अर्थसंकल्प हे सरकारच्या राजकोषीय धोरणाचे महत्त्वाचे आर्थिक साधन असते. चालू आर्थिक वर्षातील नियोजनाचा तपशीलवार आराखडा अर्थसंकल्पात मांडला जातो. त्यावरून सरकारची जमा खर्चाबाबतची ध्येयधोरणे आणि लोककल्याणकारी दृष्टिकोन स्पष्ट होतो.

४) **महसुली अर्थसंकल्प व भांडवली अर्थसंकल्प :** अर्थसंकल्पाचे महसुली अर्थसंकल्प व भांडवली अर्थसंकल्प हे दोन भाग पाडले जातात. महसुली व भांडवली अर्थसंकल्पात उत्पन्न कसे मिळवले जाणार आहे व खर्च कसा केला जाणार आहे या बाबत तपशीलवार अंदाज मांडला जातो. अंदाजमहसुली अर्थसंकल्पात कर आणि करेतर मार्गांनी मिळणारे उत्पन्न आणि महसुली खर्चाची विभागणी योजना खर्च आणि योजनाबाह्य खर्च अशी केलेली असते. भांडवली अंदाजपत्रकात कर्जवसुली आणि इतर प्रकारची प्राप्ती तर भांडवली खर्चात भांडवली स्वरूपाच्या दीर्घकालीन खर्चाचा समावेश केलेला असतो.

५) **सार्वजनिक मान्यता :** अर्थसंकल्प हा वित्त मंत्रालयांतर्गत कार्य करणाऱ्या आर्थिक कामकाज विभागामार्फत तयार करून संसदेच्या दोन्ही सभागृहात

सादर केला जातो. संसदेत मंजूर झाल्यावर अर्थसंकल्पाची अंमलबजावणी केली जाते.

२.२.४. अर्थसंकल्पाची उद्दिष्टे (Objectives of Budget)

अर्थसंकल्पाची प्रमुख उद्दिष्टे पुढीलप्रमाणे आहेत –

१) उत्पन्न व खर्चाचे नियोजन करणे.

२) निधी संकलन व खर्च यात कार्यक्षमता आणणे.

३) उत्पन्न व खर्चाच्या विश्लेषणाचे प्रमुख साधन म्हणून कार्य करणे.

४) लोकांच्या प्रती असणारे आर्थिक उत्तरदायित्व स्पष्ट करणे.

५) मागील खर्चाच्या आधारे चालू वर्षाच्या खर्चाचा अंदाज करणे.

६) पूर्ण रोजगार निर्माण करणे.

७) गुंतवणुकीची उच्च पातळी गाठणे.

८) देशाचे चलन विस्तार आणि चलन संकोच विरहित परिस्थिती निर्माण करणे.

९) उत्पन्न आणि संपत्तीची समतोल विभागणी करणे.

१०) आर्थिक स्थैर्य निर्माण करणे.

वरील सर्व उद्दिष्टाच्या पूर्ततेचा अर्थसंकल्पात सर्वसमावेशक विचार करून जास्तीतजास्त उद्दिष्ट साध्य करण्याचा प्रयत्न केला जातो. त्यासाठी उद्दिष्टांचा प्राधान्यक्रम ठरवून परिस्थितीनुरूप निर्णय घ्यावे लागतात.

२.३ अर्थसंकल्पाचे वर्गीकरण (Classification of Budget)

अर्थसंकल्प मांडण्याची पद्धत व त्यामध्ये समाविष्ट घटक आणि अर्थसंकल्पाची व्याप्ती यावरून अर्थसंकल्पाचे वर्गीकरण केले जाते.

अर्थसंकल्पाचे वर्गीकरण पुढील प्रकारे केले जाते.

१) महसुली अर्थसंकल्प (Revenue Budget)

महसुली खात्यावरच्या जमा-खर्चाला 'महसुली अर्थसंकल्प' असे म्हणतात. महसुली अर्थसंकल्पात एक बाजू जमा तर दुसरी बाजू खर्चाची असते.

महसुली अर्थसंकल्पात सरकारकडे जमा होणाऱ्या एकूण महसुलात कराद्वारे मिळणारा महसूल व इतर महसूल (Tax Revenue and Non Tax Revenue) यांचा समावेश होतो. सरकारच्या इतर जमेत मुख्यत्वे सरकारनेच केलेल्या गुंतवणुकीवरील व्याज व लाभांश इतर शुल्क विदेशी अनुदाने यांचा समावेश होतो. तर सरकारच्या दैनंदिन कामकाजासाठी होणारा खर्च तसेच निरनिराळ्या विभागातील कामकाजावर होणारा खर्च यांचा समावेश महसुली खर्चाच्या बाजूने केला जातो. महसुली खर्च

म्हणजे महसुली खात्यावरचा खर्च होय. त्यामध्ये सरकारचा प्रशासनावरील खर्च आणि सरकारला आपल्या कर्जावरील द्यावे लागणारे व्याज यांचा समावेश होतो.

थोडक्यात, महसुली अर्थसंकल्पात सरकारचे अपेक्षित महसुली उत्पन्न व अपेक्षित ग्रुप महसुली खर्च यांचा समावेश होतो.

२) भांडवली अर्थसंकल्प (Capital Budget)

भांडवली खात्यावरील जमा खर्चाला 'भांडवली अर्थसंकल्प' असे म्हणतात. येणाऱ्या आर्थिक वर्षात सरकार किती भांडवली उत्पन्न मिळणार आहे व त्यातून भांडवली खर्च कसा करणार आहे या बाबींचा समावेश भांडवली अर्थसंकल्पात असतो.

भांडवली अर्थसंकल्पाच्या जमा बाजूमध्ये सरकारने बाजारातून घेतलेली कर्ज, रिझर्व्ह बँक, परकीय सरकार यांच्याकडून घेतलेली कर्जे तसेच केंद्र शासित प्रदेश व राज्य यांना वेळोवेळी दिलेल्या कर्जाची परतफेड म्हणून मिळणाऱ्या रक्कमांचा समावेश असतो.

थोडक्यात, देशांतर्गत कर्ज व परकीय कर्ज भांडवली अर्थसंकल्पाच्या जमेची महत्त्वाची बाब आहे.

भांडवली अर्थसंकल्पाच्या खर्चाच्या बाजून विविध मालमत्ता विविध गुंतवणुका इत्यादी समाविष्ट केलेल्या असतात. ज्या खर्चातून नव्या मालमत्तेची निर्मिती होते अशा सर्व खर्चाना ना 'भांडवली खर्च' म्हणतात अशा कर्जाचा समावेश भांडवली अर्थसंकल्पात होतो.

थोडक्यात, सरकारकडून करण्यात येणारी भांडवल गुंतवणूक व सरकारने दिलेली कर्जे ही भांडवली अंदाजपत्रकाच्या खर्चाची बाजू होय.

अर्थसंकल्पातील महसुली खर्च आणि भांडवली खर्च यांची तुलना करता, भांडवली खर्च उत्पादक असल्याने त्याचे प्रमाण अनुत्पादक अशा महसुली खर्चपिक्षा अधिक आणि वाढते असले पाहिजे.

३) समतोल अर्थसंकल्प (Balanced Budget)

जेव्हा सरकारचे अंदाजित उत्पन्न व अंदाजित खर्च दोन्ही सारखे असतात, तेव्हा त्या अर्थसंकल्पास समतोल अर्थसंकल्प असे म्हणतात.

डाल्टन यांच्यामते, 'विशिष्ट काळात खर्चपिक्षा प्राप्ती किंवा उत्पन्न किंवा महसूल कमी पडत नाही तो समतोल अर्थसंकल्प होय.'

"A balance budget is that, over a period of time, revenue does not fall short of expenditure."

थोडक्यात, जेव्हा सरकारचा महसूल आणि खर्च समान असतो तेव्हा त्या अर्थसंकल्पास 'समतोल अर्थसंकल्प' असे म्हणतात.

जे. बी. से., रिकार्ड आणि ॲडम स्मिथ इत्यादी सनातनवादी अर्थतज्ञ यांनी समतोल अर्थसंकल्पाचे समर्थन केलेले आहे. समतोल अर्थसंकल्पामुळे वित्तीय स्थिरता साधता येते तसेच अनावश्यक सरकारी खर्चाला आळा बसतो.

समतोल अंदाजपत्रकाच्या बाजूने मांडलेला युक्तिवाद

समतोल अंदाजपत्रकाचे समर्थन करताना ॲडम स्मिथ, जे. बी., से, इत्यादी सनातनवादी अर्थशास्त्रज्ञांनी पुढीलप्रमाणे युक्तिवाद केला आहे.

१) सनातनवादी अर्थतज्ञ यांच्या मते, सरकारचा अर्थव्यवस्थेतील हस्तक्षेप कमी असावा त्यासाठी समतोल अंदाजपत्रक असावे. म्हणजेच त्यांनी निरहस्तक्षेप धरणाचे समर्थन केले आहे.

२) कमीतकमी खर्च आणि तो भरून काढण्यासाठी कराच्या साह्याने उत्पन्न असणारी वित्तीय व्यवस्था चांगली असते, असे 'से' यांचे मत होते त्यामुळे समतोल अंदाजपत्रकाचे त्यांनी समर्थन केले आहे.

३) सनातनवादी अर्थशास्त्रज्ञांचा अनुत्पादक सरकारी खर्च भरून काढण्यासाठी कर्ज काढण्याला विरोध होता कारण असे कर्ज परत करताना भावी पिढीवर त्याचा बोजा पडतो.

४) ॲडम स्मिथ समतोल अर्थसंकल्पाचे समर्थन करतात कारण त्यांच्यामते तुटीचा अर्थसंकल्प सरकार किंवा देशावरील अनुत्पादक कर्जात वाढ करतो.

५) ए.पी. लर्नर यांच्या मते अर्थव्यवस्थेचे कार्य सुरळीत चालण्यासाठी वित्तीय स्थिरता आवश्यक असते. समतोल अर्थसंकल्प अनावश्यक खर्च टाळून वित्तीय स्थिरता साधण्यासाठी सहाय्यभूत ठरतो.

समतोल अर्थसंकल्पाच्या विरुद्ध युक्तिवाद

१) समतोल अर्थसंकल्पात कर आणि सरकारी खर्चात अपेक्षित बदल करणे शक्य नसते; त्यामुळे अर्थसंकल्पात ताठरता येते.

२) सरकारी खर्चात वाढ झाल्यास अंदाजपत्रकात तूट निर्माण होऊ शकते. त्यामुळे समतोल अंदाजपत्रकात आर्थिक विकासासाठी विविध प्रकल्पांवर खर्च करताना मर्यादा पडतात.

३) कल्याणकारी राज्य संकल्पना अस्तित्वात आणण्यासाठी सामाजिक कल्याणावर

अधिक खर्च करावा लागतो ; त्यामुळे अर्थसंकल्पात तूट निर्माण होते. समतोल अर्थसंकल्पामुळे सामाजिक कल्याणावर मर्यादा पडतात.

४) केन्सच्या मते, आर्थिक मंदीत प्रभावी मागणीत वाढ होण्यासाठी तुटीच्या अंदाज पत्रकाद्वारे सरकारने अधिक खर्च करण्याची गरज असते त्यामुळे समतोल अंदाजपत्रक उपयुक्त नसते.

अशाप्रकारे समतोल अंदाजपत्रकावर अनेक मर्यादा पडत असल्याचे दिसून येते.

४) शिलकीचा अर्थसंकल्प (Surplus Budget)

जेव्हा सरकारचे अंदाजित उत्पन्न अंदाजित खर्चापेक्षा जास्त असते, तेव्हा त्या अर्थसंकल्पास शिलकीचा अर्थसंकल्प असे म्हणतात.

शिलकीच्या अर्थसंकल्पाचे समर्थन सनातनवादी किंवा अभिजात पंथीय विचारवंतांनी केले होते. सरकार आपल्या उत्पन्नाच्या साधनातूच भविष्यकालीन अडचणींसाठीच्या खर्चाची तरतूद करून ठेवत असते. शिलकी अर्थसंकल्पामुळे सरकारला सार्वजनिक कर्जाची परतफेड करण्यासाठी हातभार लागतो. शिलकीचा अर्थसंकल्प उत्पन्न व खर्च यांचा मेळ घालण्यावर अधिक भर देतो. वास्तविक अर्थसंकल्प हे विविध आर्थिक व सामाजिक उद्दिष्ट साध्य करण्याचे साधन आहे यावर भर देणे आवश्यक आहे. आधुनिक काळात सरकारकडून सहसा शिलकी अर्थसंकल्प मांडला जात नाही. कारण, त्यामुळे देशाच्या अर्थव्यवस्थेच्या सर्वांगीन व आर्थिक विकासावर मर्यादा निर्माण होतात.

शिलकी अर्थसंकल्पाचे फायदे

१) सरकारला आपल्या उत्पन्नातून खर्च पूर्ण करावा लागतो. त्यामुळे उत्पन्नाचा योग्य वापर करण्याची आर्थिक शिस्त लागते.

२) कमी खर्चात सरकारी खर्च भगवला जाऊन आर्थिक कार्यक्षमता साध्य होते.

३) खर्चावर प्रभावी नियंत्रण ठेवून खर्चाचा प्राधान्यक्रम ठरविल्यामुळे आवश्यक तेथेच खर्च होतो.

४) सरकारचा खर्च कमी असल्यामुळे खाजगी क्षेत्राच्या विस्ताराला संधी मिळते.

५) शिलकी अर्थसंकल्पामुळे भविष्यकालीन अडचणींबाबत तरतूद करता येते.

६) शिलकी अर्थसंकल्पामुळे विकासात्मक, लाभदायक प्रकल्प हाती घेता येतात.

शिलकी अंदाजपत्रकाचे दोष/तोटे

१) मर्यादित खर्चामुळे विकासाची उद्दिष्टे साध्य करता येत नाहीत.

२) शिलकी अर्थसंकल्प हे विकसनशील देशांचे आर्थिक विकासाचे साध्य नाही.

३) कल्याणकारी राज्याची संकल्पना साध्य होत नाही.

४) शिलकी अर्थसंकल्प आर्थिक आणीबाणीच्या काळात उपयोगी ठरत नाही.

५) शिलकी अर्थसंकल्पात उत्पन्न व खर्चाचा मेळ घालण्यावर भर दिल्यामुळे आर्थिक व सामाजिक उद्दिष्टे साध्य होत नाहीत.

५) तुटीचा अर्थसंकल्प (Deficit Budget)

जेव्हा सरकारच्या अंदाजित उत्पन्नापेक्षा अंदाजित खर्च जास्त असतो, तेव्हा त्या अर्थसंकल्पास तुटीचा अर्थसंकल्प म्हणतात.

जेव्हा अर्थसंकल्पात सरकारचे एकूण उत्पन्न कमी व एकूण खर्च जास्त असतो, तेव्हा त्यास तुटीचा अर्थसंकल्प म्हणतात. देशातील एकूण खर्च आवश्यकतेपेक्षा कमी असेल व त्यात वाढ करावयाची असेल तर सरकारकडून तुटीच्या अर्थसंकल्पाचे धोरण अवलंबिले जाते. अर्थसंकल्पात दाखविलेल्या जादा खर्चामुळे अर्थव्यवस्थेतील उत्पन्न पातळी, मागणी, उत्पादन आणि रोजगार यामध्ये वाढ घडून येते. मंदीच्या काळात सरकारी खर्चाचा वाढीमुळे प्रभावी मागणी वाढून आर्थिक मंदीचे प्रमाण अधिक प्रभावीपणे नियंत्रित करणे शक्य होते.

विकसनशील देशात उपलब्ध असलेली नैसर्गिक साधन सामग्री आणि मनुष्यबळ यांचा वापर करून उत्पादन वाढविणे आणि देशाचा आर्थिक विकास घडवून आणण्यासाठी वित्तीय साधनसामग्री महत्त्वाची असते. त्यासाठी गुंतवणुकीत मोठा खर्च दाखवून अंदाजपत्रकात तूट निर्माण करणे ही आधुनिक अर्थव्यवस्थेतील पद्धत बनली आहे.

थोडक्यात, तुटीच्या अर्थसंकल्पात सरकारचे उत्पन्न खर्चापेक्षा कमी असते म्हणजेच खर्च उत्पन्नापेक्षा अधिक असतो.

तुटीच्या अर्थसंकल्पाचे फायदे

१) आर्थिक विकासास चालना मिळते.

२) तुटीच्या अर्थसंकल्पामुळे अर्थव्यवस्थेत भाव वाढ होते.

३) भाव वाढ घडून आल्याने उत्पादकांच्या फायद्यात वाढ होते.

४) उत्पादनवाढीस चालना मिळते.

५) अर्थव्यवस्थेत मनुष्यबळ व नैसर्गिक साधन सामग्रीचा अधिक वापर होऊन बेरोजगारीत घट होते.

६) मंदीच्या काळात सरकारने खर्चात वाढ केल्यास मंदीला आळा बसतो.

७) तुटीच्या अर्थसंकल्पामुळे उत्पन्न व रोजगारात वाढि घडून येते.

केन्स यांनी मंदीच्या काळात तुटीचा अर्थसंकल्प सादर करावा असे मत प्रभावीपणे मांडले आहे.

तुटीच्या अर्थसंकल्पाच्या मर्यादा/दोष

१) उत्पादक वर्गाचे उत्पन्न वाढल्याने विषमता वाढते.

२) तुटीच्या अर्थसंकल्पामुळे ठराविक वर्गाचे उत्पन्न वाढून चैनीच्या वस्तूंची मागणी वाढते व उत्पादन संरचना बिघडते.

३) तुटीच्या अर्थसंकल्पातून भाववाढीचा धोका निर्माण होतो.

४) टंचाई निर्माण होऊन उत्पादनवाढीपेक्षा साठेबाजीत वाढ होते.

५) खर्चावर नियंत्रण राहत नाही.

६) कार्यात्मक अर्थसंकल्प/फलनिष्पत्ती अर्थसंकल्प (Outcome Budget)

सरकारचे उत्पन्न व खर्च ही साधने असून ती विशिष्ट सामाजिक उद्दिष्टांसाठी वापरणे म्हणजे कार्यात्मक अर्थसंकल्प होय.

भारताच्या इतिहासात सर्वप्रथम पी. चिदंबरम यांनी सन २००५-२००६ या वर्षांसाठी फलनिष्पत्ती अर्थसंकल्प सादर केला. गुंतवणूक खर्चापासून होणारे परिणामांना आधार बनवून बजेट तयार केले जाते तेव्हा त्याला 'कार्यात्मक/निष्पादन अर्थसंकल्प' असे म्हणतात. या अर्थसंकल्पात सामान्य अर्थसंकल्पाद्वारे प्रत्येक मंत्रालय/विभाग/ संस्थांना वाटावयाच्या योजनानिहाय/प्रकल्पनिहाय वित्तीय साधनांबरोबर त्यांनी साध्य करावयाच्या फलनिष्पत्तींचा किंवा परिणामांचा (Outcome) समावेश असतो.

७) शून्याधिष्ठीत/शून्याधारित अर्थसंकल्प

मागील वर्षाच्या खर्चाचा आधार न घेता किंवा मागील वर्षाच्या खर्चाचा आधार शून्य समजून तयार केलेला अर्थसंकल्प म्हणजे शून्याधिष्ठीत किंवा शून्याधारित अर्थसंकल्प होय.

शून्याधारित अर्थसंकल्पात दरवर्षी नव्याने विचार करून जमा व खर्चाचे अंदाज करणे तसेच खर्चाची योजना तयार करताना प्रत्येक बाबीवरील खर्च आणि त्यापासून सामाजिक लाभ यांचा हिशोब मांडला जातो.

पीटर पिहर यांना या अर्थसंकल्पाचे प्रवर्तक मानले जाते. भारतात महाराष्ट्र राज्याने १ एप्रिल १९८६ रोजी शून्याधारित अर्थसंकल्प सादर केला. त्या वेळी महाराष्ट्राचे मुख्यमंत्री शंकरराव चव्हाण, वित्तमंत्री सुशीलकुमार शिंदे व वित्त राज्यमंत्री श्रीकांत जिचकर होते. २००१ मध्ये आंध्र प्रदेशात शून्याधारित अर्थसंकल्प मांडण्यात आला.

शून्याधारित अर्थसंकल्पाचे फायदे

१) शून्याधारित अर्थसंकल्पामुळे विविध योजनांमध्ये प्राधान्य क्रम ठरविण्यास मदत होते.

२) प्रत्येक विभागाची कार्यक्षमता वाढते. प्रत्येक विभागाला संसाधनाची मागणी करता येते.

३) अर्थसंकल्पातील उद्दिष्ट पूर्ण करण्यासाठी आवश्यक असणाऱ्या प्रकल्पांना अर्थपुरवठा केला जातो.

४) शुल्याधारित अर्थसंकल्पामुळे फायदेशीर आणि कमी महत्त्वाचे कार्य ओळखता येते, त्यामुळे आर्थिक विकासावर भर देता येतो तसेच पर्यायी उपयोगी घटकांचा अभ्यास करता येतो.

५) प्रदान घटक उत्पन्नाशी संबंधित नसतात त्या ठिकाणी शून्याधारित अर्थसंकल्प अधिक उपयुक्त ठरते.

६) शून्याधारित अर्थसंकल्पामुळे उपलब्ध साधनसामग्रीचा पुरेपूर वापर करता येतो. तसेच प्राधान्यक्रमाची यादी करून त्या प्राधान्यक्रमाची अंमलबजावणी करता येते.

७) शून्याधारित अंदाजपत्रकामुळे विभागीय अथवा संघटनात्मक उद्दिष्टांनी अर्थसंकल्प जोडला जातो.

शून्याधारित अर्थसंकल्पाचे तोटे किंवा मर्यादा

१) या अर्थसंकल्पामध्ये लवचिकतेचा अभाव असतो. त्यामुळे बदलांना सामावून घेणे शक्य होत नाही.

२) आर्थिकेत्तर प्रकरणामध्ये फायदा-तोटा असे विश्लेषण प्रत्येक वेळेस शक्य नाही.

३) शून्याधारित अंदाजपत्रक तयार करण्यास आणि त्याची अंमलबजावणी करण्यासाठी वेळ आणि पैसा खर्च होतो.

८) अंदाजपत्रकाचे आर्थिक वर्गीकरण

अर्थव्यवस्थेला नियंत्रित करण्याचे एक धोरणात्मक साधन म्हणून जेव्हा अर्थसंकल्पाचा विचार होतो, तेव्हा अर्थसंकल्पाचे वर्गीकरण आर्थिक कार्यात्मक गटात केले जाणे उपयोगाचे ठरते. अर्थव्यवस्थेच्या आर्थिक वर्गीकरणामध्ये खर्चाचे वर्गीकरण, विविध विभागांवर होणारा खर्च उदा. वेतन, रोजगार, जमा आणि बाजारातून उचललेला पैसा असे वर्गीकरण केले जाते; त्यास अर्थसंकल्पाचे 'आर्थिक वर्गीकरण' म्हटले जाते.

या पद्धतीच्या वर्गीकरणामुळे बचत निर्मिती, गुंतवणूक, उपभोग, आर्थिक मालमत्तांची निर्मिती, आर्थिक देणी जी संपूर्ण अर्थव्यवस्थेमध्ये विखुरलेली असतात. या सर्वांची एकत्रित आर्थिक माहिती आर्थिक वर्गीकरणामुळे प्राप्त होते. कार्यात्मक वर्गीकरणामध्ये/वित्तव्यवस्थेमध्ये शासनाकडून पार पाडल्या जाणाऱ्या विविध सेवांचा समावेश होतो. यामध्ये आर्थिक सेवा, सामाजिक सेवा, संरक्षण सेवा इत्यादींचा समावेश होतो. आर्थिक व कार्यात्मक वित्तव्यवस्थेमध्ये शासनाचे विविध विभाग व संस्थांमध्ये भांडव गोळा होणाऱ्या क्रियांचा समावेश होतो.

आर्थिक वर्गीकरण

आर्थिक वित्तव्यवस्थेत अर्थसंकल्प हा सहा खात्यांमध्ये विभागला जातो. तो पुढीलप्रमाणे आहे –

खाते क्र. १ : शासकीय प्रशासनामधील वस्तू व सेवांचा विनिमय आणि देवाणघेवाण जी चालू खात्यावर केली जाते. या खात्यामध्ये शासकीय प्रशासनावरील होणारा खर्च हा दोन विभागांत वाटला जातो. १) प्रशासनावर होणारा उपभोग खर्च २) दुसऱ्या घटकांकडून उपभोगासाठी होणारा खर्च.

खाते क्र. २ : वस्तू सेवा आणि हस्तांतरण यामध्ये झालेली देवाण–घेवाण व्यापारीदृष्ट्या अखत्यारित असलेले विभागीय चालू खाते होय.

या खात्यामध्ये होणारी देवाणघेवाण ही वस्तू व सेवांची संपूर्ण अर्थव्यवस्थेत होणारी विक्री यांचा समावेश होतो म्हणून यामधील खर्च हा वस्तू व सेवांच्या किमतीमध्ये गणला जातो. या खात्यातील घटक हे खाते क्र. १ सारखेच असतात.

खाते क्र. ३ : वस्तू सेवा या हस्तांतरणामधील देवाणघेवाण ही शासनाच्या भांडवली खात्यांवर आणि शासकीय प्रशासनाचा व्यापारी विभाग, अशा संयुक्त खात्यांतर्गत येते.

या खात्यात शासनाच्या आणि अंगीकृत व्यापारी विभागांद्वारे भांडवलाचा खर्च आणि भौतिक साधनसंपत्ती जी अस्तित्वात आहे, यांचा समावेश होतो.

खाते क्र. ४ : वित्तीय संपदेमधील बदल शासकीय प्रशासनाचे भांडवली खाते व्यावसायिक अंगीकृत विभागात येते. या खात्यात संपूर्ण अर्थव्यवस्थेमध्ये आर्थिक मालमत्तेच्या व्यवहारासंबंधी झालेली देवाणघेवाण यांचा समावेश होतो. यामध्ये शेअर्स व कर्जामध्ये केलेल्या गुंतवणुकींचा उल्लेख असतो.

खाते क्र. ५ : वित्तीय जबाबदाऱ्यामध्ये झालेले बदल शासकीय प्रशासनाचे आणि अंगीकृत व्यवसायी भांडवली खाते तसेच केंद्रशासनाचे कर्ज खाते आणि खाते क्र. ३ आणि ४ मध्ये निर्माण झालेल्या तुटीचा समावेश केला जातो.

खाते क्र. ६ : शासकीय प्रशासनाचे व अगीकृत व्यावसायिक विभागाचे रोखी व समेटाचे (Reconciliation) खाते यांचा समावेश होतो. हे सर्व समावेशक असे समेटाचे खाते आहे. यामध्ये एकूण स्थितीचा खाते क्रमांक ३, ४ आणि ५ यांच्या संदर्भात आढावा घेतला जातो ज्याद्वारे केंद्र सरकारच्या देवाणघेवाणीचा परिणाम दर्शविला जातो.

कार्यात्मक वर्गीकरण/वित्त : कार्यात्मक वर्गीकरणामध्ये अर्थसंकल्पीय व्यवहारांच्या उद्दिष्टानुसार खर्चाचा समावेश होतो. उदा. संरक्षण, शिक्षण, आरोग्य इत्यादी. मात्र 'जमा' यामध्ये वापरली जात नाही. शासकीय खर्चाच्या कार्यात्मक विभागात पुढील बाबी येतात.

१) **सर्वसाधारण सेवा :** यामध्ये नागरी आणि संरक्षण विषयक खर्चाचा समावेश होत नाही. यामध्ये सर्वसाधारण प्रशासन कर संकलन, पोलीस, चलन आणि टांकसाळ, परकीय घटना, संरक्षण इत्यादींचा समावेश होतो.

२) **आर्थिक सेवा :** देशांमध्ये आर्थिक क्रियांना चालना देणाऱ्या शासकीय खर्चाचा समावेश यामध्ये होतो. उदा. : कृषी, उद्योग, वाहतूक आणि दळणवळण इत्यादी.

३) **इतर :** जे घटक इतर कोणत्याही विभागात येत नाही ते या गटात समाविष्ट केले जातात यामध्ये व्याजदर, निवृत्तीवेतन, अन्नविषयक अनुदाने, राज्य सरकारला दिला जाणारा संविधानिक निधी यांचा समावेश होतो.

२.४ भारताच्या केंद्रीय अर्थसंकल्पाची आखणी व सादरीकरण (Preparation and Presentation of Indian Central Budget)

सरकारचे उत्पन्न व खर्च या बाबतची माहिती देणारे दस्तऐवज किंवा विवरणपत्र म्हणजेच 'अर्थसंकल्प' होय. अर्थसंकल्पात पूर्ण झालेल्या आर्थिक वर्षाचा महसूल किंवा उत्पन्न व खर्च दर्शविलेला असतो. तसेच चालू वर्षाचे उत्पन्न व खर्चाचा अंदाज घेऊन पुढील आर्थिक वर्षासाठी मिळणाऱ्या उत्पन्नाचा व कराव्या लागणाऱ्या खर्चाचा अंदाज दर्शविलेला असतो.

दरवर्षी अर्थ मंत्रालयाकडून मे महिन्याच्या अखेरीस किंवा जून महिन्याच्या सुरुवातीस सर्व मंत्रालयाकडे एक विशिष्ट फॉर्म पाठवला जातो. त्यामध्ये त्या त्या खात्यांमध्ये जी जी कामे चालू आहेत त्यावर प्रत्यक्ष झालेला खर्च व पुढे होऊ शकणारा अपेक्षित खर्च, या संबंधीची माहिती व पुढील वर्षासाठी अंदाजे रक्कम भरून तो परत पाठवला जातो. आधीच्या वर्षाचे वास्तविक; चालू वर्षासाठी मंजूर झालेले अंदाज; वर्षाचे सुधारित अंदाज; पुढील वर्षासाठीच्या अर्थसंकल्पीय अंदाज, अशी

सर्व माहिती एकत्र झाल्यावर नोव्हेंबर महिन्याच्या अखेरीस किंवा डिसेंबर महिन्यामध्ये अर्थमंत्री व पंतप्रधान यांची दीर्घ बैठक होते. त्यामध्ये देशांतर्गत आकडेवारी व अन्य बाह्य आंतरराष्ट्रीय आकडेवारी आणि देशाची एकूण राजकीय सामाजिक परिस्थिती इत्यादी विषयांवर सांगोपांग चर्चा होऊन अर्थसंकल्प विषयक सर्वसामान्य धोरण निश्चित होते. डिसेंबर व जानेवारी महिन्यामध्ये निरनिराळ्या सामाजिक, आर्थिक घटक पक्षांशी चर्चा व विचार विनिमय होऊन ग्राहक संघटना, शेतकरी संघटना, तंत्रज्ञ, विचारवंत, अर्थतज्ञ अशा सर्वांना चर्चेला बोलावून त्यांच्याशी गट चर्चा केली जाते, तसेच लेखी निवेदने स्विकारली जातात. या सर्व गोष्टींची पूर्तता जानेवारी अखेरपर्यंत करून फेब्रुवारी महिन्यामध्ये संसदेत अर्थसंकल्प सादर केला जातो.

अर्थसंकल्पावर मतदान

अर्थसंकल्पावर चर्चा घडवून आणल्यानंतर अर्थसंकल्पावर मतदान केले जाते. राज्यसभा व लोकसभा या दोन्ही सभागृहात अर्थसंकल्प संमत झाल्यानंतर राष्ट्रपतींकडे सहीसाठी जातो. राष्ट्रपतींच्या सहीनंतर अर्थसंकल्प स्वीकृत मानला जातो. मतदानाच्या सोयीसाठी अंदाजपत्रकात दोन प्रकारचे खर्च स्वतंत्रपणे दाखविले जातात.

१) मतदानास योग्य बाबी

यात वेगवेगळ्या मंत्रालयाकडून आलेल्या अनुदानाच्या मागण्या असतात. याला लोकसभेची मान्यता आवश्यक असते. त्यावर चर्चा करून नंतर मतदान घेतले जाते आणि जी मागणी मंजूर होते तिला 'अनुदान' म्हणतात.

२) मतादानाची गरज नसलेल्या बाबी

अ) राष्ट्रपतींचे वेतन, भत्ते, कार्यालयीन खर्च.

ब) लोकसभा व राज्यसभेच्या सभापती, उपसभापती यांचा वेतन व भत्ते यावरील खर्च.

क) सर्वोच्च न्यायालयाच्या न्यायाधीशांचे वेतन, भत्ते व निवृत्ती वेतन.

ड) राज्यघटना अथवा संसदेद्वारे जाहीर इतर खर्च.

ई) भारताचा महालेखापाल व हिशोब तपासणीस यांच्या वेतन व भत्त्याचा खर्च.

आपल्या घटनेच्या ११२ व्या कलमात अर्थसंकल्पाला 'वार्षिक वित्तीय विवरण' (Annual Financial Statement) असे म्हटले आहे. अर्थसंकल्पात मागील वर्षाच्या व चालू वर्षाच्या वार्षिक हिशोबांचा आढावा आणि आगामी वर्षाचा खर्च आणि उत्पादनाचा अंदाज असतो. अर्थसंकल्प सादर होण्यापूर्वी अर्थमंत्र्यांचे लोकसभेत भाषण होते. ठरलेल्या दिवशी व निश्चित वेळेला अर्थमंत्री संसदीय कामकाज मंत्र्यांसाबत

अर्थसंकल्प सादर करण्यासाठी संसदेत प्रवेश करतात. अर्थसंकल्पीय भाषण अत्यंत महत्त्वाचे असते. त्यामुळे अर्थव्यवस्थेच्या परिस्थितीचा आढावा समजतो.

अर्थसंकल्पावर दोन्ही सभागृहात चर्चा होते. अर्थसंकल्पावर चर्चा घडवून आणल्यानंतर राज्यसभा व लोकसभा या दोन्ही सभागृहात संमत (Pass) झाल्यानंतर तो राष्ट्रपतींकडे सहीसाठी जातो. राष्ट्रपतीच्या सहीनंतर अर्थसंकल्प स्वीकृत मानला जातो.

अर्थसंकल्पाची अंमलबजावणी करणे

अर्थसंकल्पाची अंमलबजावणी करताना करांची वसुली, अर्थसंकल्पातील तरतुदींनुसार खर्च, हिशेब तपासणी इत्यादी कार्ये पूर्ण करावी लागतात. वित्तविधेयक मंजूर झाल्यानंतर कर व इतर उत्पन्न गोळा करण्याचा अधिकार अर्थमंत्रालयास प्राप्त होतो. यात केंद्रीय महसूल मंडळ असते; त्यात विविध विभाग असतात. ते आपआपल्या क्षेत्रांतील कर एकत्रित करतात. विनियोग विधेयक पास झाल्यावर स्वीकृत खर्च करण्याचा अधिकार सरकारला मिळतो. आर्थिक वर्ष संपण्यापूर्वी अनुदानाचा वापर होणे आवश्यक असते. प्रत्येक राज्यात लेखापाल व केंद्रात महालेखापाल परीक्षक यांची नियुक्ती केली जाते. सर्व देणी सरकारी कोषागाराद्वारा रिझर्व्ह बँकेवर अथवा स्टेट बँकेवर धनादेश/चेक काढून दिली जातात.

२.५ लिंगाधिष्ठीत/लिंगाधारित अर्थसंकल्प अर्थ आणि महत्त्व (Gender Budget - Meaning & Importance)

लिंगाधिष्ठीत किंवा लिंगाधारित अर्थसंकल्पाची संकल्पना सर्वप्रथम ऑस्ट्रेलिया या देशात स्वीकारण्यात आली. अर्थसंकल्पात महिलांसाठी स्वतंत्र वित्तीय तरतूद केल्या जातात तेव्हा त्यास लिंगाधिष्ठीत किंवा लिंगाधारित अर्थसंकल्प असे म्हणतात.

'लिंगाधारित अर्थसंकल्प' म्हणजे असा अर्थसंकल्प की जो समाजातील लिंगभाव संरचना विचारात घेतो आणि लिंगभाव समानता साध्य करण्यासाठीची धोरणे व कार्यक्रमाची अंमलबजावणी करण्यासाठी पैशाची वाटणी करतो.

स्त्रिया व लहान मुले यांच्यासाठी काय करता येईल यासाठी केलेल्या तरतुदी स्पष्ट करण्यासाठी; लिंगाधारित अर्थसंकल्पाची स्वतंत्र कागदपत्रे अर्थसंकल्पासोबत सादर केली जातात. लिंगाधारित अर्थसंकल्पात स्त्री व पुरुष समानता साध्य करण्याच्या दृष्टीने आखण्यात आलेल्या धोरणांचा समावेश होतो. लिंगाधारित केंद्रीय अर्थसंकल्प स्त्रिया, मुली व मुले यांच्यासाठी विशेष योजना तयार करून स्त्री समानता व सबलीकरणास प्रोत्साहन देण्याबाबत उपाययोजना किंवा तरतुदी केल्या जातात.

केंद्र सरकारने २००४ मध्ये लिंगाधारित अर्थसंकल्प 'Gender Budget' संकल्पना स्वीकारली परंतु खऱ्या अर्थाने २००५-०६ सालापासून लिंगाधारित संवेदनशील अर्थसंकल्पाची (Gender Responsive Budget) सुरुवात झाली. यासाठी तज्ज्ञांची समिती अशोक लाहिरी यांच्या अध्यक्षतेखाली वित्तविभागाच्या सहकार्याने स्थापन करण्यात आली. तज्ज्ञ समितीने वेगवेगळ्या सूचना केल्या, जसे सार्वजनिक खर्चामध्ये महिलांसाठी खास तरतूदी करणे, प्रशासनात पारदर्शकता आणणे, विविध संस्थांना या कारणांसाठी प्रशासनात जोडून घेणे इत्यादी. कालांतराने २००७ सालापासून सर्व सरकारी विभागांना आणि खात्यांना 'जेंडर बजेटिंग सेल' स्थापन करण्याची सूचना करण्यात आली. त्याची अंमलबजावणी करण्यासाठी केंद्र सरकारने विविध विभागांसाठी सूचना जारी केल्या. अर्थसंकल्पाची रचना, त्यांतील तपशील व सांख्यिकी यांत काही सुधारणा व अनुकूल असे बदल करून केंद्रातील सरकारने 'लिंगाधारित अर्थसंकल्प' मांडला. केंद्र सरकारच्या धोरणाला अनुसरून प्रदेश, छत्तीसगड, उत्तराखंड, हिमाचल प्रदेश, बिहार, केरळ, नागालँड, राजस्थान, इत्यादी राज्यांनी लिंगाधारित अर्थसंकल्पाच्या अंमलबजावणीबाबत उल्लेखनीय कार्य केले आहे. महाराष्ट्राने २०१३ मध्ये 'लिंगाधारित अर्थसंकल्प' स्वीकारला आहे.

लिंगाधारित अर्थसंकल्पामुळे आर्थिक धोरणाद्वारे सामाजिक विषमता आणि स्त्रियांच्या विकासाचे प्रश्न सोडवता येऊ शकतात. त्यामुळे अर्थसंकल्पीय धोरणात गुणात्मक आणि मूल्यात्मक वाढ होते. एकूणच आर्थिक धोरणाला जबाबदार आणि पारदर्शक बनवणे, लिंगभावाप्रति संवेदनशील निर्णय घेणे, महिलांच्या हक्कांचा विचार करणे हे ही शक्य होते. म्हणूनच 'Gender budgeting is good budgeting' असे मानले जाते. लिंगभाव असमानता कमी झाल्यास देशाचा आर्थिक व सामाजिक विकास साधला जाऊ शकतो.

केंद्र सरकारच्या महिला व बालविकास विभागाने दिलेल्या आकडेवारीनुसार वेगवेगळ्या विभागांनी महिलांसाठी २००४-०५ मध्ये १४,३७८ कोटी एवढी तरतूद केली होती, ती २०१६-१७ साली ९०,६२४ कोटीपर्यंत वाढली. २०१८-१९ च्या अर्थसंकल्पात असे नमूद करण्यात आले की एकूण ३३ सरकारी विभागांनी आणि पाच केंद्रशासित प्रदेशांनी महिलाकेंद्री कार्यक्रम राबवले आणि योजना निर्माण झाल्या. भारतात लिंगभावाधारित अर्थसंकल्प विविध राज्यांत वेगवेगळ्या पद्धतींने राबवलेले जातात.

गेल्या दशकात महिलांचे आरोग्य, शिक्षण आणि महिलांवर होणारा अत्याचार अशा मूलभूत प्रश्नांना हात घातला गेला. त्यामुळे महिलांविषयक हक्क व सामाजिक

सुरक्षितता कायद्यांत सुधारणा करून काही ठोस महिलाकेंद्री धोरणांची आखणी व अंमलबजावणी करून महिला सक्षमीकरण व सबलीकरण घडवून आणले जात आहे.

प्रश्न

प्र. १ खालील प्रश्नांची थोडक्यात उत्तरे लिहा.

१) अर्थसंकल्प म्हणजे काय ?

२) महसुली अर्थसंकल्प म्हणजे काय ?

३) भांडवली अर्थसंकल्प म्हणजे काय ?

४) शिलकी अर्थसंकल्प म्हणजे काय ?

५) समतोल अर्थसंकल्प म्हणजे काय ?

६) लिंगाधिष्ठित/लिंगाधारित अर्थसंकल्पाचा अर्थ सांगा.

७) अर्थसंकल्पाचे आर्थिक वर्गीकरण म्हणजे काय ?

८) शून्याधारित अर्थसंकल्पाचा अर्थ सांगा.

९) तुटीचा अर्थसंकल्प म्हणजे काय ?

१०) भारतीय राज्यघटनेनुसार अर्थसंकल्पाचा अर्थ सांगा.

प्र. २ सविस्तर उत्तर लिहा.

१) अर्थसंकल्प म्हणजे काय ? अर्थसंकल्पचे स्वरूप व उद्दिष्टे स्पष्ट करा.

२) अर्थसंकल्पाचा अर्थ सांगून अर्थसंकल्पाच्या प्रकारांचे वर्गीकरण स्पष्ट करा.

३) लिंगाधारित अर्थसंकल्पाची सविस्तर माहिती द्या.

प्र. ३ टिपा लिहा.

१) अर्थसंकल्प.

२) लिंग आधारित अर्थसंकल्प.

३) अर्थसंकल्पाचे सादरीकरण.

४) समतोल अर्थसंकल्प.

५) तुटीचा अर्थसंकल्प.

तुटीचा अर्थभरणा
(Dificit Financing)

३.१ प्रास्ताविक (Introduction)

'तुटीचा अर्थभरणा' हा सार्वजनिक आयव्ययातील एक नवीन शोध आहे. सनातनवादी अर्थशास्त्रज्ञ अंदाजपत्रकातील तूट अयोग्य मानीत असे. विसाव्या शतकाच्या पहिल्या काही दशकापर्यंत ही स्थिती होती. राज्यकर्त्यांना तुटीच्या अर्थभरणयाचे महत्त्व पटल्याने त्यांनी ते पूर्णपणे व समर्थपणे हाताळण्याला सुरुवात केली.

प्रा. केन्स यांनी १९३०च्या दरम्यानचया मंदीच्या काळात 'तुटीच्या अर्थभरणया'ची संकल्पना मांडली व ती अल्पावधीतच लोकप्रिय झाली. आर्थिक मंदीच्या काळात खासगी क्षेत्रातील एकूण खर्चाचे प्रमाण अत्यंत कमी असते; अशा वेळी सरकारने तुटीच्या अर्थभरणयाचे साहाय्य घ्यावे अशी केन्सने शिफारस केली. केन्सच्या मते, अर्थव्यवस्थेत एकूण उत्पन्न, एकूण उत्पादन, एकूण खर्च आणि एकूण रोजगाराचे प्रमाण कमी होते. म्हणून रोजगाराचे प्रमाण वाढविण्यासाठी एकूण खर्चात वाढ करणे आवश्यक असते. अर्थव्यवस्थेतील एकूण खर्च म्हणजे खासगी क्षेत्रातील व सार्वजनिक क्षेत्रातील एकूण खर्च होय. जेव्हा खासगी क्षेत्रातील एकूण खर्चाचे प्रमाण होते, तेव्हा सार्वजनिक खर्चात वाढ करून एकूण खर्चाची पातळी योग्य

स्तरावर राखता येते. केन्स यांनी पूर्ण रोजगाराची स्थिती प्राप्त करण्यासाठी आणि खासगी खर्चातील घट भरून काढण्यासाठी सार्वजनिक खर्चात वाढ करावी असे सुचविले होते व ही खर्चातील वाढ तुटीच्या अर्थभरण्याच्या साहाय्याने करावी अशी शिफारस केली होती. अमेरिकन सरकारने या शिफारशीनुसार मंदीच्या काळातील बेरोजगारी दूर करण्यात यश प्राप्त केले. त्यामुळे ही संकल्पना लोकप्रिय झाली. भारतानेसुद्धा आर्थिक विकास साधण्यासाठी ही संकल्पना उपयोगात आणली. सदर प्रकरणात तुटीच्या अर्थभरण्याचा अर्थ, उद्दिष्टे, परिणाम आणि २००१ पासूनच्या तुटीच्या अर्थभरण्याचे विश्लेषण केले आहे.

३.२ तुटीच्या अर्थभरण्याचा अर्थ आणि उद्दिष्टे (Deficit Financing - Meaning & Objective)

तुटीच्या अर्थभरण्याचा अर्थ (Meaning of Deficit Financing)

विकसित आणि विकसनशील देशात तुटीच्या अर्थभरण्याचा वेगवेगळ्या पद्धतीने अर्थ घेतला जातो.

अमेरिकेसारख्या विकसित देशात तुटीचा अर्थभरणा म्हणजे, सरकारच्या एकूण महसुली उत्पन्नापेक्षा महसुली खर्च व भांडवली खर्चाचे प्रमाण अधिक असते तेव्हा तुटीचा अर्थसंकल्प अस्तित्वात येतो आणि ही तूट भरून काढणे हे होय. ही तूट सरकारने जनतेकडून आणि व्यापारी बँकांकडून कर्ज घेऊन भरून काढली तरी त्याला 'तुटीचा अर्थभरणा' म्हटले जाते.

थोडक्यात, विकसित देशात सरकारच्या चालू उत्पन्नापेक्षा अधिक खर्च झाला की, अंदाजपत्रकात तूट दिसून येते व ती कोणत्याही मार्गाने भरून काढली की त्याला 'तुटीचा अर्थभरणा' म्हटले जाते. व्यापारी बँकांकडून व जनतेकडून सरकारने कर्ज घेतले तर ते सरकारचे उत्पन्न म्हणून समजण्यात येत नाही. यावरून असे दिसून येते की, प्रगत देशांत तुटीचा अर्थभरणा व अंदाजपत्रकातील तूट यामध्ये फरक नसतो.

विकसनशील देशात लोकांच्या बँकेच्या व्यवहारात फारशी वाढ झालेली नसते. कारण लोक साधारणपणे रोख पैशांच्या साहाय्याने अधिक व्यवहार करतात. त्यामुळे अविकसित देशात तुटीचा अर्थभरणा हा सरकारचा एकूण महसूल आणि कर्ज यापेक्षा खर्च अधिक असेल तर अंदाजपत्रकात तूट दर्शविली जाते व ही तूट भरून काढल्यामुळे तुटीचा अर्थभरणा अस्तित्वात येतो. म्हणजेच मागासलेल्या देशात तुटीचा अर्थभरणा म्हणजे मध्यवर्ती बँकेकडून केली जाणारी उसनवारी होय. त्यामुळे देशाच्या पैशांच्या एकूण पुरवठ्यात मोठी वाढ होते.

'सरकारने आपल्या अंदाजपत्रकात एकूण उत्पन्नापेक्षा एकूण खर्च जास्त दाखवून निर्माण केलेली तूट ज्या मार्गांनी भरून काढली जाते त्याला तुटीचा अर्थभरणा म्हणतात.'

भारत सरकार हे तुटीच्या अर्थभरण्याचा उपयोग निधी (Funds) उभारून आर्थिक विकास करण्यासाठी केला जातो. जेव्हा सरकारला विकास कामांसाठी खर्च करण्याला कर या साधनाद्वारे उत्पन्न कमी पडते; तेव्हा- (अ) संचयित रोख शिल्लक रिझर्व्ह बँक ऑफ इंडियाकडून उपलब्ध केली जाते. (ब) बाजारातून कर्ज उभारणे - आणि (क) रिझर्व्ह बँकेकडून सरकार तात्पुरत्या स्वरूपात कर्ज उभारते; अशा रीतीने सरकार आर्थिक विकासासाठी या साधनांचा वापर करते.

भारत सरकार हे जेव्हा सरकारचा चालू महसूल आणि व्यापारी बँका व खासगी व्यक्ती यांच्याकडून घेतलेली कर्जे या दोहोंच्या बेरजेपेक्षा सरकारचा एकूण खर्च जेव्हा अधिक असतो त्याला 'तुटीचा अर्थभरणा' असे म्हटले जाते.

भारतीय नियोजन मंडळाच्या दृष्टिकोनानुसार सरकारच्या कार्यवाहीमुळे अर्थव्यवस्थेत जनतेच्या क्रयशक्तीत जी निव्वळ भर पडते; ती तुटीच्या भरण्याइतकी असते. थोडक्यात, मध्यवर्ती बँकेकडून सरकारला जी पतप्राप्ती होते ती म्हणजे 'तुटीचा अर्थभरणा' होय. मध्यवर्ती बँक सरकारला जेव्हा पतपुरवठा करते तेव्हा त्या रकमेचे कागदी चलन निर्माण करते व ते व्यवहारात आणले जाते. यालाच 'सार्वजनिक खर्चाचे मौद्रीकरण' असे म्हणतात. वित्तीय तुटीचे मौद्रीकरण म्हणजे तुटीचा अर्थभरणा होय. अलीकडच्या काळात सरकारच्या आर्थिक व्यवहारांचे नीट आकलन होण्यासाठी तीन प्रकारच्या तुटी आपल्या अर्थसंकल्पातून दाखविल्या जातात. त्या म्हणजे- (१) महसुली तूट, (२) वित्तीय तूट, (३) प्राथमिक तूट या होत.

'अर्थसंकल्पीय तुटीची संकल्पना केल्यामुळे तुटीच्या अर्थभरण्याने भरून काढण्यात येणारी तूट म्हणजे राजकोषीय वित्तीय तूट होय.'

भारताच्या तुटीच्या अर्थभरण्यामध्ये (अ) रिझर्व्ह बँकेकडून घेतलेले कर्ज (ब) चलननिर्मिती सरकार आपले रोखे रिझर्व्ह बँकेकड पाठविते आणि रिझर्व्ह बँक त्या आधारावर तेवढ्या प्रमाणात नोटा छापून सरकारला देते. त्यामुळे नवीन पैसा निर्माण होतो. (क) स्वतःच्या संचित रोख पैशांतून पैसे वापरणे याबाबींचा समावेश होतो. भारताच्या संदर्भात तुटीचा अर्थभरणा म्हणजे सरकारने नवीन तूट भरून काढण्यासाठी नवीन नोटा निर्माण करून वाढविलेला 'चलन पुरवठा' होय.

तुटीच्या अर्थभरण्याची उद्दिष्टे (Objectives of Deficit Financing)

तुटीच्या अर्थभरण्याची महत्त्वाची उद्दिष्टे पुढीलप्रमाणे सांगता येतील-

१) **प्रत्यक्ष युद्ध अथवा आणीबाणीच्या प्रसंगाला तोंड देणे :** सर्वसाधारणपणे युद्ध अथवा इतर प्रकारच्या आणीबाणीच्या प्रसंगी सरकारला वित्तसाहाय्य करण्यासाठी तुटीच्या अर्थभरण्याचा वापर केला जातो. कारण, अशा प्रसंगी सरकारला करवसुलीसारख्या नित्याच्या मार्गांनी ताबडतोब पैसा उभा करणे शक्य नसते.

२) **आर्थिक मंदीची समस्या सोडवणे :** केन्स यांच्या मते, आर्थिक मंदीच्या काळात सरकारने उत्पन्न, उत्पादन व रोजगार यांची वाढ करण्यासाठी तुटीच्या अर्थभरण्याचे साहाय्य घेणे हितकारक ठरते. कारण ते आर्थिक व्यवहारास चालना देण्यास प्रभावी साधन होऊ शकते. याउलट, कर आकारणीत वाढ करून आवश्यक तो पैसा उभा करण्याचा सरकारने प्रयत्न केल्यास ते देशातील आर्थिक व्यवहारांना चालना देण्याच्या कामी प्रभावी दिसून येत नाही. याउलट, जनतेच्या क्रयशक्तीत घट होऊन समस्या तीव्र रूप धारण करण्याची शक्यता असते.

३) **अर्थव्यवस्थेतील साधनसामग्री गोळा करणे :** देशातील वापरात नसलेली, पूर्णपणे न वापरलेली व जादा पडून राहणारी साधनसामग्री उत्पादनाच्या कामासाठी गोळा करण्याचे महत्त्वाचे कार्य तुटीच्या अर्थभरण्याच्या साहाय्याने साधता येते.

४) **आर्थिक विकासास चालना देणे :** आर्थिक विकास जलद व अधिक गतीने साधण्यासाठी सरकारला सार्वजनिक क्षेत्रात मोठी गुंतवणूक करावी लागते. त्यासाठी सरकारच्या हाती तुटीचा अर्थभरणा हे महत्त्वाचे साधन असते व ते वापरले जाते.

५) **गुंतवणुकीतील कमतरता दूर करणे :** खासगी गुंतवणुकीचे प्रमाण जेव्हा कमी होते तेव्हा उत्पादन वाढीचा वेग कमी होतो. तेव्हा सरकार पैसा छापून किंवा कर्ज घेऊन स्वतःच्या उत्पन्नापेक्षा अधिक खर्च करते; त्यामुळे गुंतवणुकीतील कमतरता दूर होते.

६) तुटीच्या अर्थभरण्याचा उपयोग काही देशात अतिरिक्त बेकार आणि उपयोगात न आणलेली साधनसामग्री यांना एकत्र करून त्यांचा योग्य उपयोग करण्यासाठी केला जातो.

३.३ विकसनशील देशात तुटीच्या अर्थभरण्याची भूमिका / महत्त्व / गरज (Role of Deficit Financing in Developing Countries)

विकसनशील देशात तुटीच्या अर्थभरण्याची भूमिका महत्त्वपूर्ण ठरते. विविध विकासात्मक प्रकल्प तसेच समाजाला शिक्षण, आरोग्य तसेच विविध सोयी–सुविधांची

गरज असते. कल्याणकारी शासनाच्या भूमिकेमुळे तुटीच्या अर्थभरण्याशिवाय पर्याय दिसून येत नाही. देशाच्या विकासासाठी विकसनशील देशात तुटीच्या अर्थभरण्याची त्यामुळे प्रवृत्ती दिसून येते. विकसनशील देशात तुटीच्या अर्थभरण्याची भूमिका/गरज पुढीलप्रमाणे सांगता येते.

तुटीच्या अर्थभरण्याचा उपभोग विविध उद्देशांनी केला जातो; त्यामुळे वेगवेगळ्या परिस्थितीत तुटीच्या अर्थभरण्याची गरज आणि प्रक्रियांचे विवेचन करणे आवश्यक आहे.

१) आजकाल संरक्षणावरील अथवा युद्धखर्च मोठ्या प्रमाणात वाढलेला आहे. हा खर्च नेहमीच्या मार्गाने पैसा गोळा करून पूर्ण होत नाही. त्यामुळे तुटीच्या अर्थभरण्याची गरज निर्माण होते. परंतु या गरजेचा जपून उपयोग केला पाहिजे.

२) जर देशात मंदीची परिस्थिती असेल तर किमती खाली उतरलेल्या असतात. उत्पादनही कमी झालेले असते आणि रोजगार पातळी घसरलेली असते. अशा वेळी तुटीच्या अर्थभरण्याचा उपयोग करून उत्पादनाची आणि रोजगाराची पातळी वाढविली जाते आणि मंदीला अटकाव केला जातो.

३) केन्स यांनी तुटीच्या अर्थभरण्याची गरज असल्याचे स्पष्ट केले. त्यांच्या मते, तुटीच्या अर्थभरण्याद्वारे प्राप्त झालेला पैसा समाज–उपयोगी कामावर खर्च केल्यास उदा. धरणे, रस्ते व इतर बांधकामे त्यामुळे लोकांच्या हातात पैसा जाऊन लोकांची क्रयशक्ती वाढेल व त्यामुळे प्रभावी मागणीत वाढ होईल. प्रभावी मागणी वाढल्यामुळे रोजगारात वाढ होईल आणि रोजगार वाढीमुळे पुन्हा प्रभावी मागणीत वाढ होईल. त्यामुळे देशातील एकूण उत्पन्न, एकूण मागणी व एकूण रोजगार वाढेल. विकसनशील देशात याची गरज असते.

४) देशाचा आर्थिक विकास करण्यासाठी तुटीच्या अर्थभरण्याची गरज निर्माण होते. विशेषत: विकसनशील देशात आर्थिक विकासाचा कार्यक्रम यशस्वी करण्यासाठी तुटीच्या अर्थभरण्याचा उपयोग केला जातो.
    जर तुटीच्या अर्थभरण्यामुळे विकासखर्च हा मोबदला देणाऱ्या प्रकल्पावर केला तर चलनविस्ताराची स्थिती निर्माण होणार नाही, कारण उत्पादनात ताबडतोब वाढ होईल. त्यामुळे वास्तव उत्पन्न वाढीबरोबरच ऐच्छिक बचतही वाढेल. त्यामुळे विकासाच्या पुढील अवस्थेवर परिणाम होईल, कारण या अवस्थेत अधिक विकासखर्च करणे शक्य होईल.

५) प्रा. हर्शमन यांनी असंतुलित विकासाचे तंत्र स्पष्ट केले. त्यांच्या मते, असंतुलित तंत्र वापरून अविकसित देशांमध्ये आर्थिक विकासाचा वेग वाढवायचा असेल तर तुटीचा अर्थभरणा हे एक साधन आहे.

६) तुटीचा अर्थभरणा हा तात्पुरता उपाय असला पाहिजे. कारण त्याच्या साहाय्याने उत्पन्न आणि खर्च यातील अंतर भरून काढता आले पाहिजे, तसेच दळणवळणासारख्या सोयींमध्ये खर्च करता आला पाहिजे. तसेच तुटीच्या अर्थभरण्याची गरज प्रकल्पाच्या आर्थिक व्यवस्थेसाठी होणे आवश्यक आहे, कारण निर्मिति कालखंड हा मोठा असतो. परंतु, त्याचा उपयोग सतत होता कामा नये.

७) तुटीच्या अर्थभरण्यामुळे अल्पकाळात चलनविस्तार निर्माण झाला तरी तो सहन केला पाहिजे. कारण या कालावधीत सामाजिक सोयी व मूलभूत प्रकल्पांचा पाया घातला जातो. रस्ते, धरणे, पाणलोटक्षेत्र विकास इत्यादींची निर्मिती आर्थिक विकासाला आवश्यक असते. उत्पादन वाढत जाते तसतसे चलनविस्तार कमी होतो.

८) देशातील साधनसामग्रीचा शोध घेणे गरजेचे असते. तसेच नवीन स्रोत शोधणे महत्त्वाचे असते. या सर्व स्रोतांचा उपयोग करण्यासाठी तुटीच्या अर्थभरण्याची गरज असते.

९) तुटीचे अंदाजपत्रक देशातील उत्पादन आणि रोजगार वाढविण्यासाठी वापरले जाऊ शकते.

१०) तुटीच्या अर्थभरण्याची आवश्यकता असते.

३.४ २०११ पासूनचा भारताचा तुटीच्या अर्थभरण्याची प्रवृत्ती (Trends in Indian Deficit Financing since 2011)

वित्तीय व्यवस्थापनाचा तोल ढळला की महसुली तूट, वित्तीय तूट आणि प्राथमिक तूट निर्माण होते. या तुटीत जितकी वाढ; तितकी वित्तीय असमतोलात वाढ होते. परिणामी, आर्थिक स्थैर्याला धोकासुद्धा निर्माण होऊ शकतो. जेव्हा चालू खात्यावरील जमा केलेल्या महसुलापेक्षा त्याच खात्यावरील चालू किंवा महसुली खर्च जास्त होतो; तेव्हा महसुली तूट निर्माण होते. तसेच जेव्हा देशाच्या स्वत:च्या एकूण महसुलापेक्षा जो जास्तीचा एकूण खर्च (महसुली + भांडवली) केला जातो त्यास 'वित्तीय तूट' म्हणतात. वित्तीय तूट म्हणजे हा जास्तीचा खर्च भागविण्यासाठी काढलेले कर्जच असते. ही तूट जितकी जास्त तितका कर्जाचा बोजा जास्त असतो. आणि वित्तीय तुटीतून व्याजाची रक्कम वजा केल्यास जी शिल्लक राहते तिला 'प्राथमिक तूट' म्हणतात. प्राथमिक तूट म्हणजे व्याजाची देय रक्कम असते. प्राथमिक तूट जितकी जास्त तितकी व्याजाची देय रक्कम जास्त आणि तितकीच कर्जाची रक्कम खर्चासाठी कमी.

पुढील तक्त्यात तुटीची प्रवृत्ती दर्शविलेली आहे.

तक्ता ३.१
भारताच्या अर्थसंकल्पातील तूट GDP शी प्रमाण

वर्ष	महसुली तूट	वित्तीय तूट	प्राथमिक तूट
२०१०-११	४.0	५.५	१.९
२०१२-१३	३.६	४.९	१.८
२०१४-१५	२.९	४.१	0.८
२०१५-१६	२.८	३.९	0.७
२०१७-१८	२.६	३.५	0.४
२०१८-१९	२.४	३.४	0.४
२०१९-२०	३.३	४.६	१.६
२०२०-२१	२.७	३.५	0.४

(२०१९-२० अंदाजे प्रत्यक्ष; २०२०-२१ – अंदाजपत्रकीय तरतूद)

(संदर्भ – आर्थिक सर्वेक्षण २०२०-२१)

तक्ता ३.१ नुसार महसुली, वित्तीय व प्राथमिक एकूण GDP शी तुलना करता कमी होताना दिसून येणे फक्त कोविड-१९ काळात वाढले आहे.

तक्ता क्र. ३.२

भारताच्या अर्थसंकल्पातील तूट प्रवृत्ती   (कोटी रु.)

वर्ष	महसुली तूट	वित्तीय तूट	प्राथमिक तूट
१९९०-९१	१८५६० (३.२)	४४६३० (७.७)	२३१३० (४.0)
२000-0१	८५२३४	११८८१६	१९५0२
२00१-0२	१00१६२	१४०९५५	३३४९५
0२-0३	१0७८८0	१४५0७२	२७२६८
0३-0४	९८२६२	१२३७२३	-३६५
0४-0६	९२२९९	१,४६४३५	१३८0५
0६-0७	८0२२ (१.९)	१,४२५७0 (३.५)	-७७00 (-0.२)
0८-0९	२४३४३९ (४.५)	३३६९९२ (६.0)	१४४७८८ (२.६)
२0१0-११ (बजेट अंदाज)	२७५६१२ (४.0)	३८१४0८ (५.५)	१३२७४४ (१.९)
२0११-१२	(४.३)	(५.७)	–
२0१२-१३ (प्रत्यक्ष)	३६५८९६ (३.६)	४९0५९७ (४.९)	१७७४२८ (१.८)
२0१३-१४ (प्रत्यक्ष)	३५७00८ (३.१)	५0२८५८ (४.४)	१२८६0४ (१.0)
२0१४-१५ (अंदाजपत्रक)	३७८३४८ (२.९)	५३११७७ (४.१)	१0४१६६ (0.८)
२0१४-१५ (सुधारित)	३६२४८६ (२.९)	५१२६२८ (४.१)	१0१२७४ (0.८)
२0१५-१६ (अंदाजपत्रक)	३९४४७२ (२.८)	५५५६४९ (३.९)	९९५0४ (0.७)
२0१६-१७ (प्रत्यक्ष)	३१६३१८१	५३५६१८	५४९0४
२0१८-१९ (अंदाजपत्रक)	४१६0३४	६२४२७६	४८४८१
२0२0-२१ (अंदाजपत्रकीय)	६.0९ लाख कोटी रु.	७.९६ लाख कोटी रु.	0.८८ लाख कोटी रु.

(Source : Indian Economy Datt Sundharam Edition 72th Edition 2018, P. 975 असा आहे. केंद्रीय अर्थसंकल्प – यशवंत रारावीकर २0१0 व २0१८-१९चे अंदाजपत्रक) २0२0-२१ – लाख कोटी रुपये.

(संदर्भ – आर्थिक सर्वेक्षण २0२0-२१)

२०१०-११ ते 2020-21 मधील तूट प्रवृत्ती

सन २०१०-११ मध्ये महसुली तूट २७५६१२ कोटी रुपये होती. वित्तीय तूट ३८१४०८ कोटी रुपये होती तर प्राथमिक तूट १३२७४४ कोटी रुपये होती. यामध्ये वाढ होत जाऊन २०१४-१५ मध्ये (सुधारित) महसुली तूट ३६२४८६ कोटी रुपये झाली, तर २०२०-२१ मध्ये ती ६.०९ लाख कोटी रुपयेपर्यंत वाढली. म्हणजे दुप्पट तूट वाढल्याचे दिसून येते.

वित्तीय तूट २०१०-११ मध्ये ३८१४०८ कोटी रु. होती ती २०१४-१५ मध्ये (सुधारित) ५१२६२८ कोटी रुपये पर्यंत वाढली, तर २०२०-२१ मध्ये (अंदाजपत्रकीय) ७.९६ लाख कोटी पर्यंत वाढली. म्हणजे ही वाढ दुप्पट झाल्याचे दिसून येते. प्राथमिक तूट २०१०-११ मध्ये १३२७४४ कोटी रुपये होती ती २०१४-१५ (सुधारित) मध्ये १०१२७४ कोटी रुपये पर्यंत कमी झाली, तर २०१८-१९ मध्ये ४८४८१ कोटी पर्यंत कमी झाली.

२०२०-२१ मध्ये 0.८ लाख कोटीपर्यंत झाली कारण कोविड-१९ च्या काळात ही तूट वाढली आहे.

(कंसातील आकडे GDP शी टक्केवारी – Figuers in brackets are estimated percentages of GDP) वित्तीय तुटीशी महसुली तुटीची टक्केवारी.

(Gol, Receipt Budget (Yellow Books) 2000-01-2005-06)

१९९०-९१ यावर्षी महसुली तूट रुपये १२५६० कोटी होती. ती २००२-०३मध्ये रुपये १०७८८० कोटींपर्यंत वाढली आणि २००३-०४मध्ये रुपये ९६१६ कोटीने कमी झाली असली तरी ६ पटीने वाढली. २००३ ते 0६पर्यंत महसुली तूट कमी झालेली दिसून येते. २००८-०९ पासून २०१०-११ पर्यंत महसुली तूट वाढलेली दिसून येते. मागील पाच वर्षांत महसुली तुटीत घट झाली आहे. राष्ट्रीय उत्पन्नाशी असलेले तिचे प्रमाण जवळपास १.५ टक्के इतके कमी झाले आहे.

महसुली तुटीचे प्रमाण जी.डी.पी.शी प्रमाण साधारणपणे ३ ते ५ टक्क्यांच्या दरम्यान आहे. २००९-१० या वर्षातील तूट मागील १० वर्षांत सर्वांत जास्त आहे कारण जागतिक वित्तीय संकटांमुळे भारतावर आलेले मंदीचे संकट होय. जागतिक वित्तीय संकटामुळे अर्थव्यवस्था मंदीतून वाचविण्यासाठी सरकारने वित्तीय तुटीचे समर्थन केले व एकूण मागणी वाढविण्यासाठी काही सवलती देण्याचे ठरविले. त्यामुळे एकूण खर्च वाढून तूट वाढत गेली.

प्राथमिक तूट २००७-०८ या वर्षात 0.९ टक्के होती. म्हणजेच २००७-०८मध्ये वित्तीय तूट भरून काढण्यासाठी घेतलेले हे कर्ज मागील वर्षात घेतलेल्या

कर्जावरील व्याज देण्यासाठीसुद्धा पुरेसे नव्हते, ही एक गंभीर बाब आहे. महसुली तुटीचे वित्तीय तुटीशी प्रमाण या बाबीचा विचार करता साधारणपणे हे प्रमाण किमान ४१.४ टक्के तर ८१.० टक्के एवढे होते. म्हणजे २००७-०८मध्ये वित्तीय तुटीचा किमान ४१.४ टक्के आणि कमाल ८१ टक्के भाग महसुली तुटीमुळे २००९-१०मध्ये निर्माण झाला. याचा अर्थ वित्तीय तुटीत मोठ्या प्रमाणात महसुली तूट कारणीभूत आहे. तसेच एकूण कर्जाचे (संचित) चालू GDP शी असणारे प्रमाण ५० ते ५५ टक्के आहे. ते २०१५-१६ या वर्षासाठी ३३.७८ टक्के आहे.

वित्तीय तूट १९९०-९१मध्ये रुपये ४४६३० कोटींची २००३-०४मध्ये रुपये १२,३७,०३३ कोटींपर्यंत वाढली म्हणजेच ती ३.५ पट वाढली. ही तूट वाढत जाऊन २००८-०९मध्ये ३३६९९२ कोटी रुपयांपर्यंत वाढली. २०१०-११च्या अंदाजपत्रकात (बजेट अंदाजानुसार) ३,८१,४०८ कोटींपर्यंत वाढली, तर २०१४-१५ च्या बजेट अंदाजानुसार ५३११७७ (४.१) कोटींपर्यंत वाढली. परंतु २०१५-१६मध्ये GDP शी असणारे प्रमाण ३.९ टक्क्यांपर्यंत कमी झाले.

प्राथमिक तुटीतसुद्धा वाढ झालेली आहे. १९९०-९१मध्ये फक्त २३१३० कोटी रुपये असणारी तूट २००१-०२मध्ये ३३४९५ कोटी रुपयांपर्यंत वाढली. २००२-०३ पासून प्राथमिक तूट २००५-०६ पर्यंत कमी झालेली दिसून येते. मात्र, त्यानंतर २००८-०९ पासून या तुटीत वाढ झाली.

२०१४-१५ या वर्षापासून पुन्हा ती कमी होण्याला सुरुवात झाली. २०१५-१६ च्या अंदाजपत्रकात ती 0.७ टक्के पर्यंत कमी झाली, तर २०१८-१९ मध्येसुद्धा ती कमी झाली.

वित्तीय तूट आणि प्राथमिक तुटीच्या तुलनेत महसुली तुटीत जास्तच पटीने वाढ झाली आहे. सरकारने स्वत:च्या मिळकतीच्या मर्यादित महसुली खर्च केला असता तर वित्तीय तूट भरून काढण्यासाठी उभारलेल्या कर्जाचा उपयोग उत्पादन वाढविणारी गुंतवणूक करून आर्थिक विकासाला वेग देता आला असता. पण महसुली जमेपेक्षा महसुली खर्चात सतत वाढ होऊन महसुली तूट वाढल्याने वित्तीय तुटीतही प्रचंड वाढ झाली. परिणामी, मोठ्या प्रमाणात कर्जे घ्यावी लागली. एवढी मोठी कर्जे उभारून शेवटी खर्च अनुत्पादक बाबींवर जास्त व उत्पादकता वाढविण्याच्या बाबींवर कमी, हे तक्त्यातील महसुली तुटीचे वित्तीय तुटीशी असलेल्या टक्केवारीवरून सहज लक्षात येते.

१९९१-९२ यावर्षी वित्तीय तूट भरून काढण्यासाठी उभारलेल्या एकूण कर्जाच्या ४४.७ टक्के कर्जाचा उपयोग महसुली खर्च काढण्यासाठी केला. २००३-०४मध्ये

तर तो तब्बल ७९.४ टक्क्यांपर्यंत केला गेला. वित्तीय तूट भरून काढण्यासाठी काढलेल्या कर्जाचा उपयोग सातत्याने जास्त प्रमाणात अनुत्पादक खर्च भागविण्यासाठी केल्यामुळे भांडवल गुंतवणुकीकडे दुर्लक्ष झाले आणि न पेलवेल एवढे कर्जाचे ओझे वाढले. २०१५-१६मध्ये एकूण कर्जाचे GDP शी असणारे प्रमाण ३३.७८ टक्के होते. वित्तीय व्यवहारांचे व्यवस्थापन कार्यक्षम करावयाचे असेल तर महसुली जमेत वाढ झाली पाहिजे त्यामुळे महसुली तूट कमी होईल. परिणामी, वित्तीय तुटीत ही घट होऊन डोंगराएवढ्या उभ्या केलेल्या कर्जाचे ओझे कमी होईल. उभारलेल्या कर्जाचा उपयोग योजनेतर बाबींवर खर्च करण्याऐवजी योजना खर्च किंवा भांडवली गुंतवणूक करण्यासाठी अधिकतम खर्च केल्यास उत्पादन वाढून कर्ज परत करण्याची ऐपत वाढेल आणि वित्तीय तूट सुसह्य होईल. हे करण्याची राजकीय इच्छाशक्ती असेल तर, वित्तीय व्यवहारांचे व्यवस्थापन सुधारून विकासाचे अपेक्षित उद्दिष्ट निश्चित गाठण्याला मदत होईल.

३.५ तुटीच्या अर्थभरण्याचे परिणाम (Effects of Deficit Financing)

तुटीच्या अर्थभरण्याचे पुढीलप्रमाणे परिणाम सांगता येतात-

१) वित्तीय तूट आणि विस्तारणारा सार्वजनिक खर्च आणि देयता : मागील दोन दशकांपासून वित्तीय तुटीत जलद वाढ होत आहे. भारत सरकारचा सार्वजनिक खर्च आणि देयता अनेक पटीने वाढली आहे. भारत सरकारचा सार्वजनिक खर्च आणि देयता पुढीलप्रमाणे आहे –

१९९०-९१मध्ये रुपये ३,१४,५६० कोटी

१९९९-२०००मध्ये रुपये ९,९०,२६० कोटी

२००९-१०मध्ये रुपये ३४,९५,१५२ कोटी

या अठरा वर्षांत भारत सरकारच्या खर्चात आणि देयतेत १० पटीने वाढ झाली. तसेच भारत सरकारची देयता आणि वार्षिक व्याजाच्या रक्कमेत मोठी वाढ होत आहे. २०१४-१५च्या अंदाजपत्रकानुसार तो ६२२२६५८ कोटी रुपयांपर्यंत वाढला. या २४ वर्षांत भारताचा सार्वजनिक खर्च व इतर देयता १९.८ पट वाढली.

२०२०-२१ मध्ये अंदाजपत्रकीय सरकारचा खर्च ३२.४० लाख कोटी रुपये होता.

भारत सरकारच्या व्याजाच्या ओझ्यात वाढ होत आहे. ती पुढीलप्रमाणे आहे. –

१९८०-८१	रुपये ३५०० कोटी
१९९०-९१	रुपये २१,५०० कोटी
१९९९-2000	रुपये ८८,००० कोटी
२००९-१०	रुपये २,२५,५११ कोटी

केंद्र सरकारचा चालू महसुली करातील जवळपास ४८ टक्के खर्च व्याज देण्यासाठी झाला, तसेच सरकारचे कर्जाचे ओझे वाढत आहे.

तर २०१२-१३मध्ये ३१३१७० कोटी रुपयांपर्यंत व्याज देणे होते तर २०१४-१५ मध्ये ते ४२७०११ कोटी रुपयांपर्यंत वाढले. केंद्र सरकारच्या चालू महसुली उत्पन्नाच्या ते ३५.४९ टक्के आहे म्हणजे एवढा खर्च व्याज देण्यासाठी होतो.

सन १९९०-९१ ते २०१४-१५ या काळात सरकारचे सरासरी व्याजाचे ओझे १३.३ टक्क्यांने वाढले.

२) जलद भाववाढ : तुटीच्या अर्थभरण्यामुळे अर्थव्यवस्थेत पैशांचा पुरवठा वाढतो व खर्चाचे प्रमाण वाढत जाते. वस्तू व सेवा यांच्या मागणीत जलदगतीने वाढ होते. त्या मानाने उत्पादनात वाढ होऊ शकत नाही; याचा परिणाम अतिरेकी भाववाढीत होतो. त्याचा सर्वसामान्य जनतेच्या राहणीमानावर विपरीत परिणाम होतो.

३) सक्तीची बचत : तुटीच्या अर्थभरण्याच्या साहाय्याने बचतीच्या अगोदरच गुंतवणूक करण्यात येते. ऐच्छिक बचत ही अल्प प्रमाणात असल्याने ती भांडवल निर्मितीस अपुरी पडते म्हणून सक्तीची बचत करणे आवश्यक असते. परंतु त्यामुळे जनतेच्या उपभोगाच्या पातळीत सक्तीने घट घडून येते.

४) गुंतवणुकीच्या पद्धतीत बदल : तुटीच्या अर्थभरण्यामुळे अर्थव्यवस्थेत भाववाढीस चालना मिळते. ज्या वस्तूंच्या निर्मितीमुळे जादा नफा मिळतो, अशा चैनीच्या वस्तू निर्माण करण्यात गुंतवणुकीचे प्रमाण वाढत जाते. देशाच्या विकास योजनेतील गुंतवणुकीपेक्षा ही गुंतवणूक वेगळी असल्याने त्याचा देशाच्या विकासाच्या गतीवर विपरीत परिणाम होतो. शेती, उद्योग इत्यादी आवश्यक क्षेत्रांना गुंतवणुकीचा दुय्यम दर्जा मिळतो.

५) पतनिर्मितीस चालना मिळते : तुटीच्या अर्थभरण्यामुळे सरकारी खर्चात जलद वाढ होते. जनतेच्या व्यापारी बँकांच्या ठेवीत वाढ होते. त्यामुळे या बँका पतनिर्मिती मोठ्या प्रमाणावर करण्यास प्रवृत्त होतात. जादा पतनिर्मितीमुळे देशात भाववाढीस चालना मिळते. जनतेची बचत कमी होते व देशातील गुंतवणुकीच्या प्रमाणात घट होते. याचा देशाच्या विकासावर प्रतिकूल परिणाम होतो.

६) उत्पन्नाच्या वाटपात विषमता : तुटीच्या अर्थभरण्यामुळे सर्वसाधारण किमतीच्या पातळीत वाढ होते व जनतेच्या क्रयशक्तीत घट होते. ठरावीक वार्षिक उत्पन्न असणाऱ्या व्यक्तींना व गरीब जनतेस त्याचे दुष्परिणाम भोगावे लागतात. याउलट, व्यापारी व उद्योजक यांच्या उत्पन्नात वाढ होते. अशा प्रकारे देशात उत्पन्नाच्या वाटपात विषमता वाढीस लागते व गरीब व श्रीमंत जनतेतील अंतर वाढत जाते.

७) सरकारची पैशांची उधळपट्टी : तुटीच्या अर्थभरण्यामुळे सरकारच्या हाती सहजपणे भरपूर पैसा उपलब्ध होतो. त्यामुळे सरकारकडून पैशांची उधळपट्टी होण्याची शक्यता वाढीस लागते.

८) पैशांच्या पुरवठ्यात वाढ : तुटीच्या अर्थभरण्यामुळे देशाच्या एकूण खर्चात वाढ होते व पैशांच्या पुरवठ्यात वाढ होते. पैशांच्या अतिरिक्त वाढीमुळे सर्वसाधारण किंमत पातळीत वाढ होते अथवा चलनविस्तार घडून येतो.

तुटीच्या अर्थभरण्याचे काही लाभसुद्धा होतात; म्हणजेच तुटीच्या अर्थभरण्याचे परिणाम लाभदायकसुद्धा असतात त्याचे विश्लेषण पुढीलप्रमाणे करता येते–

१) सरकारच्या उत्पन्नात वाढ : तुटीच्या अर्थभरण्यासाठी सरकार मध्यवर्ती बँकेकडून कर्ज घेते, त्यावर सरकारला व्याज द्यावे लागते. परंतु हे बँकेकडे भरले जाणारे व्याज शेवटी नफ्याच्यारूपाने सरकारलाच मिळते व सरकारच्या उत्पन्नात वाढ होते.

२) आर्थिक वृद्धीस चालना : अविकसित देशात उपलब्ध साधनसामग्री पूर्णपणे वापरली जात नाही. कित्येकदा ती तशीच पडून राहते. तुटीच्या अर्थभरण्यामुळे ही साधनसामग्री वापरण्यात येते व देशात उत्पादन वाढते. त्यामुळे देशाच्या आर्थिक वृद्धीस चालना मिळते.

३) पैशांच्या पुरवठ्यात वाढ : अंदाजपत्रकातील तूट भरून काढण्यासाठी सरकार मध्यवर्ती बँकेकडून कर्ज घेते त्यामुळे सरकारची क्रयशक्ती वाढते व सार्वजनिक खर्चात वाढ होते. या वाढीमुळे खासगी क्षेत्रातील खर्चाच्या वाढीस चालना मिळते. गुणकाच्या प्रक्रियेमुळे पैशांच्या मूळ वाढीच्या अनेक पटीने अंतिम टप्प्यात एकूण पैशांच्या पुरवठ्यात प्रचंड प्रमाणावर वाढ होते. जनतेच्या हाती मुबलक पैसा आल्यामुळे आर्थिक व्यवहारास चालना मिळते व 'अर्थव्यवस्थेचे मौद्रीकरण' जलदगतीने होत जाते.

४) देशातील साधनसामग्रीचे सरकारकडे हस्तांतर : सरकारला आर्थिक विकास करण्यासाठी मोठ्या प्रमाणावर गुंतवणूक करावी लागते. त्यासाठी कराच्या माध्यमातून पैसा गोळा करण्याचा प्रयत्न केला तर, सरकारला जनतेचा रोष पत्करावा

लागतो. त्यापेक्षा तुटीच्या अंदाजपत्रकास कोणाचा फारसा विरोध होत नाही आणि देशातील साधनसामग्रीचे सरकारकडे हस्तांतर होऊ शकते व ही सामग्री सरकार देशाच्या विकासासाठी वापरू शकते.

५) जनतेच्या बचत प्रवृत्तीस प्रोत्साहन : तुटीच्या अर्थभरण्यामुळे उपलब्ध साधनसामग्रीचे सरकारकडे हस्तांतर होते म्हणून जनतेस वापरण्यासाठी लागणाऱ्या साधनसामग्रीचे प्रमाण कमी होते. त्यामुळे जनतेस काटकसर करण्याची सवय लागते व ही प्रवृत्ती पुढे वाढत जाते. अशा प्रकारे सरकार जनतेस सक्तीची बचत करण्यास भाग पाडते व उपभोगासाठी वापरली जाणारी सामग्री गुंतवणुकीच्या कामी वापरणे शक्य होते; देशाचा जलद विकास घडवून आणता येतो.

तुटीच्या अर्थभरण्याचे दुष्परिणाम टाळण्यासाठी सरकारने हा पैसा उत्पादनाच्या कामी वापरणे आवश्यक असते. देशातील उत्पादनात जलदगतीने वाढ घडून आल्यास सर्वसामान्य जनतेच्या राहणीमानात सुधारणा करणे व देशाच्या विकासाची गती वाढवणे शक्य होते. या संदर्भात दुसरा सर्वोत्तम इलाज म्हणजे तुटीच्या अर्थभरण्याचे प्रमाण शक्य तितके कमी ठेवणे हे होय. त्यामुळे या दुष्परिणामांचे प्रमाण आपोआप कमी राहते.

प्रश्न

प्र. १ एका वाक्यात उत्तरे लिहा.

१) तुटीचा अर्थभरणा म्हणजे काय?

२) तुटीच्या अर्थभरण्याची भूमिका बाबतचे दोन मुद्दे सांगा.

३) प्राथमिक तूट म्हणजे काय?

४) वित्तीय तूट म्हणजे काय?

५) महसुली तूट म्हणजे काय?

६) २०२०–२१ मध्ये महसुली तूट किती होती.

७) २०२०–२१ मध्ये वित्तीय तूट किती होती.

८) तुटीच्या अर्थभरण्याचे दोन परिणाम सांगा.

९) २०२०–२१ मध्ये सरकारचा खर्च किती होता.

प्र. २ टिपा लिहा.

१) तुटीचा अर्थभरणा.

२) विकसनशील देशातील तूट.

३) भारतातील २०११ पासूनची तूट.

४) तुटीच्या अर्थभरण्याचे परिणाम.

प्र. ३ थोडक्यात उत्तरे लिहा.

१) तुटीच्या अर्थभरण्याचा अर्थ सांगा.

२) तुटीच्या अर्थभरण्याची उद्दिष्टे थोडक्यात सांगा.

३) विकसनशील देशातील तूट थोडक्यात सांगा.

४) तुटीच्या अर्थभरण्याचे तीन परिणाम सांगा.

प्र. ४ सविस्तर उत्तरे लिहा.

१) तुटीच्या अर्थभरण्याचा अर्थ सांगून उद्दिष्टे सांगा.

२) विकसनशील देशातील तुटीच्या अर्थभरण्याची प्रवृत्ती स्पष्ट करा.

३) २०११ पासून तुटीच्या अर्थभरण्याची प्रवृत्ती स्पष्ट करा.

४) तुटीच्या अर्थभरण्याचे परिणाम सांगा.

<table>
<tr><td>प्रकरण
४</td><td>

केंद्र–राज्य वित्तीय संबंध
(Centre-State Financial Relationship)

</td></tr>
</table>

४.१ प्रास्ताविक (Introduction)

संघराज्याची कार्ये दोन गटात विभागली जातात; केंद्र सरकार आणि राज्य सरकार. केंद्र सरकार आणि राज्य सरकार यामध्ये जी वाटणी होते, ती वेगवेगळ्या देशात वेगवेगळ्या स्वरूपाची असते. भारतात सत्ता ही केंद्र सरकार, राज्य व स्थानिक स्वराज्य संस्था यांच्यात विभागली आहे. जी कार्ये देशाच्या दृष्टीने महत्त्वाची असतात ती केंद्र सरकारकडे सोपविलेली असल्याचे दिसून येते आणि जी स्थानिक पातळीवर महत्त्वाची वाटतात ती राज्य सरकारकडे सोपविण्यात आल्याचे दिसून येते. जी कार्ये वेगवेगळ्या राज्य सरकारांकडे सोपविण्यात आलेली असतात, त्यांच्या कार्यात देशपातळीवर समन्वय असणे आवश्यक असते. हा समन्वय केंद्र सरकारला करावा लागतो.

आपल्या देशात, जी कार्ये चांगल्या प्रकारे केली जाऊ शकतात ती राज्य सरकारकडे सोपविण्यात आल्याचे दिसून येते. जी कार्ये वेगवेगळ्या राज्य सरकारांकडे सोपविण्यात आलेली असतात, त्यांच्या कार्यात देशपातळीवर समन्वय असणे गरजेचे असते. हा समन्वय केंद्र सरकारला करावा लागतो.

भारताने संघराज्यात्मक राज्यव्यवस्था स्वीकारली असल्यामुळे केंद्र सरकार व घटक राज्यांची सरकारे यांच्यामध्ये वित्तसंबंधीचे अथवा उत्पन्नाच्या साधनांचे विभाजन करणे आवश्यक असते. इतर घटक राज्यांच्या तुलनेने भारतीय संघराज्यातील उत्पन्न साधनांची अथवा वित्तसाधनांची विभागणी अतिशय तर्कसंगत आणि परिपूर्ण आहे. एकतर (आकारणीचे) सर्व अधिकार २४६ व्या कलमाच्या सातव्या अनुसूचीतील केंद्रयादीत समाविष्ट केले आहेत, अथवा राज्ययादीत समाविष्ट केले आहेत. तुटीचा अर्थभरणा फक्त केंद्र सरकारच करू शकते. केंद्र व राज्य अशा दोन्ही स्तरांवरील शासनांना हा अधिकार दिला असता तर रुपयाचे मूल्य स्थिर राखणे अशक्य झाले असते. परराष्ट्राकडून कर्जे घेणे हा मुख्यत्वे केंद्राचा अधिकार आहे; कारण यात परराष्ट्रासंबंधीचा विचार येतो आणि हा विषय केंद्राच्या अखत्यारीत येतो. देशांतर्गत कर्जे राज्य शासनाला उभारता येतात. मात्र, केंद्र सरकारकडून घेतलेले कर्ज बाकी असेल तर अंतर्गत कर्ज उभारताना केंद्राची अनुमती आवश्यक असते. याशिवाय घटनेच्या २८० व्या कलमानुसार राष्ट्रपती वित्तआयोगाची (Finance Commission) नेमणूक करतात. दर पाच वर्षांनी नेमण्यात येणारा वित्त आयोग विभाज्य कर आणि अनुदाने यांच्या बाबतीत शिफारशी करतो. यामुळेही वारंवार बदलत्या गरजा व बदलती परिस्थिती पाहून उत्पन्न विभागणीची योग्य तरतूद होते. वित्तआयोगाची तरतूद हे भारतीय घटनेचे वैशिष्ट्य मानावे लागेल.

४.२ केंद्र–राज्य वित्तीय संबंध – राज्यघटनेतील तरतूद (Centre-state Financial Relationship - Constitutional Provisions)

भारतीय संघराज्यात केंद्रसरकार आणि घटकराज्य सरकारे यांच्यामध्ये कार्याची शास्त्रशुद्ध विभागणी करण्यात आली आहे. केंद्र सरकार आणि घटकराज्य सरकारे यांच्यातील कार्याची विभागणी 'त्रिसूत्री योजने'नुसार करण्यात आली आहे. काही कार्ये आणि अधिकार फक्त केंद्र सरकारला नेमून देण्यात आली आहेत, अन्य काही कार्ये व अधिकार घटकराज्य सरकारांवर सोपविण्यात आली आहेत. यामध्ये सामाईक कार्याचा समावेश करण्यात आला आहे. उर्वरित अधिकार केंद्र सरकारकडे देण्यात आले आहेत. मध्यवर्ती सरकारकडे पुढील कार्ये सोपविलेली आहेत-

संरक्षण, सशस्त्र बळ, परराष्ट्र व्यवहार, जहाज वाहतूक, राष्ट्रीय महामार्ग, टपाल व तार, नौकानयन व हवाई वाहतूक, दूरध्वनी, बिनतारी व तत्सम दळणवळण साधने, चलन व नाणेपद्धती. बँकव्यवसाय व विमा, परराष्ट्र व्यापार, परकीय चलन व परकीय कर्जे, आंतरराज्य व्यापार, मत्स्यक्षेत्र, जणगणना आणि मध्यवर्ती व घटकराज्य सरकारांच्या हिशेबांची लेखापरीक्षणे.

घटकराज्य सरकारांकडे पुढील कार्ये सोपविलेली आहेत-

पोलीस शासकीय सुव्यवस्था, आरोग्य, सफाई, रुग्णालये व दवाखाने, अपंगांना मदत, शिक्षण, रस्ते व पूल, शेती व सिंचन, जंगले, अंतर्गत व्यापार व व्यापारव्यवसाय इत्यादी.

सामाईक सूचीमध्ये पुढील कार्यांचा समावेश केला आहे. आर्थिक व सामाजिक नियोजन, फौजदारी कायदा, दिवाळखोरी व नादारी, औद्योगिक व कामगार कलह, सामाजिक सुरक्षा व सामाजिक विमा, किंमत-नियंत्रण आणि अन्य वस्तूंची भेसळ आणि शिक्षण इत्यादी.

केंद्र सरकार व घटकराज्य सरकारे यांच्यामधील वित्तीय साधनांची विभागणी हा केंद्र सरकार व घटकराज्य सरकारे यांच्यामध्ये करण्यात आलेल्या कार्याच्या व अधिकारांच्या विभागणीचा तर्कशुद्ध परिणाम होय. केंद्र सरकारला अथवा घटकराज्य सरकारांना विभागून देण्यात आलेली वित्तीय साधने त्यांच्यावर सोपविण्यात आलेल्या कार्याशी व जबाबदाऱ्यांशी अनुरूप असावी लागतात. निरनिराळ्या घटकराज्यांत भिन्नता असणाऱ्या देशातील वैशिष्ट्यपूर्ण परिस्थितीत संघराज्यात्मक सरकार कार्यक्षम रीतीने कार्य करू शकेल अशी धारणा असल्यामुळे संघराज्यात्मक पद्धती अवलंबिली जाते. प्रादेशिक दृष्टीने महत्त्वाचे ठरणारे विषय, घटकराज्यांकडे सोपविले जातात. तसेच सामाईक हितसंबंधांचे विषय केंद्र सरकारकडे सोपविले जातात. वित्तीय साधनांचे वाटपसुद्धा कार्य समतेच्या तत्त्वावर आधारलेले असले पाहिजे. ज्या कराांचा पाया आंतरराज्य स्वरूपाचा असतो. उदा. राज्याराज्यांतील व्यापारी, जकाती असे कर केंद्र सरकारकडे दिले जावेत. करमणूक करासारखा कर स्थानिक स्वरूपाचा असतो. असे कर बसविण्याचा व वसूल करण्याचा अधिकार घटकराज्यांना असावा. जे कर बसविण्याच्या व वसूल करण्याच्या बाबतीत घटकराज्य सरकारे अधिक कार्यक्षम असतात; अशा कराांच्या बाबतीत केंद्र सरकारने आदर्श कायदे करावेत.

साधनसामग्रीच्या वाटपासंबंधी योजना लवचीक असावी कारण वित्तीय साधनांच्या वाटपासंबंधी योजना कितीही आदर्श स्वरूपाची असली तरी ती सर्व कालखंडाच्यादृष्टीने अंतिम स्वरूपाची ठरू शकत नाही.

बदलत्या परिस्थितीनुसार आणि काळाच्या ओघात कोणतीही व्यवस्था जुनाट व कालविसंगत ठरते यात शंकाच नाही, म्हणून देशाच्या हिताच्यादृष्टीने आवश्यक असणारे बदल घडवून आणण्याची आवश्यकता असते. अशा तरतूदींचा त्यामध्ये समावेश असणे आवश्यक असते.

राज्यघटनेतील तरतुदी (Constitutional Provisions)

भारताच्या राज्यघटनेत केंद्र सरकार व घटकराज्य सरकारे यांच्यामध्ये साधनसामग्रीचे वाटप करण्यासंबंधी तरतूद करण्यात आली असून केंद्र सरकारने आकारावयाचे कर आणि घटकराज्य सरकारांनी आकारावयाचे कर असे दोन भाग पाडण्यात आले आहेत. सरकारच्या कर अधिकारकक्षा ठरविण्यात आल्या. केंद्र सरकारच्या वैधानिक अधिकारकक्षेत घटकराज्य सरकारांच्या वैधानिक अधिकारकक्षेत समाविष्ट होणारे कर कोणते, यांचा उल्लेख भारताच्या राज्यघटनेत असून उर्वरित कर आकारणीचे अधिकार सरकारला देण्यात आले आहेत. जे कर आंतरराज्य स्वरूपाचे आहेत असे कर केंद्र सरकारच्या अधिकारकक्षेत समाविष्ट करण्यात आले आहेत तर ज्या करांचा पाया स्थानिक स्वरूपाचा आहे, असे कर घटकराज्य सरकारांच्या अधिकार कक्षेत समाविष्ट करण्यात आले आहेत. भारताच्या राज्यघटनेच्या कलम २४६ मध्ये केंद्र आणि राज्यांच्या वित्तीय अधिकाराचे वाटप केलेले आहे.

केंद्रसरकारच्या वैधानिक अधिकारकक्षेत करांचे पुढील गटात वर्गीकरण केले जाते—

(१) असे कर केंद्र सरकारने बसवायचे असतात व या करांपासून मिळणारे उत्पन्न केंद्र सरकारने स्वतःकडे ठेवावयाचे असते. उदा. जकाती, महामंडळ कर, व्यक्तींवरील व कंपन्यांवरील आयकर, उत्पन्न करावरील अधिकार आणि जे कर केंद्र सरकारने बसवायचे आणि वसूल करावयाचे असतात. परंतु ज्या करांपासून मिळणारे उत्पन्न पूर्णपणे घटकराज्य सरकारांना द्यावयाचे असते अशा करांवरील अधिकार. (२) जे कर केंद्र सरकारने बसवावयाचे असतात व वसूल करावयाचे असतात; पण ज्या करांपासून मिळणारे उत्पन्न केंद्र सरकार व घटकराज्य यांच्यामध्ये विभागावयाचे असते. उदा. उत्पन्नावरील कर, उत्पादन कर इत्यादी. (३) जे कर केंद्र सरकारने बसवावयाचे व वसूल करावयाचे असतात पण ज्या करांपासून मिळणारे सर्व उत्पन्न राज्यांमध्ये विभागून द्यायचे असते असे कर. उदा. मालत्तेवरील मालमत्ता कर व वारसा कर, रेल्वेमार्ग, हवाई मार्ग व समुद्र मार्गे वाहतूक केल्या जाणाऱ्या वस्तूंवरील व प्रवाशांच्या तिकिटांवरील कर, मुद्रांक शुल्क वगळून रोखे व्यवहारावरील व कायदे बाजारातील कर, वृत्तपत्राच्या विक्रीवरील व खरेदीवरील व त्यामध्ये प्रसिद्ध होणाऱ्या जाहिरातींवरील कर इत्यादी. (४) जे कर केंद्र सरकारने बसवायचे असतात; पण जे कर घटकराज्यांनी वसूल करावयाचे असतात व ज्या करांपासून मिळणारे उत्पन्न घटकराज्यांनी घ्यावयाचे असते असे कर. उदा. अल्कोहोल, अफू अशी मादक द्रव्ये आणि प्रशासन सामग्रीवरील अबकारी कर. अशा वस्तू ज्या वस्तूंमध्ये असतात,

अशा वस्तू दुहेरी अबकारी प्राधिकरणाच्या कक्षेत आल्या असत्या. परंतु, पण भारताच्या राज्यघटनेत करण्यात आलेल्या तरतुदींमुळे परस्पर व्याप्त अधिकारकक्षा टाळता येतात.

जे कर बसविण्याचा व वसूल करण्याचा अधिकार घटकराज्यांच्या वैधानिक अधिकार कक्षेत येतो; असे कर पुढीलप्रमाणे आहेत. –

जमीन महसूल, शेती उत्पन्नावरील कर, शेतजमिनीच्या बाबतीत वारसा कर व मालमत्ता कर, जमिनीवरील, इमारतीवरील व खनिजांच्या मालकी हक्कांवरील कर, अल्कोहोलयुक्त मध, अफू, गुंगीकारी व मादक द्रव्ये यांच्या उत्पादनावरील कर, स्थानिक उपभोगाच्या वस्तूंवरील कर, विजेच्या वापरावर व क्रिकीवर कर, वृत्तपत्रे वगळून इतर वस्तुंच्या विक्री अथवा खरेदीवरील कर, जाहिरातींवरील कर, मोटार अथवा जलमार्गे प्रवास करणाऱ्या प्रवाशांवरील कर, वाहनांवरील कर, जनावरांवरील किंवा बोटींवरील कर, पथ कर, व्यापार, धंदा, व्यवसाय व रोजगार यांवरील कर, प्रतिव्यक्ती कर, चैनीच्या वस्तूंवरील, करमणुकीवरील, मनोरंजनावरील व जुगारावरील कर, मुद्रांक शुल्क आणि नोंदणी शुल्क इत्यादी कर राज्याने बसवावयाचे व वसूल करावयाचे असून त्यापासून मिळणारे सर्व उत्पन्न घटकराज्याने घ्यावयाचे असते. भारताच्या राज्यघटनेनुसार महसुलाचे/उत्पन्नाचे मार्ग कार्यकक्षेच्या निकषांनुसार विभागण्यात आले आहेत. प्रासिकरापासून आणि मध्यवर्ती अबकारी करांपासून मिळणाऱ्या निव्वळ उत्पन्नांपैकी काही हिस्सा घटकराज्यांना देण्यासंबंधीची तरतूद भारताच्या राज्यघटनेत असून, घटकराज्याचे अंदाजपत्रकी स्वातंत्र्य मर्यादित न ठेवता घटकराज्याच्या उत्पन्नात लवचिकता आणि प्रगतशीलता आणण्याचा प्रयत्न केला आहे.

केंद्र सरकार व घटकराज्य सरकारे यांच्यातील वित्तीय संबंधांच्या प्रश्नांचा ठरावीक कालावधीनंतर पुनः पुन्हा विचार करावा लागतो. त्यासाठी स्वावलंबनाचे तत्त्व आचरणात आणण्यासाठी योग्य त्या शिफारशी करण्यासाठी भारतीय राज्यघटनेच्या २८० व्या कलमान्वये दर पाच वर्षांनी वित्तआयोगाची नेमणूक केली जाते. त्यामुळे वित्तआयोगाच्या भूमिकेला अतिशय महत्त्व प्राप्त झाले आहे.

वित्तआयोग (Finance Commission)

भारताच्या राज्यघटनेच्या २८०च्या कलमानुसार राष्ट्रपती वित्तआयोगाची नेमणूक करतात. दर पाच वर्षांनी वित्तआयोगाची नेमणूक करतात. केंद्र सरकार व राज्य सरकारे यांच्यामध्ये वित्तीय सामग्रीचे वाटप करण्यासंबंधी शिफारशी करते. वित्तआयोग विभाज्य कर आणि अनुदाने यांच्या बाबतीत शिफारस करतो. यामुळे वारंवार बदलत्या गरजा व बदलती परिस्थिती पाहून उत्पन्न विभागणीची योग्य तरतूद होते.

आत्तापर्यंत तेरा वित्तआयोगाच्या शिफारशी अमलात आल्या आणि चौदावा वित्तआयोग वाय.व्ही.रेड्डी यांच्या अध्यक्षतेखाली नेमला. २०१५-२० या कालावधीसाठी शिफारशी त्यांनी केल्या. आत्तापर्यंत जे वित्तआयोग नेमण्यात आले, त्यांनी मुख्यत: आयकर व उत्पादन शुल्क यांची केंद्र सरकार व राज्य सरकारे यांच्यामध्ये कोणत्या प्रमाणात वाटणी करावी याविषयी शिफारशी केलेल्या आहेत. यांपैकी आयकराची वाटणी कशी करावी याबद्दल वेगवेगळ्या वित्तआयोगांनी वेगवेगळ्या शिफारशी केल्या आहेत. आयकरांपैकी ५० ते ८५ टक्के भाग घटकराज्यांना द्यावा असे वेगवेगळ्या वित्तआयोगांनी सुचविले आहे. मध्यवर्ती अबकारी करापासून अथवा उत्पादन शुल्काच्या बाबतीतही हाच प्रकार दिसून येतो. एकतर अबकारी कर विभागणी ऐच्छिक आहे. त्यामुळे प्रत्येक आयोगाने कोणत्या वस्तूंवरील अबकारी कराची वाटणी करावी आणि किती प्रमाणात करावी याबद्दल भिन्न भिन्न शिफारशी आहेत.

राज्यघटनेतील तरतुदींनुसार पहिला वित्तआयोग १९५१मध्ये नेमण्यात आला. पहिल्या आयोगाचे अध्यक्ष के.सी.नियोगी हे होते. दुसरा वित्तआयोग १९५६मध्ये के. संथानम् यांच्या अध्यक्षतेखाली नेमला. सन १९६०मध्ये तिसरा वित्तआयोग ए.के. चंदा यांच्या अध्यक्षतेखाली नेमला. १९६४मध्ये चौथा वित्तआयोग डॉ. पी.व्ही. राजमन्नार यांच्या अध्यक्षतेखाली नेमण्यात आला. पाचवा वित्तआयोग सन १९६८मध्ये श्री. महावीर त्यागी यांच्या अध्यक्षतेखाली नेमला. सहावा वित्तआयोग १९७२मध्ये श्री. ब्रह्मानंद रेड्डी यांच्या अध्यक्षतेखाली नेमला. सातवा वित्तआयोग जून १९७७मध्ये न्यायमूर्ती जे.एम. शेलाट यांच्या अध्यक्षतेखाली नेमण्यात आला. आठवा वित्तआयोग १९८२मध्ये श्री. यशवंतराव चव्हाण यांच्या अध्यक्षतेखाली नेमण्यात आला. नववा वित्तआयोग जून १९८७मध्ये श्री.एन.के.पी. साळवे यांच्या अध्यक्षतेखाली नेमण्यात आला. दहावा वित्तआयोग जून १९९२मध्ये श्री.के.सी. पंत यांच्या अध्यक्षतेखाली नेमण्यात आला. अकरावा वित्तआयोग १९९८मध्ये श्री.ए.एम. खुस्रो यांच्या अध्यक्षतेखाली नेमण्यात आला. बारावा वित्तआयोग २००२मध्ये श्री.सी. रंगराजन् यांच्या अध्यक्षतेखाली नेमण्यात आला. तेरावा वित्तआयोग २००७मध्ये श्री. विजय केळकर यांच्या अध्यक्षतेखाली नेमण्यात आला.

चौदावा वित्तआयोग २०१३मध्ये श्री.वाय. व्ही. रेड्डी यांच्या अध्यक्षतेखाली नेमण्यात आला; तर पंधरावा वित्तआयोग २०१७मध्ये एन.के. सिंह यांच्या अध्यक्षतेखाली नेमण्यात आला.

४.३ केंद्र-राज्य वित्तीय संबंधाबाबत संघर्ष (Conflict in the Centre-State Financial Relationship)

भारताच्या राज्यघटनेतच केंद्र सरकार व घटकराज्यांची सरकारे यांच्या उत्पन्नाच्या

मार्गसंदर्भातच स्पष्ट उल्लेख केलेला आहे. त्यानुसार १९६१ पासून आजपर्यंत केंद्र सरकार आणि राज्य सरकारे यांचे वित्त व्यवहार चालू आहेत. असे असले तरी घटकराज्यांची सरकारे वेळोवेळी त्याबद्दल तक्रारी करीत आहेत. त्यांना दिलेले उत्पन्नाचे मार्ग पुरेसे फलदायी नाहीत. त्यामुळे खर्चाची तोंडमिळवणी करणे कठीण जात आहे. संघराज्यात्मक घटनेमध्ये घटकराज्यांना त्यांच्या व्यवहारात जास्तीतजास्त स्वायत्तता असावी, असे ही घटकराज्ये दावा करतात. सैद्धांतिक दृष्टीने ते बरोबर वाटते. मात्र, हे मान्य केले तर घटकराज्यांची दुसरी तक्रार आहे की, केंद्र सरकार घटकराज्यांच्या कारभारात खूप मोठ्या प्रमाणावर ढवळाढवळ करते, ती खरी आहे असे वाटते. कारण आपला खर्च भागविण्यासाठी त्यांना केंद्र सरकारच्या अनुदानांवर व ती पुरेशी न मिळाली तर कर्जावर अवलंबून रहावे लागते, अथवा घटकराज्यांचे असेही म्हणणे आहे की, आर्थिक परावलंबित्व स्वीकारावे लागल्यामुळे घटकराज्यांच्या अंतर्गत कारभारामध्ये ढवळाढवळ करणे केंद्र सरकारला शक्य होते. केंद्र सरकारचे याबद्दल असे मत आहे की, देशाची एकात्मता टिकविण्यासाठी व संपूर्ण देशाचा सर्वांगीण विकास घडवून आणण्यासाठी या प्रकारची परिस्थिती असणे आवश्यक आहे. घटकराज्यांना आज आहे त्यापेक्षा जास्त वित्तीय स्वातंत्र्य देणे योग्य ठरणार नाही, या दोन्ही दाव्यात कितपत तथ्य आहे, याचा आता विचार करावयाचा आहे. केंद्र-राज्य वित्तीय संघर्ष/तणाव वाढण्यास पुढील बाबींचा विचार करावा लागतो.

१) घटकराज्यांच्या वित्तीय समस्या : घटकराज्यांचा सतत वाढणारा खर्च व त्या मानाने कमी वेगाने वाढणारे उत्पन्न तसेच राज्यांच्या जबाबदाऱ्या एवढ्या विविध प्रकारच्या आहेत की, त्यांना उपलब्ध होणाऱ्या उत्पन्नामध्ये त्या भागविणे जवळजवळ अशक्य आहे; त्यामुळे केंद्र-राज्य वित्तीय संबंध ताणले जातात.

२) राज्यांच्या वाढत जाणाऱ्या जबाबदाऱ्या : घटकराज्यांच्या ज्या जबाबदाऱ्या आहेत. त्यामध्ये शिक्षण, सार्वजनिक आरोग्य, पाणी पुरवठा, नागरी सोयी, वाहतूक इत्यादींचा समावेश होतो. देशाची लोकसंख्या जसजशी वाढत जाते तसतशा या सर्व जबाबदाऱ्या पार पाडण्यासाठी खर्च वाढत आहे. लोकांच्या अपेक्षा वाढत आहेत. शेतीत सुधारणा व्हावी. पाण्याचे प्रश्न सुटावेत. सिंचन सुविधा वाढाव्यात. दारिद्र्याचा प्रश्न सुटावा. आरोग्य, शिक्षणात सुधारणा व्हावी, अशा लोकांच्या अपेक्षा आहेत. मात्र, लोकसंख्या वाढल्याने या सर्व समस्यांमुळे तणाव निर्माण होत आहे.

शहराकडे ग्रामीण स्थलांतर वाढत आहे. शहरात विविध उद्योगधंदे वाढत आहेत. उदा. घर बांधणी व्यवसाय इत्यादी शहरात वाढत्या लोकसंख्येमुळे झोपडपट्ट्या

वाढत आहेत. घटकराज्यांना या समस्यांना तोंड देताना अनेक अडचणी/संघर्षाला सामोरे जावे लागते.

यावरून असे स्पष्ट होते की, घटकराज्यांच्या वाढत जाणाऱ्या जबाबदाऱ्या व त्यांना त्या मानाने अपुरे उत्पन्न या कात्रीत घटकराज्यांची सरकारे सापडली आहेत, आणि ही एक संघर्ष निर्माण होणारी वित्तीय समस्या आहे.

३) घटकराज्यांचे पुरेशा प्रमाणात न वाढणारे उत्पन्न : घटकराज्यांच्या जबाबदाऱ्या वाढत आहेत. त्या प्रमाणात घटकराज्यांच्या उत्पन्नात वाढ होत नाही, कारण अनेक वर्षे घटकराज्यांना येणारी तूट भरून काढण्यासाठी कर्जे वाढतच आहेत. घटकराज्यांना त्या कराचे उत्पन्न मिळते, ज्या कराची लवचिकता हे कारण आहे.

ज्या करांपासून मिळणारे उत्पन्न वाढत आहे किंवा वाढण्याची शक्यता आहे, ते कर केंद्र सरकारद्वारे वसूल करण्यात येतात. उदा. आयकर किंवा नफ्यावरील कर इत्यादी. वाढत जाणारी कारखानदारी यांपासून कराचे उत्पन्न वाढत जाईल, अशी आशा होती. मिळणाऱ्या उत्पन्नांपैकी अधिक वाटा घटकराज्यांना वाटून देण्यात येत आहे, असे असले तरी घटकराज्यांचा वाढता खर्च भागू शकत नाही.

४) केंद्र-राज्य संघर्ष : जोपर्यंत मध्यवर्ती सरकार व घटकराज्यांची सरकारे यामध्ये एकाच राजकीय पक्षाचे बहुमत होते तोपर्यंत केंद्र-राज्य संबंधात फारसा तणाव निर्माण झालेला नव्हता. परंतु जेव्हा काही घटकराज्यातून अन्य पक्षांची सरकारे आली तेव्हा हा तणाव अधिक वाढला. कारण सर्वच घटक राज्यांना आपला खर्च भागविण्यासाठी केंद्र सरकारच्या अनुदानावर अवलंबून राहावे लागते. त्यामुळे एखाद्या राज्याला वाजवीपेक्षा कमी अनुदान देणे किंवा एखाद्या राज्याला आवश्यक तेवढे किंवा त्यापेक्षा अधिक अनुदान देणे हे केंद्र सरकारला सहज शक्य असते.

५) राज्य सरकारच्या समस्या सोडविण्यासाठी कोणते उपाय योजावेत हे सुचविणे यासाठी तामिळनाडू 'द्रविड मुन्नेत्र कळघम्' पक्षाच्या सरकारने डॉ.पी.व्ही. राजमन्नार यांच्या अध्यक्षतेखाली समिती नेमली. या समितीने सर्व घटकराज्यांना जास्तीतजास्त स्वायत्तता मिळेल व देशाची एकात्मता बिघडणार नाही, अशी काळजी घेतली होती. राज्यांना उत्पन्नाची वाटणी देताना निगमत कर, आयात-निर्यात कर, भांडवली वस्तूंवरील कर इत्यादींपासून गोळा होणाऱ्या करांच्या विभाजनीय उत्पन्नात समावेश करण्यात यावा अशी शिफारस केली. डॉ. राजमन्नार समितीच्या शिफारशीनुसार एकूण उत्पन्नांपैकी ८० टक्के उत्पन्न विभाजनीय उत्पन्न ठरणार होते.

६) बंगालमधील कम्युनिस्टांची राजवट, द्रविड मुन्नेत्र कळघम् अथवा आसाम, नागालँड इत्यादी राज्यात प्रचलित असलेल्या चळवळी यामुळे अनेक समस्या निर्माण होताना दिसून येतात.

भारतातील घटकराज्यांचा 'स्वायत्ततेचा' दावा मान्य करणे अतिशय कठीण आहे. किंबहुना, राज्यांना स्वायत्तता दिली तर अतिशय गंभीर परिणाम होतील, असे दिसते. घटकराज्यांना ज्या काँग्रेस पक्षाची सरकारे आहेत ते पक्ष हे 'राजकीय पक्ष' संबोधले जातात. कम्युनिस्ट पक्ष सोडला तर बाकीचे पक्ष म्हणजे सत्तेसाठी एकत्र आलेले आहेत. बहुतेक राजकीय नेत्यांचे सार्वजनिक चारित्र्यही शुद्ध नाही. सर्व प्रकारचे भ्रष्टाचार, सत्तेचा व संपत्तीचा गैरवापर, स्वार्थासाठी सत्ता राबविणे इत्यादी प्रकार करण्यात हे नेते तरबेज आहेत. अशा स्थितीत त्यांच्या हाती आज आहे त्यापेक्षा अधिक सत्ता दिल्यास त्याचे अतिशय वाईट परिणाम होतील, हे उघड आहे.

मध्यप्रदेश, बिहार, संयुक्तप्रांत इत्यादी भागात असलेले जमिनदार व त्यांच्या सेना महाराष्ट्रातील नक्षलवाद, कोळशाच्या खाणीतील परिस्थिती या बाबींचा विचार केल्यास राज्यांना आहे त्यापेक्षा जास्त अधिकार दिल्यास हितकारक ठरेल असे वाटत नाही. तसेच दाक्षिणात्य राज्यांनी एकत्र येऊन त्यांची स्वतंत्र संघटना निर्माण करण्याची तयारी ही शुभचिन्हे नाहीत.

७) प्रादेशिक असमतोल : प्रादेशिक असमतोलपणाबाबत गंभीर समस्या दिसून येते. केरळमध्ये औद्योगिक विकासाबाबत असमतोल दिसून येतो. केंद्राने वित्तीय मदतीद्वारे प्रादेशिक असमतोल दूर केला नाही अशी तक्रार केली जाते. मागासलेल्या प्रदेशाबाबत अनेकविध मार्गांचा अवलंब केला गेला नाही, अशीही तक्रार केली जाते. (प्रादेशिक विषमतेत लायसन्स राजमुळे भर पडली) कारण उद्योगांचा विकास संबंधित प्रदेशात झाला नाही. तसेच शेती, उद्योग, ऊर्जा, वाहतूक व्यवस्था इत्यादींबाबत समतोलपणा दिसून येत नाही. तसेच राज्याची जबाबदारी अधिकच वाढत गेल्याने केंद्राकडून कर्ज व अनुदाने यावर अवलंबित्व वाढत गेले.

८) राज्यातील तणाव निर्माण करणारे स्रोत/मार्ग : पश्चिम बंगाल, जम्मू आणि काश्मीर, पंजाब, महाराष्ट्र, दक्षिणेतील राज्ये या राज्यांत स्वायत्ततेसाठी प्रश्न निर्माण झालेला दिसून येतो. केंद्र-राज्य वित्तीय संबंधाबाबत तणाव निर्माण होत असला, तरी तो एक केंद्र-राज्यातील संबंधाचा भाग आहे. राजकीय आय वित्तीय वा स्वायत्ततेची मागणी होत आहे. विविध मार्गांनी केंद्र व राज्यात तणाव निर्माण होऊ शकतो. ते पुढीलप्रमाणे सांगता येते –

i) घटनेत केंद्र सामर्थ्यशाली असावे, असे स्पष्ट केले आहे. राज्य सरकारे केंद्रावर अवलंबून असल्याने ती दुर्बळ दिसून येतात. प. बंगालसारखे समर्थ राज्य स्वायत्ततेची मागणी करीत आहे.

ii) राज्याच्या सांस्कृतिक व पारंपरिकतेनुसार स्वतंत्र राज्याच्या स्वायत्ततेला मागणी वाढत आहे.

iii) केंद्र सरकार शिक्षण, सार्वजनिक आरोग्य इत्यादी राज्याच्या विषयात केंद्र सरकार नाहक लक्ष घालते.

iv) केंद्र काही बाबतीत राज्यांमध्ये हस्तक्षेप करताना दिसून येते. कायदा व सुव्यवस्था राखणे राज्याचे काम आहे. केंद्रीय राखीव पोलीस सीमा सुरक्षा दल, औद्योगिक सुरक्षा दल इत्यादींबाबत हस्तक्षेप दिसून येतो.

v) केंद्राकडून राज्यांना मिळणारा वाटा कमी आहे. परंतु कार्य मात्र अधिक आहेत. राज्याचे वित्तीय मार्ग त्यासाठी कमी पडतात.

vi) केंद्राचे वित्तीय मार्ग लवचीक आहेत. त्या तुलनेत राज्याचे मार्ग अलवचिक आहेत. राज्य केंद्रावर मोठ्या प्रमाणात वित्तीय गरजेपोटी अवलंबून असते.

९) वित्तीय जमवाजमवीबाबत राज्यांची तक्रार : महसुली आणि भांडवली खर्चात कराबाबत असमतोल दिसून येतो. (विशेषत: सातव्या योजनेपूर्वी) केंद्र-राज्याबाबत काही बाबतीत संघर्ष/तणाव दिसून येतो.

ते पुढील बाबतीत सांगता येते –

केंद्र सरकार कराच्या २६९ व्या कलमानुसार राज्यांना पुरेसे कर देत नाही.

निगम करातील सुरुवातीपासूनच राज्यांना सहभागी करून घ्यावयास हवे होते. राज्यांमध्ये निगम क्षेत्र मोठ्या प्रमाणात विकसित झाले आहे. उदा. त्याच्यासाठी पायाभूत सुविधांवर प्रत्यक्ष खर्च मोठ्या प्रमाणात केला. उदा. ऊर्जा, पाणी, कच्चा माल, रस्ते, जमीन इत्यादी उद्योगाला त्याचा खूप मोठा फायदा झाला आहे. राज्याला त्या पद्धतीने कार्पोरेशन कराचा हिस्सा देणे महत्त्वाचे आहे.

केंद्राच्या एक्साईज ड्युटीमध्ये मोठ्या प्रमाणात वाढ होत आहे; तसे राज्यांनाही त्यात सहभागी करून घेतले पाहिजे.

रेल्वे प्रवाशांवरील अधिकारात केंद्र सरकार हे राज्य सरकारांना सहभागी करून घेत नाही.

वैयक्तिक कराबाबत केंद्र सरकार व राज्य सरकारमध्ये तणाव आहे. सध्या जीएसटी (GST) आहे. त्यामुळे कराची विभागणी झालेली आहे.

राज्यांच्या मते, केंद्र सरकार राज्यांच्या करात अधिकच हस्तक्षेप करत आहे; त्यामुळे केंद्र-राज्य संघर्ष निर्माण होण्याला मदत होत आहे.

२०२०-२१ मध्ये कोविड १९ च्या काळात अनेक राज्यांना केंद्राने आपल्या वाट्याचा निधी अल्पप्रमाणात दिला. त्यामुळे केंद्र व राज्य यांच्यात तणाव वाढलेला

दिसून येतो. उदा. महाराष्ट्र, पश्चिम बंगाल इत्यादी राज्यात या राज्यांच्या मते, विरोधी सत्ता असणाऱ्या राज्यांवर केंद्र अन्याय करत आहे.

अशा रीतीने केंद्र-राज्य वित्तीय संबंधात विविध कारणाने संबंध ताणले जात आहेत.

१०) सामाजिक विषमता : काही क्षेत्रांची प्रगती बरीच झालेली आहे तर काही क्षेत्रे बरीच मागे आहेत अशीच विषमता सामाजिक समुदायात दिसून येते.

११) केंद्रांची मर्यादित भूमिका : वित्तीय साधनांच्या बाबतीत राज्यांना अधिक स्वायत्तता देण्याचा प्रयत्न बाजार अर्थव्यवस्थेबरोबर ताळमेळ घालून पुढे जाणाऱ्या राज्यांसाठी फायदेशीर आहे. परंतु विकास प्रक्रियेत मागे असणाऱ्या राज्यांना त्यामुळे नवीन समस्यांना सामोरे जावे लागणार आहे. करांमध्ये हिस्सा वाढविल्याने राज्यांना फायदा होईल, परंतु केंद्राच्या विशेष संरक्षणाची यानंतरसुद्धा आवश्यकता राहील. केंद्राची भूमिका मर्यादित राहिल्याने ही राज्ये आपल्या समस्या दूर करण्याबाबत एकटी पडण्याची शक्यता आहे.

१२) केंद्रांची मदत कमी होईल : चौदाव्या वित्तआयोगाने महसुलीचा तुटवडा असणाऱ्या राज्यांसाठी अतिरिक्त तरतूद केलेली आहे. मात्र या अतिरिक्त रकमेबरोबरच राज्यांच्या योजनांमधील केंद्राची मदत नष्ट होईल.

१३) राज्यांना अधिक निधीची गरज : राज्यांच्या अधिकारवाढीमुळे केंद्रावरील अवलंबित्व कमी होईल. केंद्र सरकार सामाजिक योजनांची अधिक जबाबदारी राज्यांवर सोपवेल त्यामुळे अन्नसुरक्षा, मनरेगा, आरोग्य, शिक्षण इत्यादींसारख्या केंद्रीय योजनांमध्ये राज्यांना यापुढे अधिक निधी पुरवावा लागेल.

राज्यांच्या जबाबदाऱ्यांची चढती कमान

राज्यांच्या जबाबदाऱ्या अनेक आहेत. एवढेच नव्हे तर त्या सतत वाढतच आहेत, ही गोष्ट सर्वांनाच मान्य आहे. शिक्षण, आरोग्य, स्वच्छता, पाणी पुरवठा, सामाजिक सुरक्षा, सामाजिक कल्याण, घरे इत्यादी सेवांची जबाबदारी राज्यांकडे सोपविण्यात आली आहे. या सेवांची प्रवृत्ती वाढण्याची आहे, त्यामुळे या सेवांवरील खर्चही वाढत असलेला दिसतो. या सामाजिक सेवांच्या जोडीला राज्यांकडे सोपविण्यात आलेल्या आर्थिक सेवांचा खर्चही त्यांना झेपेनासा झाला आहे. एकट्या शेतीचेच उदाहरण घेतले तरी असे दिसून येते की, शेतीवर राज्यांचा सर्वांत जास्त खर्च होतो. आणि तरीही शेतीची स्थिती फारशी सुधारलेली नाही, शेतकऱ्यांच्या वाढत्या आत्महत्या, या दोन उदाहरणांवरून हे सिद्ध होते की, राज्यांची एका बाजूने सतत वाढणाऱ्या सेवांमध्ये व दुसऱ्या बाजूने खर्चाला अंत नसलेल्या शेतीसारख्या सेवांमध्ये कोंडी

झालेली आहे. परिणामत:, राज्यांना उपलब्ध असलेली साधनसंपत्ती अतिशय अपुरी वाटणे साहजिकच आहे.

राज्यांची अलवचिक साधनसंपत्ती

सतत वाढणाऱ्या जबाबदाऱ्या पूर्ण करण्यासाठी राज्यांजवळ असलेली साधनसंपत्ती मात्र सहज वाढणारी नाही. ती अतिशय अलवचिक आहे. ही अलवचिकता मुख्यत्वेकरून दोन कारणांमुळे आहे. एक-काही करांचे स्वरूपच अलवचिक आहे. याचे महत्त्वाचे उदाहरण म्हणजे 'जमीन महसूल' होय. जमीन महसूल हे राज्यांचे भरीव उत्पन्नाचे साधन असले तरी त्यात वाढ फार मोठ्या प्रमाणात करता येत नाही; कारण एकूण जमिनीचे क्षेत्रफळ सीमित असते. जमीन महसुलाचे दर वाढविणे शक्य नसते; कारण त्यामुळे लहान, गरीब शेतकऱ्यांवरच त्यांचा भार पडतो. उलटपक्षी, लहान लहान शेतीच्या तुकड्यांना जमीन महसुलातून वगळावे, अशीच धारणा राज्यांमध्ये मूळ धरीत आहे. दुसरे, ज्या करांमध्ये लवचिकता आहे, असे कर राज्यांच्या क्षेत्रात येत नाहीत. जसे, उद्योगांवरील व व्यापारांवरील कर राज्यांना फारसे लावता येत नाहीत. अशा प्रकारे एका बाजूने करांची अलवचिकता ही राज्यांना जाचक ठरते आणि दुसऱ्या बाजूने वित्तआयोगाने वाढवून दिलेली मदत अपुरी ठरते. परिणामत:, राज्यांना फार मोठी कर्जे केंद्राकडून घ्यावी लागतात किंवा रिझर्व्ह बँकेकडून घ्यावी लागतात.

शक्तिशाली केंद्र

आर्थिकदृष्ट्या राज्ये कमजोर असली तरी केंद्र मात्र शक्तिशाली आहे. केंद्राच्या अधिकारातील कर लवचीक आहेत. भरपूर आहेत आणि विविधही आहेत. एवढेच नव्हे तर, जी साधने राज्यांना कधीही उपलब्ध होणार नाहीत, ती केंद्राला प्राप्त झाली आहेत. उदा. विदेशीमुद्रा हा उत्पन्नाचा स्रोत. केंद्र आणि राज्ये यांच्यातील हा फरक म्हणजे शक्तिशाली केंद्र आणि दुर्बल राज्ये यांचे सहअस्तित्व होय. या सवलतीच्या सहअस्तित्वामुळे त्या उभयतांमध्ये गैरसमज, मतभेद आणि संघर्ष निर्माण झालेले आहेत. यातूनच परस्परांवर आरोप-प्रत्यारोपांच्या फैरी झडत असतात. दोघेही परस्परांना अनुत्पादक खर्चात वाढ करण्याबद्दल दोषी समजतात. दोघेही एकमेकांवर दुसऱ्याच्या हितसंबंधांकडे दुर्लक्ष केल्याचा आरोप करतात.

यात योग्य काय आणि अयोग्य काय हे ठरविण्याच्या दृष्टीने संघीय वित्त संबंधीचा उचित दृष्टिकोन तयार होणे आवश्यक आहे. संघराज्याच्या कार्यवाहीचा अत्यंत महत्त्वाचा भाग म्हणजे 'संघीय वित्त' होय. संघीय वित्ताच्या साहाय्याने

संघराज्याचा एकसंघपणा टिकून राहिला पाहिजे. संघराज्याची एकात्मता जर टिकवून ठेवायची असेल तर लोककल्याणापेक्षा राष्ट्रीय एकतेला अधिक महत्त्व दिले पाहिजे. घटनेत ज्या मूलभूत तत्त्वांना महत्त्वाचे स्थान दिले आहे, ते राखणे आवश्यक तसेच एकूण राष्ट्राच्या दृष्टीने जी कार्ये महत्त्वाची आहेत आणि ज्यांची जबाबदारी स्वीकारणे राज्यांना शक्य नाही ती कार्ये केंद्राकडेच सोपविली पाहिजेत. या दोन गोष्टींचा संकलित निष्कर्ष असा की, आपापल्या क्षेत्रात केंद्र आणि राज्ये ही दोघेही शक्तिशाली असली पाहिजेत. तशी ती असली तरच संघराज्याची निकोपता टिकून राहील; पण जेव्हा राज्यांना सर्वप्रकारचे साहाय्य देऊनही त्यांच्यात व केंद्रात संघर्ष होत असेल तर राष्ट्रीय हित समोर ठेवून राज्यांनी केंद्रापुढे नमते घ्यायला हवे; म्हणजे दोघेही शक्तिशाली असावेत पण केंद्र राज्यापेक्षा जास्त शक्तिशाली असले पाहिजे.

४.४ वित्त आयोगाची भूमिका (Role of Finance - Commission)

केंद्र आणि राज्य सरकारांच्या मधील उत्पन्न करांचे आणि उत्पादन करांचे विभाजन कसे केले जावे? तसेच राज्यांना साहाय्यक अनुदाने किती द्यावीत? इत्यादींबाबत केंद्र आणि राज्यातील वित्तीय संबंधाबाबत योग्य ती उपाययोजना करण्यासाठी राष्ट्रपती राज्यघटना अमलात आणल्यापासून दोन वर्षांच्या आत वित्तआयोगाची स्थापना केली गेली. त्यानंतर दर पाच वर्षांनी 'वित्त आयोगा'ची नियुक्ती करण्याचे ठरले. या आयोगात 'चार सदस्य' असतात व 'एक अध्यक्ष' असतो. वित्त आयोगाच्या स्थापनेमुळे लवचिकता निर्माण झाली आहे. भारतीय राज्यघटनेच्या अंतर्गत केंद्र आणि राज्यसरकारच्या दरम्यान उत्पन्न मिळणाऱ्या साधनांचे झालेले विभाजन प्रशासकीय दृष्टीने योग्य आहे. उत्पादनकर, आयात-निर्यातकर, उत्पन्नकर निश्चित करून ते वसूल करण्याची केंद्र सरकारवरील जबाबदारी योग्य ठरते, तसेच राज्य सरकारांच्या प्रशासनाबाबत विचार करता शेतसारा, विक्रीकर, करमणूककर इत्यादी निश्चित करून हे कर वसूल करण्याची राज्यांवरील जबाबदारी योग्य वाटते. परंतु पर्याप्तता आणि राजकोषीय आत्मनिर्भरता यादृष्टीने हे विभाजन दोषपूर्ण वाटते. राज्यांना दिलेली उत्पन्न प्राप्तीची साधने सर्वसाधारणपणे स्थिर आणि लवचीक आहेत. केंद्र सरकारकडे अधिक उत्पन्न प्राप्तीची साधने दिली आहेत. केंद्र सरकारवरील जबाबदारी लक्षात घेता काही विचारवंतांना हे विभाजन योग्य वाटते, राज्या-राज्यांत समानता प्राप्त करण्यासाठी केंद्र सरकार सक्षम असणे योग्यच आहे. केंद्र आणि राज्य सरकारांना लोकांकडून कर्ज घेणेबाबत राज्यघटनेत तरतूद केलेली आहे. केंद्र सरकार भारतात व भारताबाहेरून कर्ज घेऊ शकते. केंद्र राज्यांना कर्ज देऊ शकते. राज्यांना कर्ज राज्यात व राज्याबाहेर उभे करता येऊ शकते. राज्यांना केंद्राकडून कर्ज मिळाल्यानंतर

केंद्राचे नियंत्रण स्वीकारावे लागते. भारतात केंद्र आणि राज्य सरकारांच्या दरम्यान वित्तीय सामंजस्य निर्माण करण्यासाठी वित्त आयोगाला महत्त्वपूर्ण काम करावे लागते.

वेगवेगळ्या राज्यांची आर्थिक स्थिती वेगवेगळी असते. त्यामुळे राज्यामध्ये आर्थिक संसाधनाची वाटणी करताना वेगवेगळे मापदंड स्वीकारावे लागतात. तसेच केंद्र सरकार आणि राज्य सरकारे यामध्ये आर्थिक स्रोतांच्या वाटणीत विविध प्रकारच्या समस्या निर्माण होतात; तसेच विसंगती निर्माण होतात. या सर्वांचा विचार करता केंद्र व राज्य सरकारमध्ये आर्थिक सामंजस्य निर्माण करण्यासाठी निश्चित कोणती उपाययोजना करावी. त्यासाठी कोणता आधार घ्यावा यासाठी 'वित्त आयोगा'ची निर्मिती केली आहे. घटनेच्या कलम २८० नुसार 'वित्त आयोग' एक स्वतंत्र संस्था म्हणून कार्य करते. राष्ट्रपतींना करांचे विभाजन, अनुदान इत्यादी संदर्भात सल्ला देते, राज्यघटनेनुसार केंद्र आणि राज्यांमध्ये संसाधनांच्या विभाजनासाठी कोणताही असा नियम निर्धारित केलेला नाही. परंतु राज्यघटनेत वित्त आयोगाची स्थापना करण्याची व्यवस्था करण्यात आली आहे. वित्त आयोगाची केंद्र आणि राज्यांच्या वित्तीय संसाधन वाटपातील भूमिका अत्यंत महत्त्वाची आहे. कारण वित्त आयोगाच्या शिफारशीमुळे परिस्थितीतील बदलानुसार आणि आवश्यकतेनुसार केंद्र आणि राज्यांमधील वित्तीय साधनात बदल करता येतो. वित्त आयोगाकडून केंद्र आणि राज्यांच्या करांच्या हस्तांतरणाबाबत शिफारशी करण्यात येतात. यामध्ये अधिभार आणि उपकरांसहित सर्व केंद्रीयकरांचा समावेश होतो. या करांना राज्यांमध्ये विभाजन करण्याचा केंद्रास राज्यघटनेद्वारे अधिकार मिळालेला आहे. त्या दृष्टीने वित्त आयोगाची भूमिका महत्त्वपूर्ण ठरते.

वित्त आयोगाची कार्यप्रणाली (Working of Finance Commission)

दर पाच वर्षांनी राष्ट्रपती वित्त आयोगाची नेमणूक करतात. या आयोगात एक अध्यक्ष आणि चार सदस्य असतात. या आयोगाच्या शिफारशी पाच वर्षे लागू असतात. कलम २८० (२) अनुसार त्यांच्या नेमणुकीची पद्धत निश्चित केली जाते; अध्यक्ष आणि सदस्यांची पात्रता ही (अ) ती व्यक्ती सरकारी खात्यामध्ये वित्तीय क्षेत्रातील तज्ज्ञ असावी. (ब) प्रशासन आणि वित्तीय क्षेत्रातील अनेक वर्षांचा अनुभव असावा. (क) उच्च न्यायालयाचा अथवा सर्वोच्च न्यायालयाचा न्यायाधीश होण्याची पात्रता असावी. (ड) तसेच अर्थशास्त्राचे ज्ञान असणे आवश्यक असते.

वित्त आयोग राष्ट्रपतींना पुढील शिफारशी करतो –

अ) केंद्र सरकारकडून राज्य सरकारांना दिल्या जाणाऱ्या अनुदानांचे धोरण ठरविते.

ब) केंद्रीय वाटप योग्य करउत्पन्नाची वाटणी केंद्र तसेच राज्यांमध्ये तसेच विविध राज्यांत करणे.

क) ७३ आणि ७४ व्या घटनादुरुस्तीनुसार स्थानिक स्वराज्य संस्थांना राज्य सरकारद्वारे देण्यात येणाऱ्या वित्तीय मदती वाढविण्यासाठी राज्यांचा संचित निधी कसा वाढविता येईल याबाबत शिफारस केली जाते.

ड) केंद्र सरकार आणि राज्य सरकारे यांच्यातील इतर कोणत्याही स्वरूपाच्या वित्त विषयक बाबी इत्यादींचा समावेश होतो.

केंद्र सरकार आणि राज्य सरकारे यांच्यामधील वित्तीय संबंधाच्या बदलत्या परिस्थितीनुसार बदल करण्याचे कार्य वित्त आयोग करते.

वैयक्तिक प्राप्तिकर आकारण्याचा व तो संकलित करण्याचा अधिकार केंद्र सरकारला आहे. प्राप्तिकरापासून मिळणाऱ्या उत्पन्नाचे वाटप केंद्र आणि राज्यांमध्ये वित्त आयोग करते. राज्यांचा वाटा आणि वाटावयाची रक्कम कोणत्या तत्त्वानुसार वाटावयाची याची शिफारस वित्त आयोग करते. तसेच केंद्रीय कराची वाटणी व विभागणी राज्यांमध्ये कशी करावयाची याची शिफारस वित्त आयोग करते. घटकराज्यांना अनेक विकास कामे करावी लागतात. परंतु ही कामे करताना त्यांना करांपासून मिळणारे उत्पन्न कमी पडते. त्यासाठी केंद्र सरकारकडून राज्यांना अनुदाने देण्याची पद्धत घटनेने पुरविली आहे. ही अनुदाने विशिष्ट हेतूने पुरविली जातात. ही साहाय्यक अनुदाने सर्वसाधारण स्वरूपाची असतात. ही साहाय्यक अनुदाने राज्यांना महसुली तूट भरून काढण्यासाठी अथवा राज्याराज्यांमधील वित्तीय साधनसामग्रीच्या बाबत तफावत कमी करण्यासाठी दिली जातात. शिक्षणासाठी मागासलेल्या राज्यांना अनुदाने दिली जातात. प्रत्येक पंचवार्षिक योजनेत राज्यांना किती साहाय्यक अनुदाने द्यावीत हे वित्त आयोग ठरविते.

राज्य सरकारे केंद्र सरकारकडून कर्ज घेतात. त्यासाठी केंद्र सरकारने किती मुदतीची राज्यांना कर्जे द्यावीत त्याची शिफारस वित्त आयोग्य करते. थोडक्यात, केंद्र सरकार आणि घटक राज्य सरकारे यांच्यात वित्तीय साधनसामग्रीचे योग्य वाटप करण्याचे काम वित्तआयोग करते. वित्तआयोग हे वैधानिक मंडळ आहे. वित्त आयोगाद्वारे बिगर योजना वित्तीय सामग्रीचे केंद्र सरकारकडून राज्य सरकारांकडे स्थानांतर केले जाते. तसेच वित्तआयोगाच्या शिफारशी निर्णयात्मक असतात; त्या केंद्र सरकारला स्वीकाराव्या लागतात.

दर पाच वर्षांनी वित्तआयोग नेमल्याने अनेक फायदे होतात. घटकराज्यांच्या दृष्टीने ही बाब चांगली आहे. विशिष्ट काळानंतर घटकराज्ये व केंद्र सरकार यांच्या उत्पन्नाच्या साधनांची व खर्चाच्या बाबींची सावधपणे व तज्ज्ञांच्या दृष्टिकोनातून तपासणी होणे अत्यंत आवश्यक आहे. दर पाच वर्षांनी नेमण्यात येणाऱ्या वित्त आयोगामुळे हे सहज शक्य होते.

भारतात केंद्र सरकार आणि राज्य सरकारे यांच्यामध्ये वित्तीय सामजंस्य निर्माण करण्यासाठी 'वित्त आयोगा'ला महत्त्वाचे कार्य पार पाडावे लागते. आत्तापर्यंत पंधरा वित्त आयोगांची स्थापना झाली आहे.

४.५ १५व्या वित्त आयोगाच्या शिफारशी (Recommendation of 15th Finance Commission)

केंद्रीय मंत्रीमंडळाने १५ व्या वित्त आयोगाच्या स्थापनेला २२ नोव्हेंबर २०१७ रोजी मंजुरी दिली आणि तशी सूचना २७ नोव्हेंबर २०१७ रोजी काढण्यात आली.

रचना : अध्यक्ष : एन. के. सिंह (N. K. Singh) (माजी संसद सदस्य व माजी सचिव)

सचिव : अरविंद मेहता.

सदस्य : शक्तीकांत दास, अनूपसिंह, अशोक लहिरी, रमेश चंद

कार्य : देशात वस्तू व सेवाकराची विभागणी केंद्र-राज्य व स्थानिक स्वराज्य संस्थेत करण्याचे प्रमाण निश्चित करणे.

महत्त्वाचे मुद्दे :

अ) १५ व्या वित्तआयोग जनगणना २०११ च्या लोकसंख्येचा आधार

ब) आयोग ३० ऑक्टोबर २०१९ पर्यंत अहवाल सादर

क) एक एप्रिल २०२० ते ३१ मार्च २०२५ पर्यंत आयोगाच्या शिफारशी अंमलात आणल्या जाणार आहेत.

१५ व्या वित्त आयोगाकडून पुढील बाबींविषयक शिफारशी.

१) कराची विभागणी केंद्र व राज्यामध्ये कशी असावी हे सुचविणे.

२) कलम २७५ सार राज्यांना देण्यात येणारी अनुदाने कोणत्या तत्त्वानुसार द्यावी यासाठी कोणते निकष विचारात घ्यावेत हे सुचविणे.

३) स्थानिक स्वराज्य संस्थांना आर्थिक स्रोत उपलब्ध व्हावेत यासाठी राज्यांच्या संचित निधीत कशा पद्धतीने वाढ करणे हे सुचविणे.

४) आपत्ती व्यवस्थापन अनुदान.

१५ वा वित्त आयोग पुढील बाबी विचारात घेणार असे ठरले.

१) केंद्र राज्याची एकूण महसूल क्षमता.

२) केंद्राचे आवश्यक खर्च

३) राज्यांचे आवश्यक खर्च

४) १४ व्या वित्त आयोगाच्या शिफारशी व त्यांच्या अंमलबजावणीची स्थिती.

शिफारशी :

केंद्रीय कर महसुलातील ४१ टक्के हिस्सा राज्यांना देण्याची शिफारस १५ व्या वित्त आयोगाने केली.

१४ व्या वित्त आयोगाने ४२ टक्के तर १३ व्या वित्त आयोगाने ३२ टक्के केली होती.

- वरील निकषानुसार राज्यांना संसाधनाचे वाटप करण्यात येईल.
- वरीलपैकी ४१ टक्यांपैकी सर्वाधिक वाटा उत्तर प्रदेश ७.३५ टक्के त्यानंतर बिहार तर सर्वात कमी वाटा सिक्कीम व गोवा ०.१६ टक्के
- महाराष्ट्राला २.५२ टक्के
- एकूण विभाजन योग्य महसुलातील सर्वाधिक वाटा उत्तर प्रदेश १७.९३ टक्के व महाराष्ट्र ६.१४ टक्के

संविधानाचे कलम २७५ नुसार राज्यांना दिली जाणाऱ्या अनुदानाची तत्त्वे ठरविणे.

२०२०-२१ मध्ये राज्यांना पुढील अनुदाने दिली जातील.

१) महसुली तूट अनुदान
२) स्थानिक संस्थासाठी अनुदान
३) आपत्ती व्यवस्थापन अनुदान

तक्ता ४.१ राज्यांना हिश्याबाबत नियम व भार

निकष	१४ वा वित्त आयोग (%)	१५ वा वित्त आयोग (%)
१) उत्पन्न अंतर	५०	४५
२) लोकसंख्या (१९७१)	१७.५	–
३) लोकसंख्या (२०११)	१०	१५
४) क्षेत्रफळ	१५	२५
५) वन आच्छादन	७.५	–
६) वन आणि पर्यावरण शास्त्र	–	१०
७) लोकसंख्याशास्त्रीय कामगिरी	–	१२.५
८) कर प्रयत्न	–	२.५
एकूण	**१००**	**१००**

महसूल तूट अनुदान

या अहवालामध्ये १४ राज्यांसाठी ७४३४० कोटी रुपयांची महसूल तूट असल्याचा अंदाज व्यक्त केला आहे.

या १४ राज्यात : आंध्र प्रदेश, मिझोराम, नागालँड, पंजाब, आसाम, हिमाचल प्रदेश, मेघालय, सिक्कीम, तामिळनाडू, त्रिपुरा, उत्तराखंड, पं. बंगाल, केरळ, मणिपूर या राज्यांचा समावेश आहे.

स्थानिक संस्थासाठी अनुदान

२०२०-२१ साठी स्थानिक संस्थांना ९० हजार कोटींचे अनुदान संबंधित तरतूद करण्यात आली आहे.

त्यापैकी ग्रामीण स्थानिक स्वराज्य संस्थांना ६६.५ टक्के तरतूद तर शहरी स्थानिक स्वराज्य संस्थांना ३२.५ टक्के तरतूद.

यासाठी १) लोकसंख्या ९० टक्के

२) क्षेत्रफळ १0 टक्के असा भार देण्यात आला आहे.

आपत्ती व्यवस्थापन अनुदान

- स्थानिक पातळीवर आपत्ती व्यवस्थापनासाठी राष्ट्रीय आणि राज्य आपत्ती व्यवस्थापन निधी स्थापन करण्यासंबंधी शिफारस करण्यात आली.

ही शिफारस १४ व्या वित्त आयोगानेसुद्धा केली होती. आपत्ती व्यवस्थापन अनुदान पुढीलप्रमाणे असेल.

तक्ता ४.२

आपत्ती व्यवस्थापन अनुदान

घटक	(% मध्ये)	राष्ट्रीय निधी	राज्य निधी
शमन (mitigation)	२0%	२४७८	२७९७
प्रतिसाद (Reponse)	८0%	९९१८	२३१८६
प्रतिसाद आणि मदत	४0%	४९५६	११५९३
पुनप्राप्ती आणि पुनर्रचना	३0%	३७१७	८६९५
क्षमता बांधणी	१0%	१२३९	२९९८
एकूण	१२३९0	२८९८३	

१५ व्या वित्त आयोगातंर्गत ग्रामपंचायतींना निधी

फेब्रुवारी २०२० मध्ये केंद्र सरकारने स्वच्छ भारत मिशनच्या दुसऱ्या टप्प्याला मंजुरी दिली, ज्या अंतर्गत ०२ कोटी प्रकल्पावर लक्ष केंद्रित केले जाईल.

- या दुसऱ्या टप्प्यात ग्रामपंचायतींवर प्राथमिक लक्ष देण्यात येईल. त्यासाठी प्रत्येक ग्रामपंचायतीला ०७ ते २० लाख रुपये व्यस्थापनासाठी देण्यात येतील.
- ग्रामपंचायतींना दिलेला निधी हा 'मनरेगा' (महात्मा गांधी राष्ट्रीय ग्रामीण रोजगार हमी योजना) अंतर्गत खर्च केला जाईल. जेणेकरून 'मनरेगा'तील कार्यबलाचा उपयोग 'स्वच्छ भारत' मिशनसाठी करण्यात येईल.

१५ व्या वित्त आयोगाकडून सन २०२०-२१ या कालावधीसाठी केंद्र शासनाकडून महाराष्ट्राला एकूण ५ हजार ८२७ कोटी रुपये इतका निधी मंजूर आहे. या निधीपैकी १ हजार ४५६ कोटी ७५ लाख रुपये इतका निधी पहिला हप्ता पायाभूत निधी (बेसिक ग्रँट) म्हणून प्राप्त झाला आहे.

या निधीचे वितरण ८० टक्के ग्रामपंचायत १० टक्के पंचायत समिती आणि १० टक्के जिल्हा परिषद या प्रमाणात तिन्ही स्तरावर करण्यात आले आहे, अशी माहिती ग्रामविकास मंत्री यांनी दिली आहे.

गावांना मोठ्या प्रमाणात निधी मिळत असल्याने गावामधील विविध पायाभूत सुविधांच्या विकासाला मोठ्या प्रमाणात चालना मिळते.

पंधराव्या वित्त आयोगाच्या शिफारसीनुसार १ एप्रिल २०२० ते ३१ मार्च २०२५ या पाच वर्षांच्या कालावधीसाठी केंद्र शासनाकडून ग्रामीण स्थानिक स्वराज्य संस्थांच्या बळकटीकरणासाठी राज्याला पायाभूत निधी बेसिक ग्रँट (Basic Grant) व टाईड ग्रँट (Tied Grant) अशा दोन प्रकारच्या निधी ५०-५० टक्के या प्रमाणात प्राप्त होणार आहेत.

पंधराव्या केंद्रीय वित्त आयोगाच्या शिफारसीनुसार पायाभूत निधी (Basic Grant) ही ग्रामीण स्थानिक स्वराज्य संस्थांनी कर्मचारी पगार अथवा आस्थापना विषयक बाबी वगळून इतर स्थानिक गरजेनुसार आवश्यक बाबींवर वापरावयाची आहे.

१५ व्या वित्त आयोगाच्या प्रमुख शिफारशी

अ) १४ व्या वित्त आयोगाच्या शिफारशीनुसार राज्याच्या वाट्याला ४२ टक्के करामध्ये कपात करून ४१ टक्के करण्याची शिफारस १५ व्या वित्त आयोगाने केली.

ब) नवनिर्मिती केंद्रशासित प्रदेश जम्मू काश्मीर आणि लडाख यांची सुरक्षा व इतर गरजांच्या पूर्तीसाठी केंद्र शासनाच्या हिश्यात १ टक्का वाढ करण्यात आली आहे.

क) सार्वजनिक वित्तीय लेखापरीक्षण व्यवस्था निर्माण करण्यासाठी वैधानिक संरचना निर्मिती करण्यासाठी कायद्याची गरज असून असा कायदा तयार करण्यासाठी कार्य गटाची निर्मिती करण्याची शिफारस १५व्या वित्त आयोगाने केली आहे.

ड) कर प्रशासनाची कार्यक्षमता वाढविण्याची शिफारस केलेली आहे.

इ) ग्रामीण स्थानिक स्वराज्य संस्थांच्या बळकटीकरणासाठी केंद्र शासनाकडून राज्यांना बेसिक ग्रँट व टाईड ग्रँट अशा दोन प्रकारच्या ग्रँटच्या स्वरूपात ५०, ५० टक्के निधी प्राप्त करून द्यावा अशी शिफारस केली आहे.

ई) कर प्रणालीमध्ये राज्यांना हिस्सा निर्धारित करण्यासाठी फक्त २०११ च्या जनगणनेचा आधार घेण्यात आलेला आहे. यापूर्वी १४ व्या वित्त आयोगाने १९७१ व २०११ च्या जनगणनेच्या आधारे शिफारशी सादर केलेल्या होत्या.

वित्त आयोगाची कार्ये :

वित्त आयोग हा राष्ट्रपतींच्याकडून नियुक्त केला जाणारा घटनात्मक आयोग आहे वित्त आयोग राष्ट्रपतींना पुढील मुद्द्याबाबत शिफारशी करतो.

१) निव्वळ कर संकलनाची केंद्र व राज्यामध्ये विभागणी कशी करावी याची तत्त्वे निर्धारित करण्याचे काम वित्त आयोग करत असतो.

२) भारताच्या संचित निधीतून केंद्राने राज्याला द्यावयाच्या अनुदानाची तत्त्वे वित्त आयोग ठरवत असतो.

३) राज्याच्या संचित निधीमध्ये वाढ करण्यासाठी आवश्यक असलेल्या उपाययोजना सुचविणे.

४) वित्त प्रणालीबाबत राष्ट्रपतींनी सांगितलेल्या कोणत्याही गोष्टीवर वित्त आयोग काम करण्यास बांधील असतो.

५) वित्त आयोग हा घटनात्मक आयोगाने महत्त्वाचा आयोग असला, तरी वित्त आयोगाने केलेल्या शिफारशी राष्ट्रपतींनी मान्य कराव्यात असे नसते. या शिफारशी केवळ सल्लागार स्वरूपाच्या असतात. त्या सरकारवर बंधनकारक नसतात.

तरीही 'वित्त आयोग' महत्त्वाचा आहे. कारण 'वित्त आयोग' हा घटनात्मक आयोग असून अर्धन्यायिक संस्था आहे.

प्रश्न

प्र. १ थोडक्यात उत्तरे लिहा.

१) कोणत्या कलमाद्वारे राष्ट्रपती वित्त आयोगाची नेमणूक करतात.

२) केंद्राचे कर कोणते, याचे उदाहरण सांगा.

३) राज्यांचे कर कोणते, याचे उदाहरण सांगा.

४) केंद्र-राज्यातील अलिकडचा संघर्ष सांगा.

५) वित्त आयोगाची महत्त्वाची भूमिका सांगा.

६) १५ व्या वित्त आयोगाच्या दोन शिफारशी सांगा.

७) लोकसंख्येला १५ व्या वित्त आयोगाने किती भार दिलेला आहे.

८) क्षेत्रफळाला १५ व्या वित्त आयोगाने किती भार दिला आहे.

प्र. २ टिपा लिहा.

१) केंद्र-राज्य – राज्य घटनेतील तरतूद.

२) केंद्र-राज्य वित्तीय संघर्ष.

३) वित्त आयोगाची भूमिका.

४) १५ वा वित्त आयोग.

प्र. ३ थोडक्यात उत्तरे लिहा.

१) केंद्र-राज्यासंबंधी राज्यघटनेतील महत्त्वाच्या तरतुदी सांगा.

२) केंद्र-राज्यातील वित्तीय संघर्ष थोडक्यात सांगा.

३) वित्त आयोगाची महत्त्वाची भूमिका स्पष्ट करा.

४) १५ व्या वित्त आयोगाच्या महत्त्वाच्या शिफारशी सांगा.

प्र. ४ सविस्तर उत्तरे लिहा.

१) केंद्र-राज्य वित्तीय संबंधाबाबत राज्यघटनेतील तरतूद स्पष्ट करा.

२) केंद्र-राज्य वित्तीय संबंधाबाबत संघर्ष स्पष्ट करा.

३) वित्त आयोगाची भूमिका स्पष्ट करा.

४) १५ व्या वित्त आयोगाच्या शिफारशी स्पष्ट करा.

संदर्भसूची

१) अर्थसंवाद विविध अंक.

२) 'अर्थ' त्रैमासिक विविध अंक.

३) आर्थिक सर्वेक्षण – २०१४-१५ आणि २०१७-१८ व २०२०-२१.

४) ओझरकर सु. रा., 'राजस्व' विद्या प्रकाशन, नागपूर (१९६९).

५) कोळंबे रंजन, 'भारतीय अर्थव्यवस्था', भगीरथ प्रकाशन, पुणे (२०१४-१५) व २०१९.

६) गोखले रा. म., 'आधुनिक अर्थशास्त्राची मूलतत्त्वे' कॉन्टिनेन्टल प्रकाशन, पुणे (१९६१).

७) ढमढेरे डॉ. एस. व्ही., तुपे डॉ. संजय, सार्वजनिक आयव्यय, डायमंड पब्लिकेशन्स, पुणे (२०१५).

८) ढमढेरे डॉ. एस. व्ही., 'भारतातील सार्वजनिक आयव्यय', डायमंड पब्लिकेशन्स, पुणे (२०१०).

९) ढमढेरे डॉ. एस. व्ही., 'आंतरराष्ट्रीय अर्थशास्त्र', डायमंड पब्लिकेशन्स, पुणे (२०१०).

१०) ढमढेरे डॉ. एस. व्ही. 'सार्वजनिक आयव्यय' डायमंड पब्लिकेशन्स, पुणे (२०१९).

११) देसाई स. श्री. मु., डॉ. भालेराव निर्मल, 'भारतीय अर्थव्यवस्था', निराली प्रकाशन, पुणे (२००४).

१२) रारावीकर डॉ. यशवंत, 'असा आहे केंद्रीय अर्थसंकल्प', डायमंड पब्लिकेशन्स, पुणे (२०१०).

१३) रायखेलकर, डॉ. दामजी 'सार्वजनिक अर्थशास्त्र व सार्वजनिक वित्त', विद्या बुक्स पब्लिशर्स, औरंगाबाद (२०१४).

१४) विविध वृत्तपत्रे तसेच इंटनेटचा वापर.

15) Bhargavre, P. K., 'Some Aspects of Indian Public Finance.' Uppal

Publishing House, New Delhi. (1984).

16) Bhatia, H. L., 'Public Finance', Vikas Publishing House Pvt. Ltd., New Delhi. (1984).

17) Datt and Ashwani Mahajan, 'Indian Economy,' S. Chand and Co. Ltd., New Delhi. (2015 and 2018).

18) Internate and Web.

19) Musgrave and Musgrave, 'Public Finance in Theory & Practice Mc Graw' - Hill International Edition (1989).

20) Tyagi, B. P., 'Public Finance', Jai Prakash Nath Co. Meerat, U. P. (1992 - 93).

डॉ. एस. व्ही. ढमढेरे यांच्या 'सार्वजनिक आयव्यय' डायमंड पब्लिकेशन्स पुणे (२०१९) या संदर्भग्रंथास सावित्रीबाई फुले पुणे विद्यापीठाने T. Y. B. A. सत्र – ५ आणि सत्र – ६ साठी संदर्भ पुस्तक म्हणून मान्यता दिलेली आहे.

टीप : नवीन अभ्यासक्रमात सार्वजनिक आयव्यय पुस्तकास मान्यता दिली असल्याने तसा उल्लेख केला असून ते पुस्तक २०१९ मध्ये लिहिलेले आहे.

अर्थशास्त्र विषयासाठी डायमंडची उपयुक्त पुस्तके

क्र.	पुस्तकाचे नाव	लेखक	किंमत
१	आजकालचा भारत	रजनी पाम दत्त	795
२	महिला स्वयंसहाय्यता बचत गट	प्रा. एम.यू. मुलाणी	175
३	अर्थशास्त्रीय संशोधनपद्धती	डॉ. बि. डी. कुलकर्णी , प्रा. ढमढेरे	300
४	जागतिकीकरण: भारतासमोरील आव्हाने - 1	प्रा. जगन कराडे	250
५	नोबेल अर्थशास्त्रज्ञ	डॉ. यशवंत रारावीकर	200
६	अर्थशास्त्रीय सिध्दांत	प्रा. जॉन्सन बोर्जेस	250
७	डायमंड अर्थशास्त्र कोश	डॉ. रारावीकर,प्रा. गोडबोले, प्रा. बोर्जेस	2400
८	भारताच्या आर्थिक समस्या	डॉ मधुसूदन साठे	600
९	भांडवलबाजार आणि व्यापार	डॉ मधुसूदन साठे	500
१०	संघराज्याचा वित्त व्यवहार	डॉ मधुसूदन साठे	300
११	आर्थिक विकास आणि नियोजन	डॉ मधुसूदन साठे	400
१२	आर्थिक सुधारणा आणि वाढ	डॉ मधुसूदन साठे	250
१३	अमेरिका - एक महासत्ता	डॉ मधुसूदन साठे	300
१४	युरोपची आर्थिक प्रगती	डॉ मधुसूदन साठे	250
१५	नव्या जगाचे अर्थकारण	डॉ मधुसूदन साठे	500
१६	आशियातील अर्थव्यवस्था	डॉ मधुसूदन साठे	400
१७	व्यापार आणि व्यापार संघटना	डॉ मधुसूदन साठे	300
१८	लोकसंख्या शिक्षण	प्रा. शिल्पा कुलकर्णी	150
१९	आर्थिक संकल्पना	डॉ. विनायक गोविलकर	350
२०	महागाई	डॉ. विनायक गोविलकर	125
२१	आर्थिक विचार व विचारवंत	डॉ. एस. व्ही. ढमढेरे, डॉ. बी. डी. कुलकर्णी	400
२२	भारतातील महिला विकासाची वाटचाल	प्रा. ज.शं. आपटे, प्रा. पुष्पा रोडे	175
२३	डायमंड अर्थशास्त्र शब्दकोश	प्रा. वि. ज. गोडबोले	200
२४	वस्तुनिष्ठ अर्थशास्त्र	प्रा. जॉन्सन बोर्जेस	700
२५	अल्पबचत	प्रा. एम. यु. मुलाणी	295
२६	बौद्धिक संपदा अधिकार	डॉ. विनायक गोविलकर	120
२७	महाराष्ट्रातील शेती	डॉ. एम यू मुलाणी	120
२८	अर्थशास्त्रीय गणिती तंत्रे व संशोधन पध्दती	प्रा. पुष्पा रानडे	250
२९	डायमंड क्विझ सीरीज : अर्थशास्त्र	प्रा. जॉन्सन बोर्जेस	200
३०	भारतीय अर्थव्यवस्था : समस्या व भवितव्य	प्रा.डॉ.सतीश श्रीवास्तव	150
३१	व्यावसायिक अर्थशास्त्र	प्रा. ढमढेरे	250
३२	UGC नेट - सेट अर्थशास्त्र (पेपर 2 व 3)	संपादक : वि ज गोडबोले, प्राचार्या पुष्पा रानडे	550
३३	सूक्ष्म अर्थशास्त्र	Dr. S. V. Dhamdhere, Dr. Arvind Shelar	250

३४	स्थूल अर्थशास्त्र	Dr. S. V. Dhamdhere, Dr. Arvind Shelar	170
३५	आधुनिक बॅंक व्यवसाय	डॉ. एस. व्ही. ढमढेरे, डॉ. अरविंद शेलार	250
३६	सूक्ष्म आर्थिक विश्लेषण	डॉ. एस व्ही. ढमढेरे, डॉ. ए.एम. पवार	250
३७	सार्वजनिक आयव्यय	डॉ. एस. व्ही. ढमढेरे, डॉ. संजय तुपे	250
३८	प्राथमिक सांख्यिकी आणि संशोधन पद्धती	डॉ. पुष्पा रानडे	300
३९	भारतीय आणि आर्थिक जागतिक विकास	डॉ. एस. व्ही. ढमढेरे, डॉ. संजय तुपे	300
४०	आर्थिक विकास आणि नियोजन	डॉ. एस. व्ही. ढमढेरे, डॉ. एस. के. मगरे	250
४१	आंतरराष्ट्रीय अर्थशास्त्र	डॉ. एस. व्ही. ढमढेरे, डॉ. संजय तुपे	250
४२	सूक्ष्मवित्ताचा सुबोध परिचय	वसुधा जोशी	100
४३	वित्तार्थ : भारतासमोरील प्रमुख प्रश्नांना थेट भिडणारे अर्थशास्त्रीय लघुनिबंध	डॉ. रूपा रेगे नित्सुरे	150
४४	नोटबंदी : अर्थक्रांती की आर्थिक घोडचूक?	संपदान : राम जगताप	200
४५	भारतीय अर्थव्यवस्थेतील निर्णायक वळणे	डॉ. विनायक गोविलकर	250
४६	भारतीय आर्थिक पर्यावरण - प्रथम सत्र	डॉ. एस. व्ही. ढमढेरे	125
४७	सार्वजनिक आयव्यय	डॉ. एस. व्ही. ढमढेरे	450
४८	भारतीय राज्यघटनेची ओळख	डॉ. वैशाली पवार	175
४९	भारतीय आर्थिक पर्यावरण - दिवतीय सत्र	डॉ. एस. व्ही. ढमढेरे	175
५०	वित्तीय प्रणाली (Financial System)	डॉ. संभाजी काळे, डॉ. एस. व्ही. ढमढेरे , डॉ. अविनाश कुलकर्णी	250
५१	सूक्ष्म अर्थशास्त्र (Micro Economics)	डॉ. एस. व्ही. ढमढेरे	250
५२	स्थूल अर्थशास्त्र (Macro Economics)	डॉ. एस. व्ही. ढमढेरे	225
५३	संशोधन पद्धतीच्या मूलभूत संकल्पना (सत्र ३ व ४ एकत्रित)	डॉ. संभाजी काळे, डॉ. एस. व्ही. ढमढेरे	200
५४	पर्यावरण अभ्यास	डॉ. एस. व्ही. ढमढेरे	300
५५	शाश्वत विकास आणि भारत	डॉ. एस. व्ही. ढमढेरे	400
५६	औद्योगिक अर्थशास्त्र	डॉ. अविनाश कुलकर्णी	250